Chuyện Gần Chuyện Xa

Chuyện Gần Chuyện Xa

Võ Kỳ Điền - Minh Ngọc

Tranh bìa: Evelyn Famulare

Bìa: Uyên Nguyên Trần Triết

Dàn trang: Công Nguyễn

Nhân Ảnh xuất bản 2022

ISBN: 9798868986192

Võ Kỳ Điền - Minh Ngọc

Chuyện Gần Chuyện Xa

Tùy Bút - Truyện - Phê Bình

NHÂN ẢNH 2022

TỰA
SONG THAO

"Chuyện Gần Chuyện Xa" do hai nhà văn kể. Một già, một trẻ, cả hai tôi đều có hân hạnh quen biết. Già thuộc thế hệ tôi, đã bát tuần, trẻ thì khi đất nước bị nhuộm đỏ chỉ mới 4 tuổi. Một người ở gần, một người ở xa tôi. Gần là ngay Brossard, cũng thuộc thành phố Montreal, xa là New York bên Hoa Kỳ, cách tôi sáu giờ lái xe, nếu cỡ tôi cầm tay lái, còn người trẻ thì khác, lẹ hơn nhiều. Vậy thì xa nhưng với người trẻ cũng là gần.

Người già là nhà văn Võ Kỳ Điền, bước chân vào nghề dạy Việt văn từ năm 1964, tinh thông Hán học, thuộc loại nho chùm. Ông có nghề tay trái là coi phong thủy, chấm tử vi. Các cơ sở buôn bán tại Montreal phần lớn đã rước ông tới coi phong thủy trước khi mở cửa. Họ đều toại nguyện với những lời bàn của ông. Ông cho biết là ông chưa hề sai khi ngắm nghía địa điểm, hướng nằm của cửa tiệm. Với một kiến thức vững vàng về văn hóa Việt, ông có nhiều chuyện để nói. Chuyện gần chuyện xa.

Gần là chuyện mới đây khi ông đã định cư tại Canada, xa là chuyện từ xửa từ xưa, xa lắc xa lơ.

Ông hiện cư ngụ tại một nhà già tư, khá sang trọng, nơi chỉ có mỗi mình ông là da vàng mũi tẹt, còn tứ bề là những ông tây bà đầm, nói toàn tiếng Tây. Ông kể chuyện gần này như sau: "*Như lúc nầy đây tuổi già trơ trọi một mình nên buộc phải đành sống chung với một đám tây già với đầm già trong một Viện Dưỡng Lão miệt quê, cạnh một dòng sông lớn. Đa số là sứt càng gãy gọng, bà ngồi xe lăn, ông chống gậy, nói năng ngọng nghịu, có người nói không ra hơi thều thào, mà thều thào bằng tiếng tây Québecois làm sao mà nghe hiểu cho được. Cái kiến thức tôi về xã hội Tây Phương nầy thiệt tình là bù trớt, làm sao mà xen vô góp vài câu cho vui, nghe cho được. Tôi sống ở xứ nầy gần nửa thế kỷ rồi mà như có ai cắc cớ lấy nước trộn chung với dầu. Hổng lẽ ngồi chung một đám, mình cứ im lặng và cười trừ, quê ơi là quê. Nhưng thiệt ra không có gì là quê hết, bởi tụi nó có biết tôi là ai đâu. Cứ cho tôi là một ông Tàu già lẩm ca lẩm cẩm, lơ ngơ láo ngáo. Mà thiệt vậy, nhiều khi ngồi ở nhà ăn mà ngủ gục luôn trên bàn, tự nhiên như trong phòng ngủ. Thành ra, đôi khi già cũng sướng thiệt, muốn làm gì thì làm, muốn nói gì thì nói, ăn bận sao cũng được, có ai lại đành trách cứ người già làm chi.*" (Nói Năng Chi Cũng Thừa).

Chuyện gần nhất, ông nhà văn họ Võ kể như vậy. Ông tự nhận là một ông già bỏ đi, thiệt tình ông tự họa hơi quá. Mỗi lần tôi phôn nói chuyện với ông, ông chẳng bao giờ tắt nụ cười hể hả, nghe rất sướng tai. Vài năm trước đây, ông làm anh em bạn bè ngả mũ thán phục khi ông… tái giá. Trộm phép ông, tôi phải tiết lộ là ông đã ba lần lên xe hoa. Lần thứ ba khi ông đã qua tuổi "cổ lai hy" quá chừng chừng. Còn lần thứ hai khi mô? Ông rao nam rao bắc trước khi vào chuyện. Ông nhắc chuyện của ông

Chủ Tịch Hạ Viện khi xưa Nguyễn Bá Lương cưới bà chủ xe đò Bửu Hiệp, chuyện nhà văn Trương Bảo Sơn tái giá khi đã trên sáu chục, rồi ông thủ thỉ với nhà thơ Lưu Nguyễn không biết họ còn "làm ăn" chi được không. "*Câu trả lời phải chờ vài chục năm sau. Năm đó tôi vừa được sáu mươi hai tuổi và tôi cũng liều gan... mà cưới vợ đại. Trước khi cưới, tôi nhớ tới ông Nguyễn Bá Lương, bác Trương Bảo Sơn và bạn Lưu Nguyễn. Hiện nay thì tôi đang ở cái tuổi thời đó của các bác nè. Cái tuổi "hồi dương liệt lão". Và tôi cũng đã cưới vợ như các bác đã từng cưới. Tục ngữ đất nước mình có câu "Cười người hôm trước hôm sau người cười". Bạn ơi, tôi không cần hỏi bạn nữa đâu, cũng không cần hỏi ai hết, cũng không cần câu trả lời. Mà tôi cũng không lo chuyện dây thiều liệt bất tử. Sáu mươi tuổi là còn trẻ lắm, ai nói già hồi nào*". Ông hạ câu kết thiệt đắt: "*Năm đó tôi vừa đúng sáu mươi hai tuổi nhưng cứ tưởng mình như trai mười tám*".

Chuyện gần xa của đời tư ông giáo Việt văn, viết tới đây tôi nghĩ chắc là đủ. Nói thêm nữa dám bị ông kiện ra tòa. Ông giáo họ Võ là một người nho thâm Hán rộng nên ông bàn chuyện chữ nghĩa nghe rất thấu tình đạt lý. Ông "trai mười tám tuổi" nên còn rất sung. Nhân đọc câu ca dao miền Nam: "*Bắp non mà nướng lửa lò / Đố ai ve được con đò Thủ Thiêm*", ông bàn về chữ "ve".

Ve gái là hành động của tuổi thanh niên (cỡ mười tám?). "*Câu nầy khi đọc lên thì ai cũng hiểu hết. Nó đơn giản như tâm tình dân miền Nam nầy. Trái bắp còn non mới hái mà đem nướng trên lửa than hồng thì thơm ngon phải biết. Như cô chèo đò mỗi ngày đưa khách qua sông nhìn hiền lành xinh xắn dễ thương nhưng không phải dễ tán tỉnh đâu. Câu ca dao coi vậy mà tượng hình quá đỗi, cô gái chèo đò được ví với trái bắp nướng thơm ngon. Ai nghe cũng phát thèm! Nhưng điều làm tôi mất ngủ không phải là câu chuyện chèo đò hay trái bắp nướng, hoặc hình ảnh của đôi trai gái hẹn hò, dê qua dê lại. Mà tại cái chữ "ve" trong câu ca dao mắc dịch đó. Mỗi lần nghĩ tới nó là tôi khổ sở. Ve là gì?*" (Một Vài Chuyện Từ Câu Ca Dao Trái Bắp Nướng).

Từ "ve" ông lần mò qua "dê", rồi qua "o mèo". Ông luận bàn rành rọt về từng chữ từng nghĩa, riết rồi các từ nghe ra như các hoạt động thanh niên bỗng mang bộ mặt nghiêm nghị rất hàn lâm. Sự nghiêm nghị của chữ nghĩa được ông giáo họ Võ bàn rất sâu. Từ chữ *"rợ"* hay *"chợ"* trong câu thơ của Bà Huyện Thanh Quan "*lác đác bên sông chợ mấy nhà*" tới Kinh Dịch trong chuyện táo quân hai ông một bà. Rồi Khúc Ngâm của Người Tiết Phụ đời Đường bên Trung Hoa. Với những bài chạm vào nghề nghiệp của ông, ông trở thành một ông già nghiêm chỉnh bàn chuyện chữ nghĩa của thánh hiền. Không ba lơn cười cợt như "thanh niên mười tám tuổi". Tôi phải thú thật là theo ông phát mệt, tôi quẹo qua một bóng dáng tươi trẻ hơn.

Nhà văn Minh Ngọc thua ông Võ Kỳ Điền tới ba chục tuổi, là một người trẻ nhưng đôi khi cũng rất không trẻ. Chuyện gần cô dĩ nhiên thông suốt nhưng chuyện xa xưa cô cũng rành sáu câu. Chuyện xa nhất cô kể là chuyện lúc cô mới ba tuổi. Chuyện ông Đồng Tuy, một ông giáo biết chấm tử vi dọn về gần nhà cô ở Tân Quy. Sau 1975, ông giáo bị đi tù cải tạo vì tham gia Phong Trào Thống Nhất Dân Tộc và Xây Dựng Dân Chủ của Giáo sư Nguyễn Đình Huy. Khi cô lên trung học thì ông giáo được thả về sau hơn chục năm trôi dạt trong các trại tù ở miền Bắc. Sau khi tác giả Minh Ngọc qua Mỹ, ông lại bị bắt. Qua đài VOA, tác giả được biết ông bị trục xuất diện chính trị, từ nhà tù đi thẳng qua Hòa Lan. "*Sở dĩ bỗng dưng tôi nhớ tới Giáo Sư Đồng Tuy là vì chiều hôm qua đi làm về, nhận được cuốn sách mới của nhà văn Võ Kỳ Điền "Câu Hỏi Kiếp Người" qua bưu điện. Ông bắt đầu viết văn ở hải ngoại nên ở trong nước chắc ít ai biết, nhưng thời điểm thập niên 80-90, ông sớm nổi tiếng với những truyện ngắn súc tích, sâu sắc với giọng văn Nam bộ giữa một rừng cây bút Bắc kỳ. Viết văn giọng Nam rất khó viết hay, vì nếu sa đà quá mức vào lối văn nói miền Nam dễ trở thành lôi thôi, bình dân, mất tính văn chương. Nhà văn Võ Kỳ Điền có tính độc đáo riêng với văn phong chuẩn mực rõ ràng, trí thức mà vẫn mang cá tính hào sảng, hài hước của người miền Nam*". (Ông Giáo Chấm Tử Vi và Nhà Văn Võ Kỳ Điền).

Khi miền Nam bị cộng sản cưỡng chiếm, nhà văn Minh Ngọc mới 4 tuổi. Cô không có dịp đọc văn chương miền Nam trước đó. Nhưng nhờ thân mẫu là một nhà giáo biết quý sách, cất giấu sách báo miền Nam khi chiến dịch đốt sách của phe thắng cuộc diễn ra nên cô được đọc muộn. Muộn nhưng rất say mê. "*Nhà tôi có cái tủ sắt lớn khuất trong góc. Khi chiến dịch kiểm kê văn hóa điên cuồng lôi hết sách báo quý giá từng nhà thiêu hủy, cái tủ sắt trở thành nơi cất giấu sách báo "phản động đồi trụy" – tủ sách gia đình, sách của người ta gởi giấu giùm. Khách tới nhà thường không để ý tới cái tủ sắt im lìm trong góc, thỉnh thoảng có người thấy, hỏi thì má tôi nói "Ôi, tủ này hồi đi làm họ thanh lý văn phòng, tui đem về để đó mà có đồ gì đâu để cất, khóa hư rồi lâu lắm không rớ tới", khách nghe rồi bỏ qua, đâu ai ngờ trong đó là cả một kho tàng văn học miền Nam, đối với gia đình tôi còn quý hơn vàng bạc. Thế giới tuổi thơ của tôi nằm trong cái tủ sắt với những bộ sách Thạch Lam, Tô Hoài, Duyên Anh cùng hầu hết tác phẩm của tất cả tên tuổi văn nghệ hàng đầu của miền Nam trong khi các tác giả đang bị nhốt trong nhà tù Phan Đăng Lưu, Chí Hòa, trại tù Suối Máu, Gia Trung, thậm chí núi rừng miền Bắc xa xôi*". (Thế Giới Tuổi Thơ Trong Tủ Sắt).

Minh Ngọc là người ham đọc nhớ dai. Trong tủ sách chui tại nhà cô có đủ bộ Thời Nay mà tôi là một trong những cây viết chủ lực. Cô đọc hết và nhớ rất rõ từng số. Sau này, khi cô định cư tại New York, mỗi lần cần tìm lại một bài nào của tôi viết cho Thời Nay, tôi chỉ việc ới cô, cô nhớ liền, có khi còn nhớ cả những tấm hình kèm theo bài. Chỉ nhấp nháy sau, cô gửi cho tôi bản scan của bài viết. Tôi nghĩ cô có mang sách báo theo qua Mỹ nhưng không phải. Sách báo cũ vẫn còn nằm tại Tân Quy, cô liên lạc với người nhà tìm lại và gửi qua cho cô. Thời buổi internet, không gian đâu có xa, thời gian đâu có là thứ kéo dài, mọi chuyện gần xịt.

Minh Ngọc có một trí nhớ đáng nể. Tới giờ, cô bác sĩ chuyên khoa gây mê này còn nhớ vanh vách các nhân vật truyện Tầu và truyện chưởng mà cô đọc từ hồi còn ở Việt Nam. Cô bàn về từng nhân vật dễ dàng như họ lẩn khuất đâu đây trong nhà cô. Tuổi trẻ, dân Bắc kỳ như tôi quen nói là "có tý tuổi đầu", nhưng cô già trước tuổi. Không biết cô có tự gây mê cho mình không mà cô mê mệt với văn chương chữ nghĩa còn sót lại. Hồi còn ở Việt Nam, chiếc tủ sách chui của gia đình cô còn là nơi ẩn trốn của những cuốn sách quý của bạn bè. Khi họ tới lấy về lúc đã sóng yên biển lặng, cô tiếc đứt ruột. Tiếc nhất là cuốn "Vang Bóng Một Thời" của Nguyễn Tuân, bản in đặc biệt trên giấy ngà, bìa vải đen chữ thếp vàng, trang đầu có triện son. Cô học được cách uống trà của các bậc văn nhân xưa, và cô mê thú uống trà. "*Vì đọc Nguyễn Tuân mà từ nhỏ tôi đã mê uống trà. Khổ cái là thời đó các vườn trà danh tiếng ở Bảo Lộc, Lâm Đồng đã bị quốc hữu hóa thành trà quốc doanh, ai cũng biết hàng quốc doanh là như thế nào, mua ở chợ hay hợp tác xã uống không vô. Má tôi là cô giáo, ngày lễ tết thỉnh thoảng được phụ huynh biếu tặng trà tốt kiếm được nhờ nguồn quen biết riêng. Tôi học theo Nguyễn Tuân, tuy không có các loại ấm đồng, bình trà cầu kỳ, nhưng cố công pha bằng nước mưa nấu vừa sôi chứ không chịu nước máy, ai cũng cười đứa con nít mà khó khăn tỉ mỉ với nước pha trà*". Qua tới Mỹ, dịp Tết, cô được một người Hoa biếu thứ mà cô mong ước từ lâu: một bình sứ tròn màu xanh ngọc, nắp khằn kín, bên trong là đọt trà khô hái đầu mùa tuyết trên núi.

"Tôi nhìn trà quý mà tiếc vì chiều tối mùng hai trời bỗng dưng đổ trận tuyết đầu năm, phải chi biết trước tôi đã ra giữa sân hứng tuyết để pha trà như ni cô Diệu Ngọc trong Hồng Lâu Mộng". (Chén Trà Đầu Xuân).

Minh Ngọc trẻ nhưng già, gần mà xa, nhưng cách nào cô cũng không thể trẻ bằng ông Võ Kỳ Điền. Cô không đọc được mấy chữ Nho trên bình trà nên bút đàm với ông Võ. Ông nho chùm này chẳng khó khăn chi để đọc mấy chữ "Lô Sơn Vân Tuyết Trà". "*Lô Sơn thì quá nổi tiếng trong văn học sử Trung Hoa, thế là chúng tôi sa đà từ Tô Đông Pha qua Lý Bạch. Ngắm những đọt trà xanh biếc từ từ lắng xuống đáy chén sứ trắng, hương thơm dìu dịu quyến rũ trong một ngày đông giá lạnh, bàn luận Đường thi trên Facebook, quả là thú tuyệt*".

Tôi chưa già hung nhưng nhìn quanh thấy ai cũng ít tuổi hơn mình, kể cả ông Biden lẫn ông Trump, bỗng cảm thấy hình như tôi vừa thấy một cái bóng già trong lốt trẻ. Chuyện xa đã vậy, chuyện gần có khác. Quen với các ông Nguyễn Xuân Hoàng, Bùi Bảo Trúc, Minh Ngọc trở lại cái lốt trẻ. "*Ông Hoàng có ý muốn giới thiệu tôi quen biết với các văn nghệ sĩ khác, nhưng tôi nghĩ phận con cháu đâu dám leo trèo ngồi chung chiếu vói các vị trưởng thượng, nên chỉ giới hạn với ba vị mà thôi*". Hai vị là các ông Hoàng và Trúc, vị thứ ba là Song Thao, "*cây bút tôi ái mộ nhất trong bộ Thời Nay gia đình*". Ông Song Thao vui như mở cờ trong bụng vì được hạ xuống, không phải thuộc nhóm "các vị trưởng thượng"!

Từ năm 2000, Minh Ngọc viết đều cho tạp chí Văn của Nguyễn Xuân Hoàng dưới bút hiệu Ngọc, chỉ một chữ trơ trọi đứng giữa đời. Khởi đầu với những truyện ngắn khá độc đáo. Trong cuốn "Chuyện Gần Chuyện Xa" này, cô cũng cho in một số truyện ngắn mới viết. Sau đó cô còn giữ mục "Văn Nghệ Thế Giới" nhằm giới thiệu tin tức văn học ngoại quốc. Nghề chính là khoa học nhưng lòng cô lại sa đà vào chuyện chữ nghĩa, nếu nói "văn võ toàn tài" không biết có đúng vào trường hợp của cô hay không.

Trong "Mào Đầu" của cuốn "Chuyện Gần Chuyện Xa" này, hai tác giả viết: "*Thập niên 80-90 ở hải ngoại, có xu hướng gom hết các nhà văn viết giọng Nam kỳ vào một thể loại gọi là "văn chương miệt vườn", một thuật ngữ tào lao hết chỗ nói, nhưng vẫn lưu truyền tới bây giờ. Những phê bình gia đó, hầu hết gốc Bắc, gốc Trung, nhìn vào văn chương Nam bộ một cách phiến diện, kẻ cả. Ngoại trừ Hồ Trường An hay viết về đời sống dân quê, hầu hết các cây bút Nam kỳ khác như Kiệt Tấn, Võ Kỳ Điền, Phan thị Trọng Tuyến… phản ảnh sinh hoạt của giới trung lưu trí thức. Mặc dù viết bằng giọng Nam kỳ, họ không lạm dụng từ ngữ dân dã hay khai thác lối sống "miệt vườn'.*"

Ngay từ khi được đọc những truyện ngắn đầu tay của Võ Kỳ Điền trên tạp chí Làng Văn trong thập niên 1980, tôi đã thích thú với giọng văn rặt Nam kỳ của tác giả. Nhưng văn phong đậm hơi hướm Nam Kỳ này không hề "miệt vườn" chút xíu nào. Nhà văn Minh Ngọc, sanh sau đẻ muộn, cũng có văn phong Nam kỳ nhưng không đậm đà như ông giáo đã có hơn nửa đời người dạy học tại quê nhà. Nhưng dầu sao họ cũng có một mẫu số chung, cái làm cho hai nhà văn, một già một trẻ, đứng chung với nhau trong một cuốn sách với những chuyện từ quê nhà qua quê người, từ khi gần tới lúc xa, như không mảy may ảnh hưởng tới phong cách của họ. Mong cuốn sách này chỉ là khởi đầu cho những cuốn tiếp theo, vẫn chuyện gần chuyện xa, thêm chuyện xa chuyện gần!

09/2022

Mào Đầu

Văn học quốc ngữ Việt Nam, từ khi khởi sắc cuối thập niên 30, thống lãnh bởi các cây bút gốc miền Bắc, miền Trung với tài nhả ngọc phun châu. Mai Thảo, thủ lãnh nhóm Sáng Tạo thập niên 50, cổ súy trào lưu thơ mới, đã tự thú khi nhớ lại lúc khám phá thi tài Tô Thùy Yên: "*là sự ngạc nhiên lớn của chúng tôi, gốc gác Bắc kỳ, nghĩ thơ chỉ Bắc chỉ Trung, không ngờ phương Nam cũng sinh thành được một tài thơ tiền tiến*" (Văn Học số 31, tháng 8/1988). Cũng dễ hiểu, các tên tuổi lừng lẫy của Nam bộ chiếm một góc chiếu riêng: Sơn Nam, Bình Nguyên Lộc, Vương Hồng Sển, Hồ Hữu Tường… sau có thêm Trần Tuấn Kiệt, Tô Thùy Yên, Nguyễn thị Thụy Vũ, Hồ Trường An, Kiệt Tấn… ngang tài ngang sức với cánh văn chương Bắc/ Trung, nhưng con số khá ít oi. Học trò học toàn văn chương miền Bắc, miền Trung trong sách giáo khoa, chịu ảnh hưởng văn phong và tư tưởng của các tác giả này. Thỉnh thoảng có cây bút viết giọng Nam kỳ rặt xuất sắc như Nguyễn Ngọc Tư xuất hiện, gây chú ý vì sự độc đáo.

Thập niên 80-90 ở hải ngoại, có xu hướng gom hết các nhà văn viết giọng Nam kỳ vào một thể loại gọi là "văn chương miệt vườn", một thuật ngữ tào lao hết chỗ nói, nhưng vẫn lưu truyền tới bây giờ. Những phê bình gia đó, hầu hết gốc Bắc, gốc Trung, nhìn vào văn chương Nam bộ một cách phiến diện, kẻ cả. Ngoại trừ Hồ Trường An hay viết về đời sống dân quê, hầu hết các cây bút Nam kỳ khác như Kiệt Tấn, Võ Kỳ Điền, Phan thị Trọng Tuyến… phản ảnh sinh hoạt của giới trung lưu trí thức. Mặc dù viết bằng giọng Nam kỳ, họ không lạm dụng từ ngữ dân dã hay khai thác lối sống "miệt vườn".

Võ Kỳ Điền, sanh quán Rạch Giá, lớn lên ở Thủ Dầu Một (Bình Dương) và gắn bó với vùng đất này tới khi vượt biển, nhưng theo học trung học Chu văn An của dân Bắc di cư ở Sài Gòn và thọ giáo với các bậc thâm nho Bắc kỳ ở ban Việt Hán Đại học Sư phạm Sài Gòn, khi sang Canada sinh sống ở vùng Québec đậm màu văn hóa Pháp. Minh Ngọc, quê nội Gia Định, quê ngoại Gò Công, sanh trưởng ở Sài Gòn, định cư tại New York phong phú văn hóa của hơn một trăm sắc dân từ khắp thế giới, làm dâu Do Thái. Văn phong của hai tác giả thấm nhuần những nét văn hóa hấp thu được trong đời sống, không thuộc "văn chương miệt vườn".

Hoàn thành tập sách này, hai tác giả "Nam kỳ rặt" chỉ có mong ước nhỏ nhoi giúp độc giả có những giây phút thảnh thơi lướt qua mấy trang giấy hiu hiu gió mát miền Nam mến yêu.

Xin cám ơn thạnh tình của quý vị.

Võ Kỳ Điền & Minh Ngọc

MỤC LỤC

III. **PHỤ LỤC:**

VÕ KỲ ĐIỀN

Tên thật Võ Tấn Phước
Sanh ngày 31 tháng 10 năm 1941
Tại Dương Đông, Rạch Giá, thuộc đảo Phú Quốc.
Sống ở Thủ Dầu Một, Bình Dương
Tốt nghiệp Đại Học Sư Phạm Sài Gòn, ban Việt Hán 1961-1964
Dạy văn các trường trung học Hoàng Diệu, Ba Xuyên và Trịnh Hoài Đức, Bình Dương
Bắt đầu viết sau những năm lưu lạc
Cộng tác với các báo Văn, Dân Quyền, Làng Văn....

Tác phẩm đã xuất bản:
Kẻ Đưa Đường, Việt Publications 1986 Canada
Pulau Bidong Miền Đất Lạ, nxb Xuân Thu 1992, USA
Pulau Bidong Miền Đất Lạ, nxb Nhân Ảnh tái bản 2018, USA
Câu Hỏi Kiếp Người, nxb Nhân Ảnh 2018USA

“Võ Kỳ Điền là một nhà văn gốc miền Nam. Nên anh áp dụng văn phong miền Nam triệt để. Đó là lối văn bộc trực, chân tình, gợi cảm, nhất là ở những câu đối thoại. Văn phong miền Nam thường dí dỏm, hoạt bát. Cái dí dỏm của Võ Kỳ Điền rất chừng mực, cái cay cú của anh cũng rất mực thước và cái hoạt bát thì là cả một không gian rộng như những cánh đồng cò bay thẳng cánh.

Võ Kỳ Điền viết lách khiêm nhượng, làm văn chương từ tốn,diễn tả đơn giản, trong suốt mà không nguội lạnh. Từng dòng chữ, từng trang sách, thoảng nhẹ lên chút men nồng ấm tình người”

(Hồ Trường An, trích trong tạp chí Văn)

Thế Giới Có Triệu Điều Không Hiểu

Buổi xế trưa đó tôi không cách gì ngồi yên mà học bài cho được, con nít trong mấy hẻm lân cận sao mà túa ra chơi giỡn đông quá, chúng la hét từ đầu xóm tới cuối xóm. Mấy đứa con gái thì nhảy dây, đánh đũa dưới hành lang nhà, còn đám con trai thì bắn bi, chạy đua, quánh lộn trước hẻm, đứa thì hát nghêu ngao mấy câu nhạc chế tầm bậy tầm bạ... Ồn ào hết biết, học hành cái gì bây giờ, bài vở đầy ngập mặt. Tôi đâm nổi khùng trong bụng. Còn vài ngày nữa là tới kỳ thi quan trọng, kỳ nầy mà rớt thì có nước đi một đường thẳng vô Trung Tâm 3 Nhập Ngũ. Tôi bước ra đằng trước, đứng vịn lan can trên lầu, nói với xuống năn nỉ các em bớt làm ồn cho anh học bài, mong tụi nó thương mà giảm âm thanh được chút nào hay chút nấy.

Cũng may tụi nó cũng nghe lời và bớt ồn ào, im lặng được năm ba phút. Định trở vô để học bài, nào ngờ trong hẻm đối diện có một tiểu thơ xuất hiện, đẹp như một nàng tiên trong tranh! Trời ơi, ở cái xóm nhỏ nầy sao lại có một người đẹp trang nhã như vầy, lần đầu tôi mới thấy. Đầu óc tôi quay mòng mòng. Cô nầy ở căn phố nào vậy, tới đây cư ngụ bao lâu rồi, có chồng con bồ bịch gì chưa, sao lại đi một mình, chắc giờ nầy nàng mới đi làm, có vẻ như là ca sĩ hay vũ nữ phòng trà? Tuy đứng trên cao nhưng tôi đâm luống cuống thực sự. Trời vừa tắt nắng và tôi thấy không gian trong mát lung linh bởi vì da nàng trắng hồng, người thanh nhã, cặp mắt tròn to đen ánh, dáng người cao dong dỏng, bước đi dịu dàng với chiếc váy hoa sặc sỡ.

Thuở đó tôi vừa mới rời quê nhà về Sài Gòn tiếp tục học các lớp cao hơn nên chưa quen nếp sống thành thị, còn nhiều bỡ ngỡ lắm. Ba tôi mua cái nhà nầy cho anh em tụi tôi tiện việc ăn học vì nó gần các trường cho đứa nầy đứa kia, chỉ cần đi bộ năm ba mươi phút là tới. Tôi ở tuổi mới lớn, cho nên thấy cô nào đẹp thì luống cuống xôn xao, dĩ nhiên rồi. Nhưng phải nói lần nầy, như là một tiếng sét, tôi bị đánh gục ngay từ cái nhìn đầu tiên. Hình như trên cái cõi đời nầy, lúc đó cô ta là người đẹp nhứt mà tôi được thấy. Mà đâu phải chỉ có mình tôi sững sờ trước cái nhan sắc trời cho nầy. Đám con nít trước nhà cũng y như tôi vậy, chúng như bị thôi miên trước vẻ kiều diễm của cô ta. Cả đám đứng ngây ra và nhìn sững. Bất ngờ trong cái giây phút im ắng đó, một cơn gió lốc mạnh thổi ngang qua, khiến cây lá, hoa kiểng, mành sáo bay tứ tung xào xạc. Cái váy hoa cô đang mặc bốc tung lên cao, người đẹp xiểng niểng hoảng hốt lấy tay chận ngay lại. Rồi cơn trốt nguy hiểm cũng qua. Tôi ở trên lầu cao nên tiếc quá, không thấy được gì. Nhưng có một người thấy và thấy rất rõ. Đó là thằng bé đương bắn bi vì nó đang bò lom khom dưới đất. Cơn gió mạnh vừa đi qua, thì thằng bé bật tung dậy, vừa la lớn lên vừa nhảy tưng tưng:

- Tụi bây ơi, cái xi líp giống y như Tạc Răng, cái xi líp giống y như Tạc Răng!

Tôi chợt nghe được và bật cười. Cái thằng nhỏ thiệt lý lắc. Không biết nó đã thấy được cái gì mà la um sùm như vậy. Đúng là tầm bậy tầm bạ. Ai mà bụm miệng thằng nhóc tì nầy cho được. Lúc đó tại sao không biết tôi lại suy nghĩ miên man. Cái xì líp giống xì líp của Tạc Răng hay là cái xì líp giống cái mặt của Tạc Răng?

Trời, lại đau cái đầu. Thằng nhỏ muốn nói cái gì, coi bộ nó khoái chí lắm. Mà tại sao lại so sánh với Tạc Răng ở rừng núi

Phi Châu. Ở mấy xứ đó toàn là cọp, beo, sư tử, con nào mặt mày cũng vằn vện không hà, ghê lắm. Không biết thằng bé đã thấy giống con nào? Thằng nhỏ bắn bi, cái thằng nhỏ bắn bi nầy nói một câu không hiểu gì hết. Cái xì líp giống y như Tạc Răng là giống cái gì. Kể từ đó tôi không biết hỏi ai vì có ai biết mà hỏi và cũng tin rằng không bao giờ tìm được câu trả lời, mãi mãi....

Tôi đã quên đi câu chuyện nầy khi không còn ở căn phố cũ. Cho đến nửa thế kỷ sau tình cờ đọc được bài thơ của Mai Thảo. Mai Thảo là nhà văn lớn, ông có tới 50 tác phẩm văn xuôi nổi tiếng của miền Nam. Ai cũng gọi ông là nhà văn. Riêng tôi, tôi coi ông như một thi sĩ chỉ qua một bài thơ tôi thích:

Thế giới có triệu điều không hiểu
Càng hiểu không ra lúc cuối đời
Chẳng sao khi đã nằm trong đất
Đọc ở sao trời sẽ hiểu thôi

Bài thơ đơn giản, chân thật khác hẳn lối văn hoa mỹ bóng bẩy óng chuốt mà ông thường dùng. Chỉ mới đọc thoáng qua là chúng ta sẽ thuộc lòng dễ dàng. Tuy vậy tứ thơ rất đẹp lung linh mang tính siêu hình. Hai đặc tính vĩ đại của thi ca là tình yêu và cái chết. Con người quá nhỏ nhoi so với vũ trụ vô cùng. Chỉ có cái chết mới giải quyết hết mọi thắc mắc trong cuộc sống. Tôi nghĩ khi Mai Thảo viết mấy câu nầy là muốn nói đến những gì cao, những gì xa của kiếp người mà lúc sống con người quá nhỏ bé không giải quyết được...

Tôi là một người tầm thường, sống an phận, hiền lành, thích sự giản dị vui vẻ, rất sợ những cái gì xa vời. Điều gì phải suy nghĩ sâu xa, nhức óc thì rất sợ và tìm cách tránh xa. Nói chung thì cả đời, sống đơn giản, thiệt thà, chất phác. Do đời sống đơn giản thì làm gì có tới triệu điều không hiểu được, cái gì cũng hiểu được hết trơn. Nói thiệt ra chỉ có một điều không hiểu thôi từ hồi niên thiếu cho tới bây giờ mà không biết hỏi ai. Có một thằng nhỏ lối xóm nó biết rất rõ mà bây giờ nó đã bằn bặt phương trời nào, làm sao mà kiếm cho ra...

Tôi gọi nhà văn Mai Thảo là thi sĩ, cám ơn nhà thơ đã viết một câu thơ thần sầu. Thi sĩ vô tình giúp tôi giải quyết hết nỗi khổ tâm. Mai kia mốt nọ ở bãi nọ bờ kia, tôi nhìn ngắm sao trời sẽ hiểu thôi. Hiểu cái gì? Hiểu rõ câu nói của thằng bé bắn bi buổi trưa nọ.

Chỉ có câu nói chút xíu đó nó đã ám ảnh tôi suốt cuộc đời nầy!

Brossard 24 sep 2022

Tâm Sự Vụn Khi Trời Trở Lạnh

Tôi có anh bạn người hiền lành chất phác, cùng quê hương bản quán, tánh tình hai anh em khá giống nhau nên rất thân tình. Quen thân từ lâu lắm, tuy tuổi tác cách nhau trên dưới mười năm. Anh học rất giỏi, đảm nhiệm chức vụ cao nhứt nhì trong nội các chánh quyền Việt Nam Cộng Hòa. Tại sao tôi giới thiệu anh bạn dài dòng như vậy, vì muốn nói rõ chuyện thân quen nên khi tâm sự tôi và bạn thường hàn huyên một cách thật lòng. Biết nhau quá nhiều thì đâu có gì cần phải dấu diếm hay màu mè, khách sáo làm chi.

Có lần trong khi vui đùa trên sóng nước ở một góc biển xa, thấy hoàn cảnh tôi nghèo, bạn thương tình mà nói:

- Tôi thấy anh cũng khá, đáng lẽ phải học kỹ sư hay bác sĩ để giúp ích cho xã hội, vừa cho đời vừa cho mình, lại học chi ba cái chữ nho với lại văn chương vô bổ như vậy.

Anh bạn vừa nói xong tôi nghe muốn á khẩu, lùng bùng lỗ tai. Anh vừa đánh trúng ngay vào tử huyệt, tôi vừa muốn khóc lại muốn cười. Cười là cười cái ngu si của mình, khóc là khóc cho cái số phận của mình. Phải chi anh nói trật, tôi còn chống chế, nào dè anh nói trúng quá, tôi còn chống chế chỗ nào. Đúng thiệt tình, bạn nói không trật một điểm. Tiến sĩ kinh tế du học bên Mỹ mà, làm sao nói trật được.

Nhưng có điều vì anh du học bên Tây, bên Mỹ lúc còn trẻ nên chưa có cơ hội đọc văn Nguyễn Tuân. Có lần nhà văn đã viết câu nầy "Có sự thật đôi khi không tiện nói ra". Quả đúng cho trường hợp của tôi hôm nay. Anh đã nói toàn là sự thật. Nhưng anh nói ra làm chi khiến tôi đau cái bụng. Chuyện cũ mấy chục năm về trước, bây giờ tuổi đã già, giàu nghèo như cơn mộng thoáng qua. Tiếc thì cũng vậy, không tiếc thì cũng vậy, đâu có thay đổi được gì.

Cả đời cho tới giờ nầy, tôi hoàn toàn vô sản, trên răng dưới dép. May là không phải dép râu. Nếu là dép râu thì đã bỏ lại một đống xương khô trên dãy Trường Sơn mấy chục năm về trước rồi. Tôi không còn cách gì để trả lời bạn, lắp bắp tự biện hộ:

- Bộ anh nói tôi giỏi lắm sao. Bề ngoài coi ngon lành vậy chớ không phải vậy đâu nghen. Bác sĩ, kỹ sư tưởng dễ ăn hả, khó lắm, phải thiệt giỏi và trầy vi tróc vảy mới học được. Tôi vừa dốt, vừa làm biếng, vừa ham chơi, không đủ tài năng, nghị lực, làm sao mà với tới được.

Câu chuyện vụn vặt trên một bờ biển lạ, tưởng sẽ trôi đi theo sóng nước, nào ngờ hôm nay trời trở lạnh, co ro trong cái quạnh hiu, nhìn qua khung cửa tuyết phủ trắng xóa một góc trời, đâm nhớ anh bạn thân ngày nào và câu nói văng vẳng bên tai "Anh học chi ba cái văn chương với chữ nho vô bổ... ". Thôi đành tự biện hộ, tại cái số phận mình hẩm hiu như vậy. Chạy trời đâu cho khỏi nắng. Mà đâu phải chỉ có mình tôi học văn chương ở cái xứ Việt Nam nầy. Cũng có nhiều bạn lắm, đại học Văn Khoa lúc nào cũng đông nghẹt mà.

Nhưng tôi suy nghĩ thêm, có lẽ các bạn học ban văn chương giống như tôi thời xưa đông vì chưa được nghe nhà văn Sơn Nam nói. Ông đã nói một câu để đời như vầy: "Nếu mà viết văn làm giàu được thì Ba Tàu Chợ Lớn thành nhà văn hết rồi."

Cho nên ở Chợ Lớn có thấy người nào là nhà văn đâu. Chuyện rõ như ban ngày và không bất cứ ai chối cãi cho được. Phải chi hồi mới lớn tôi được nghe câu nói nầy thì đời tôi bây giờ có lẽ khác xa lắm, đâu phải trơ trọi như bây giờ. Đời lúc nào cũng trớ trêu ở hai chữ “phải chi”, thêm vào cho đủ bộ ”phải chi hồi đó”. Phải chi hồi đó tôi đừng học văn chương, đừng học ba cái chữ nho rắc rối, mà rán học cho được bằng kỹ sư, bác sĩ,... Còn nếu không đậu được thì đi làm công, dành dụm tiền mở quán bán phở, mì, hủ tiếu, mở tiệm sửa xe,... Có hàng trăm hàng ngàn nghề, nghề nào cũng có thể làm giàu được nếu mình chịu khó cố gắng chăm chỉ siêng năng, cần cù.

Và nếu có kiếp sau thì tôi phải nên nhớ một điều đừng bao giờ làm lại nghề thầy giáo, đừng bao giờ làm nghề viết văn làm thơ, nếu không muốn thiếu trước hụt sau và những hệ lụy theo sau đó. Tôi không dám kể lể nữa đâu, e rằng các đồng nghiệp sẽ chạnh lòng. Tuy vậy trong các bài của tôi đôi khi có viết như thiệt cảnh nhà lầu, xe hơi, nhảy đầm, du lịch, ăn chơi... không thiếu thứ gì. Bạn đọc tha hồ tưởng tượng chuyện giàu sang phú quí. Bạn đọc tưởng thiệt hả, không phải đâu, không phải như vậy đâu. Viết văn là phải hư cấu, thêm thắt vẽ vời, sách nào, thầy nào cũng dạy như vậy. Viết đúng y sự thật là viết báo chớ không phải viết văn.

Viết tới đây chợt nhớ có lần đi du lịch xa trở về, viên thanh tra nhà đoan phi trường cầm cuốn sổ thông hành của tôi dò xét “Ông là nhà kinh doanh hả (businessman)? Tại sao cuốn sổ passport đóng dấu đầy nghẹt như vậy nè?” Tôi trả lời “Tôi nghỉ hưu từ lâu rồi, nên có thì giờ rảnh đi tới đi lui”. Ông cười và nói tiếp “Vậy là ông giàu có quá rồi”. Tôi biết ông cố ý hỏi tới hỏi lui để dò xét coi tôi có gian dối hay dấu diếm cái gì bất hợp pháp hay không, bèn trả lời vui vẻ mà cũng khá thật tình “Ông biết không, tôi đi du lịch chỗ nầy chỗ kia, bằng tiền già và tiền hưu trí, rồi vợ con thấy thương mà cho thêm. Tại ông hổng biết chớ tôi là người nghèo nhất tỉnh bang Québec nầy... Ủa không phải, nói cho đúng hơn là nghèo nhứt trong cái xứ Canada nầy!”

Tại ông thanh tra nầy không biết tôi xém là nhà văn, nếu biết thì sẽ không bao giờ hỏi câu đó đâu.

Tôi chỉ dám nói về tôi thôi, làm sao mà dám viết dùm cho các bạn khác. Đừng trách cứ nghen, tội nghiệp. Bạn văn của tôi, các ông Luân Hoán, Song Thao, Hoàng Xuân Sơn, Trang Châu, Phan Ni Tấn, Bắc Phong, Đỗ Quí Toàn, Hồ Đình Nghiêm, Lưu Nguyễn... nhà cửa, xe cộ, giàu sang thấy mà ham!

Bên ngoài khung cửa kiếng, tuyết bay phơi phới trắng xóa, ngập trời. Mùa đông Canada năm nay đến sớm.

Brossard, QC le 4 sep 2022

Nói Năng Chi Cũng Thừa

Bản tánh tôi là người thiệt thà, chất phác. Bạn bè có người cho là tôi nói nhiều, người thì cho là ít nói. Thiệt ra tôi cũng không biết mình là người nói nhiều hay ít nữa. Gặp câu chuyện đúng tần số thì nói bao nhiêu cũng không đủ. Còn như chuyện không biết hoặc không thích thì một câu, cũng nói không ra. Như lúc nầy đây tuổi già trơ trọi một mình nên buộc phải đành sống chung với một đám tây già với đầm già trong một Viện Dưỡng Lão miệt quê, cạnh một dòng sông lớn. Đa số là sứt càng gãy gọng, bà ngồi xe lăn, ông chống gậy, nói năng ngọng nghịu, có người nói không ra hơi thều thào, mà thều thào bằng tiếng tây Québecois làm sao mà nghe hiểu cho được. Những câu chuyện họ trao đổi thì tôi đành chịu thua, cũng không biết luôn. Lúc nào cũng vậy, chuyện thường bàn nhau là các đội hockey trên truyền hình, đội nào vừa thắng giải Stanley, tài tử ca sĩ nào vừa ra tòa ly dị... Trời ơi, làm sao tôi biết đội nào là đội nào, ca sĩ nào đó đã mấy đời chồng, đời sống tình duyên tài tử nọ ra sao...

Cái kiến thức tôi về xã hội Tây Phương nầy thiệt tình là bù trớt, làm sao mà xen vô góp vài câu cho vui, nghe cho được. Tôi sống ở xứ nầy gần nửa thế kỷ rồi mà như có ai cắc cớ lấy nước trộn chung với dầu. Hổng lẽ ngồi chung một đám, mình cứ im lặng và cười trừ, quê ơi là quê. Nhưng thiệt ra không có gì là quê hết, bởi tụi nó có biết tôi là ai đâu. Cứ cho tôi là một ông Tàu già lẩm ca lẩm cẩm, lơ ngơ láo ngáo. Mà thiệt vậy, nhiều khi ngồi ở nhà ăn mà ngủ gục luôn trên bàn, tự nhiên như trong phòng ngủ. Thành ra, đôi khi già cũng sướng thiệt, muốn làm gì thì làm, muốn nói gì thì nói, ăn bận sao cũng được, có ai lại đành trách cứ người già làm chi...

Cũng may còn có ông tây già dễ chịu thường ngồi ăn cạnh bên, có lần ổng thố lộ là một tu sĩ. Trời đất tôi mừng quá, không ngờ ông lại là một linh mục. Chộp được một ý để nói, tôi bèn xen vô góp ý liền: "Xin lỗi Cha, con không biết". Và tôi nhìn sang cho rõ vóc dáng thân thể cao lớn, mặt mày đẹp đẽ của ông, rồi kể từ đó tự nhiên tôi xưng hô là con với Papa hồi nào không hay không biết. Rồi trong các chuyện đẩy đưa, có lần tôi chọc Cha, nói như vầy: "Đức Chúa Trời là đấng tạo hóa, tạo ra loài người. Chúa là đấng toàn năng tạo ra con người, không có cái dư mà cũng không có cái thiếu, bộ phận nào trong cơ thể cũng cần phải được dùng. Papa có bộ phận nào không dùng là mình phụ lòng thương của Chúa đó nghen Papa". Nghe tôi nói xong, ổng nghĩ tới điều gì không biết, cười phá lên. Tôi cũng sướng quá khoái chí trong bụng.

Khi về phòng tôi suy đi nghĩ lại câu chuyện vừa qua và cảm thấy bứt rứt, sao mình lại vô duyên đến như vậy! Mình muốn dùng thì dùng, còn không dùng thì thôi, đó là chuyện đời tư của người ta, tụi tây tà nó cấm kỵ chuyện nầy lắm. Nói bậy nói bạ làm chi. Thiệt tình là già quá rồi nên nói năng không ý tứ! Thôi để khi nào có dịp thì xin lỗi. Nhưng mà nếu nói năng lạng quạng không khéo nữa thì lại thêm kỳ cục. Mà thôi, im lặng đi, các người tu hành, người nào tánh tình cũng hiền lành, dễ dàng, tha thứ, khoan dung thoải mái. Đâu có ai lại để ý bắt bẻ một ông già ngoại quốc lẩm cẩm như tôi ở đây... để làm cái gì...

Tôi Xin Đưa Em Đến Cuối Cuộc Đời

Hồi đó cái thời tôi còn trẻ lắm, Sài Gòn mình bỗng dưng có một chuyện thiệt vui. Cuộc chiến lúc đó rất tàn khốc, bom đạn cày nát nơi nơi, từ thành phố cho đến ruộng vườn. Các trang báo hằng ngày đăng không biết bao nhiêu tin chiến sự, từ tỉnh nầy cho tới làng kia... Vậy mà có một hôm, các trận đánh khốc liệt lại được ngưng bớt, chen vào đó một tin đám cưới hấp dẫn. Vui thiệt là vui! Trời đất, đám cưới của ai mà quan trọng đến vậy, tới nỗi làng báo Sài Gòn cả trăm tờ xúm nhau mà đăng tải tin giật gân, hào hứng quá mức. Dĩ nhiên người chờ coi đông đảo lắm, cả miền Nam nầy lận, trong đó thế nào cũng có tôi mà, chuyện hấp dẫn bỏ qua sao được.

Số là ông Chủ Tịch Quốc Hội Việt Nam Cộng Hòa Nguyễn Bá Lương cưới bà chủ hãng xe đò Bửu Hiệp ở Biên Hòa. Ồ, tưởng gì chuyện cưới vợ thì có gì lạ, thường tình mà. Đàn ông góa vợ, đàn bà góa chồng, rổ rá cạp lại thì nên duyên chồng vợ, có gì lạ đâu. Đáng lẽ mình phải chung vui và chúc phúc cho họ chớ. Đúng rồi, người ta cũng đã chung vui và chúc phúc cho ông bà mà.

Người Việt mình tế nhị lắm. Chuyện vui thì mình nhớ chung tay vào, còn chuyện buồn thì san sẻ bớt ra. Đó là lý do của hai chữ "phân ưu và cộng lạc" (chung vui và chia buồn). Dân Sài Gòn lúc đó chung vui cùng ông Chủ Tịch Quốc Hội. Vui lắm. Tuy nhiên bản tánh bộc trực và chất phác, thiệt thà, người miền Nam hễ thấy cái gì lạ và ngồ ngộ thì nói liền, không bao giờ dấu kín để lâu trong bụng, dấu hoài chịu sao cho nổi!

Lạ và ngộ trong vụ đám cưới nầy ở chỗ nào. Bà con ơi, ông Nguyễn Bá Lương là một ông già tới sáu mươi mấy tuổi lận, còn bà Bửu Hiệp cũng suýt soát vài ba tuổi. Y như mấy câu hát con nít lối xóm: "bà già lấy le ông già, chiều chiều dắt ra bờ sông". Còn riêng các báo thì xúm nhau viết như vầy: Chủ Tịch Quốc Hội VNCH là một ông già "hồi dương liệt lão".

Chuyện rõ ràng như vậy đó, tuy đã mấy chục năm qua, tôi còn nhớ như in. Và kể từ đó tôi cứ thắc mắc về mấy cái chữ nầy. "Hồi dương" là gì, có giống như "hồi xuân" không? Rồi "liệt lão" nữa. "Liệt" có phải trong nghĩa chữ bại liệt, tức là đứt dây thiều, kim đồng hồ không còn chỉ giây chỉ phút nữa, xụi lơ phải không?

Khi một người sắp từ trần, có vài phút chợt tỉnh táo. Giai đoạn đó được gọi là "hồi dương". Sau đó có thể được sống lại và cũng có thể nhắm mắt đi luôn. Tôi nghĩ các ký giả đã dùng chữ không được chính xác lắm. Ở đây ông Chủ Tịch hồi xuân là trở về tuổi xuân phơi phới, đâu có chuyện chết chóc gì ở đây, còn bên trong nội bộ dây thiều có bị liệt hay không thì chỉ có bà Bửu Hiệp biết mà thôi. Các vị ký giả làm sao biết được mà bàn tới bàn lui.

Viết tới đây tôi chợt nhớ tới chuyện hai mươi mấy năm về trước. Lúc đó tôi chừng bốn mươi mấy tuổi, còn trẻ lắm. Trong một buổi họp Văn Bút của tỉnh Québec, tôi bắt gặp bác Trương Bảo Sơn và bác gái đi vào phòng tham dự buổi họp. Bác Sơn lúc đó chừng trên bảy mươi, tóc bạc trắng nhưng da dẻ hồng hào, mặt mày tươi vui. Bác gái khoan thai, chừng mực và đẹp đẽ. Hai ông bà có vẻ đầm ấm gắn bó, thương yêu chăm sóc nhau. Không biết tôi đã nghĩ bậy gì trong đầu và kề tai hỏi nhỏ thi sĩ Lưu Nguyễn "Bạn nè, đố bạn bác Trương Bảo Sơn còn làm ăn gì được nữa không?" Tại sao tôi lại hỏi như vậy. Thời đó tôi còn quá trẻ và không biết gì hết trơn nên cứ thắc mắc tùm lum. Cái tánh xấu cái gì cũng ưa tò mò... Lưu Nguyễn đã cười cười trả lời, tôi còn nhớ, "Làm sao biết được".Đúng vậy, bạn lúc đó tuổi mới chừng bốn mươi, còn nhỏ hơn tôi nữa làm sao mà biết cái vụ nầy.

Kết luận lại, ông chủ tịch Nguyễn Bá Lương, bác Trương Bảo Sơn và tất cả những ông già nào trên sáu mươi tuổi mà cưới vợ thì được gọi là "hồi dương liệt lão". Có phải vậy không các bạn?

Câu trả lời phải chờ vài chục năm sau. Năm đó tôi vừa được sáu mươi hai tuổi và tôi cũng liều gan... mà cưới vợ đại. Trước khi cưới, tôi nhớ tới ông Nguyễn Bá Lương, bác Trương Bảo Sơn và bạn Lưu Nguyễn. Hiện nay thì tôi đang ở cái tuổi thời đó của các bác nè. Cái tuổi "hồi dương liệt lão".Và tôi cũng đã cưới vợ như các bác đã từng cưới. Tục ngữ đất nước mình có câu "Cười người hôm trước hôm sau người cười". Bạn ơi, tôi không cần hỏi bạn nữa đâu, cũng không cần hỏi ai hết, cũng không cần câu trả lời. Mà tôi cũng không lo chuyện dây thiều liệt bất tử. Sáu mươi tuổi là còn trẻ lắm, ai nói già hồi nào. Thiệt tình mấy ông ký giả thời đó...

Đám cưới tôi rất đông vui. Tôi đã chuẩn bị sẵn tờ giấy ghi lại các lời chúc bạn bè phương xa không đến được. Tôi muốn những lời chúc của bạn thân được đọc lên trong hôn lễ như đang có bạn mình hiện diện với vợ chồng tôi trong ngày vui. Anh bạn đọc tờ giấy là giáo sư Đoàn Phế, bạn rất thân, vợ chồng anh là ông mai bà mối, nhờ anh mà tôi được làm quen với vợ, nhờ anh mà tôi có hạnh phúc hôm nay. Anh trịnh trọng cầm tờ giấy bước lên bục và đọc trước hết là:

- Anh Nguyễn Hữu Chung: Chúc bạn nhiều hạnh phúc bên cạnh người đẹp. Được nâng ly rượu vui mừng cùng bạn chắc sẽ vô cùng vui, nhưng đường xa vạn dặm, sức già không kham. Nơi vùng Ngũ Hồ xinh đẹp kia xin đừng quên người bạn cố tri.

- Bạn Hồ Trường An: Vậy là con bướm ngọc sẽ bay vào cánh đồng kỳ diệu. Mến chúc hai bạn một mùa xuân hôn phối bất tận. Tái bút, xin chuyển cho bà xã Ngọc Điệp lời chúc lành thân ái của tôi. Đời đẹp quá, phải không Điền. Thương mến bạn hiền.

- Kiệt Tấn (Bagnolet, Pháp Quốc): Phải chăng mình có nên ngờ. Rằng người năm ngoái bây giờ là đây. Chúc đôi vợ chồng bạn hưởng mùa xuân mới, dồi dào sinh lực và hạnh phúc lâu bền. Người xưa có nói: "Trăm năm trong cõi người ta, Chữ tình cùng với chữ Viagra một giường."

(Cám ơn bạn hiền, hơi đâu mà bạn lo xa vậy. Trong nhà có mấy thùng Viagra và Cialis, để sẵn chờ dùng.)

Đặc biệt nhất là bạn Bùi Bảo Sơn: Thân gởi anh Võ Kỳ Điền, cám ơn anh đã gởi thư mời đám cưới của cháu Võ Tấn Phước và cô Trần Ngọc Điệp. Vậy xin được tin anh rõ là tụi nầy sẽ có mặt. Nhân dịp nầy chúc Anh và gia đình thật là vui trong ngày hôn lễ.

Đọc tới đây ông bạn Đoàn Phế mệt quá nhưng chỉ còn có một người nữa nên cố gắng đọc đại cho xong.

Nhà văn Trần Viết Đại Hưng ở California đã viết trong thiệp cưới câu hát bài Niệm Khúc Cuối của Ngô Thụy Miên: Hưng vui mừng cho ông anh từ nay về sau có những ngày vui. Anh nên nói với người đẹp Ngọc Điệp một câu thế nầy trong ngày cưới: "dù cho mưa, tôi xin đưa em đến cuối cuộc đời."

Ông bạn đứng trên bục đã cận thị mà lại không đeo kiếng, đọc một hơi ngon lành "dù cho trời mưa" ơ, ơ,.. anh cảm thấy có cái gì sai sai nên tạm ngừng, chậm lại… Tới đây anh nghe có tiếng khách phía dưới cười, anh biết mình đọc lộn, nhìn kỹ lại giấy rồi đọc tiếp: "Dù cho mưa, tôi xin đưa em đến cuối cuộc đời."

May quá, đúng rồi, đúng rồi. Năm đó tôi vừa đúng sáu mươi hai tuổi nhưng cứ tưởng mình như trai mười tám.

Brossard, QC le 8 sep 2022

Dòng Saint-Laurent Của Riêng Tôi

*Vọng mỹ nhân hề thiên nhất phương**

Em yêu,

Sáng nay cũng như mọi ngày, anh đi dọc theo bờ sông như thường lệ. Như một cách thể thao giúp cho thân thể hoạt động điều hòa. Ngày nào mưa gió bão bùng không đi lại được, anh cảm thấy mình có lỗi với bản thân. Tấm thân già nua, yếu ớt, nhiều bịnh hoạn. Trời đã vào đông nên khá lạnh, mười độ âm chứ ít gì, gió rét thổi từng cơn, gào thét phần phật, cả không gian lạnh buốt. Mặt nước vẫn trôi theo nhịp lững lờ, vì mới vào đầu mùa lạnh nên nước chưa kịp đóng băng, chỗ nầy dòng sông lớn rộng mênh mông bị tách đôi ra hai ngả, có nổi lên một hòn đảo nhỏ dài xọc nằm ở giữa, trên đó lố nhố một rặng bạch dương dài trụi lá, chỉ còn trơ những cành khô khốc xám ngoét đưa lên trời cao. Cũng thời là gió thổi, nhưng gió bên nầy sông khiến người ta tê tái hơn gió trên đường phố.

Em yêu,

Tuy cảnh vật buồn bã thê lương nhất là hiu quạnh như vậy nhưng anh có cảm thấy lạnh lẽo chút nào đâu. Bộ đồ mùa đông, chiếc khăn len quàng cổ cùng đôi găng tay đã giúp anh sưởi ấm toàn thân. Có phải vậy không, em yêu? Phải rồi nhưng nếu như vậy thì chỉ đúng có phân nửa. Cái gì đã khiến anh quên những cơn gió phần phật, những đợt lạnh buốt thịt da, tê tái, cái gì đã khiến anh quên hết những cảnh vật thê lương mà đi những bước chân nhịp nhàng, khoan thai, ung dung nhàn hạ như một khách lãng du sáng nay, bên cạnh bờ sông mênh mông nầy.

Em yêu,

Đó là câu nói em đã rủ rỉ bên tai, như một yêu thương, như một vỗ về. Từng tiếng, từng tiếng ngọt ngào mà lần đầu tiên trong đời anh mới được nghe. Nghe như trong giấc chiêm bao mộng mị. Đến bây giờ anh không biết đâu là thật, đâu là mộng. Vừa đi vừa nhớ tới em, hình ảnh em tràn ngập trong đầu, trong mắt, trong tim, nhớ tới câu nói em đêm qua khiến anh muốn ngộp thở. Đã từ lâu rồi, lòng anh trở nên nguội lạnh như đống tro tàn. Tại sao bây giờ yêu em, nhịp đập tim lại rộn ràng như vậy, thiệt tình anh không giải nghĩa được.

Anh nhớ từng chữ, từng câu trong một giây phút xúc động, em đã thỏ thẻ bên tai như vầy:

– Một ngày nào đó, em sẽ rất vui và hạnh phúc, cùng anh đi dọc theo bờ sông sau nhà mà anh thường tả cho em nghe, hai đứa mình cùng tay trong tay chiêm ngắm dòng nước lững lờ trôi chầm chậm phía dưới, dòng Saint-Laurent mà anh từng mến yêu và ca ngợi, em ở một nơi quá xa xôi nên chưa biết được nét nên thơ của nó như thế nào. Em ước mơ sẽ có một ngày cùng anh nhìn ngắm nó, bởi vì em tưởng tượng nó êm ái dịu dàng thơ mộng như mối tình của chúng ta. Anh yêu của em, em đã từng nói với anh, yêu anh em nguyện sẽ yêu tất cả những gì của anh và có liên quan đến anh, bằng tất cả con tim và tấm lòng.

Từng lời từng lời như mật ngọt em thỏ thẻ bên tai, trước mắt anh dòng Saint-Laurent không chảy nữa.

Anh nhìn thấy dưới mặt nước trong xanh, khuôn mặt đẹp đẽ yêu kiều của em nhìn anh mỉm cười.

Không phải chỉ có mặt nước của dòng sông, mà bên vách đá anh cũng thấy em, trong công viên ghế đá, anh cũng thấy em và hình ảnh em đầy trong mắt, trong tim. Em yêu, trời ơi, sao mà em xinh tươi, đẹp đẽ, kiều diễm, duyên dáng, dễ thương tới như vậy.

Ờ, ờ, sẽ có một ngày anh dìu em đi dọc bờ sông thơ mộng nầy, em yêu của anh. Anh sẽ rất hạnh phúc, run rẩy ôm em trong tay cùng ngắm dòng nước chảy xuôi và nhắc lại cho em nghe câu nói trứ danh của Đức Khổng: "Thệ giả như tư phù, bất xả trú dạ!". Anh đoán khi nói ra câu nầy thì Ngài chắc cũng đang cặp tay cùng người yêu mà ngắm dòng nước rồi buột miệng mà than: "Chảy hoài như thế nầy sao, đêm ngày không nghỉ."

Em biết tại sao không, có lẽ lúc đó Ngài đã lớn tuổi rồi, mà người yêu còn quá trẻ đẹp như em bây giờ.

Rồi ngày qua ngày, dòng nước chảy không ngừng nghỉ một giây một phút nào. Hình tượng dòng nước chảy xuôi ra biển, có khác gì thời gian lần lượt qua dần rồi biến mất hút. Rồi đến một ngày nào đó, chuyện tang thương dâu bể xảy ra, biết phải làm sao được. Ngài đã thở dài mà ngậm ngùi cho dòng nước, mà cũng là dòng đời, của một kiếp người. Thời gian quả rất khắc nghiệt và nhất là vô tình. Nó không hề thiên vị bất cứ một ai…

Rồi bỗng dưng em ngậm ngùi nói tiếp, nghe xong tim anh muốn ngừng đập… Em đã nói trong hơi thở:

– Thế nào em cũng phải qua một lần để được cùng anh ngắm dòng sông thương yêu nầy. Để rồi một ngày xa xôi nào đó, em sẽ đi dọc theo bờ sông nầy… trơ trọi một mình, mà nhớ tới anh.

Giọng em chùng xuống và nghẹn ngào. Nghe em nói xong, anh đã khóc như chưa từng được khóc.

Sáng nay anh đã nhớ đoạn tâm sự nầy. Đoạn đường trước mặt hình như dài hơn mọi bận. Nước mắt anh nhòe nhoẹt đầy mặt và anh nhìn thấy hàng bạch dương bên kia bờ mờ mờ ảo ảo, cố đưa lên trời những cánh tay khẳng kheo, như bám víu một hy vọng hão huyền nào đó giữa cảnh trời đông thê lương…

Em yêu, anh rất thương em. Và trong kiếp nầy khó khăn lắm, anh mới tìm thấy tri kỷ đời mình. Còn hạnh phúc nào hơn nữa, còn ước mơ nào đẹp hơn nữa. Trong đời chỉ cần có một người thương yêu mình thật lòng, mến trọng tin tưởng mình thật lòng, là đủ mãn nguyện rồi. Em không vì tiền tài danh vọng, giàu sang phú quý hay vật dục nào mà đến với anh với thứ tình yêu trong sáng, thanh cao, từ trái tim thương yêu đến một trái tim, cùng một hiểu biết như nhau, cùng một suy nghĩ như nhau, cùng đập một nhịp xao xuyến, rộn ràng như nhau, không một chút xíu tư lợi, ích kỷ, chi ly, tính toán nhỏ mọn xấu xa nào xen vào…

Em yêu của anh, anh cám ơn em, anh cám ơn tình em. Có một người để thương, để nhớ, còn hơn đời buồn như cái giếng khô. Rất sung sướng hạnh phúc, anh sẽ chờ đợi, hầu ôm em trọn trong vòng tay ấm áp của anh, bên dòng Saint-Laurent thơ mộng của riêng… đôi mình.

Brossard, Quebec 18 dec 2018

**Quế trạo hề, lan tương,*
Kích không minh hề, tố lưu quang,
Diễu diễu hề, dư hoài,
Vọng mỹ nhân hề, thiên nhất phương.
(Tiền Xích Bích Phú, Tô Đông Pha)

Thung thăng thuyền quế chèo lan,
Theo vầng trăng tỏ, vượt làn nước trong,
Nhớ ai canh cánh bên lòng,
Nhớ người quân tử ngóng trông bên trời.
(Phan Kế Bính dịch).

Lê Vĩnh Thọ
Thời ở Trịnh Hoài Đức Bình Dương

Những ngày gần cuối tháng tư năm 1975 cả miền Nam như lên cơn sốt. Tin tức bất lợi dồn dập từ Huế, Đà Nẵng, Nha Trang vọng về. Trường tôi cũng thoi thóp. Từ ông Hiệu Trưởng, ông Giám Học, đến các giáo sư, đa số là người Sài gòn... cho nên không còn mấy người lặn lội lên trường trong cái không khí ngột ngạt đó. Tôi là người địa phương nên không bị trở ngại. Buổi trưa đó chừng độ hai giờ, tôi phụ trách một lớp bên trường nữ. Trường nữ và trường nam cách nhau độ cây số, từ ngõ bánh bèo Mỹ Liên đi sâu vô bên trong là tới. Hình như chỉ còn có vài lớp có giáo sư mà thôi. Trong khi đang giảng bài như thường lệ, thình lình bên ngoài cửa sổ giữa đồng không hiu quạnh, nắng cháy im lìm, một con trốt vần vũ, uốn éo, cuốn hút một đám bụi rác khổng lồ lên cao chừng cả cây số, như hình dáng một con rồng đang hút nước, lâu chừng năm ba phút..., học sinh túa ra cửa sổ, chen lấn nhau để coi cho mãn nhãn.

Cả đời tôi tuy có nghe nói mà chỉ thấy lần đầu. Một hiện tượng đất trời kỳ lạ. Tôi cũng biết chút ít dịch lý, bèn thử coi chuyện gì xảy ra. Trường hợp nầy tôi áp dụng Mai Hoa mà không dùng Bốc Phệ vì không đem theo tiền để gieo quẻ. Cộng trừ năm, tháng, ngày, giờ, tôi tính được quẻ Phong Thuỷ Hoán. Mà Hoán là thay đổi. Tất cả rồi sẽ đổi thay. Như vậy là điềm trời đã rõ ràng, còn gì để nói nữa! Tôi bèn từ giã các em học sinh còn đang ngơ ngác, chưn bước ra về, những bước đi nặng chình chịch. Ra tới cổng tôi quay lại nhìn Trịnh Hoài Đức của tôi một lần vì biết chắc chắn, rồi đây tất cả sẽ chỉ còn là kỷ niệm. Một trang sử lớn của đất nước sắp lật qua...

Trường Trịnh Hoài Đức là công lập lớn nhứt tỉnh nhưng lại được xây dựng ở Búng, cách Bình Dương sáu cây số, giữa một cánh đồng với những nương rẫy ngút ngàn. Giáo sư Lê Vĩnh Thọ mướn nhà ở bên kia đường đối diện với trường. Thọ có thực tài, có tư cách, dạy hay, tận tâm, học sinh rất yêu mến. Vì ngoài tài dạy học ra, Thọ còn là một thi sĩ có nhiều bài thơ được đăng ở Bách Khoa, Văn, Văn Học... các tạp chí nổi tiếng thời bấy giờ. Ở tỉnh nhỏ như Bình Dương mà có người nổi tiếng thơ văn là thiên hạ quí lắm.

Lê Vĩnh Thọ người tầm thước, da thịt hồng hào sáng sủa, mái tóc bồng bềnh, ánh mắt sáng và mạnh, nhìn ai như thấy hết cả ruột gan người ta, thuộc hạng đẹp trai. Đặc biệt cái mũi cao thẳng tắp nở nang, đầu mũi tròn trịa, đều đặn, kín đáo. Mỗi lần gặp Thọ, tôi kín đáo quan sát và nghĩ thầm trong đầu bạn mình có cái mũi tốt như vậy, đặc biệt là sơn căn cao đầy, tiếp giáp thẳng với ấn đường, không gãy khúc, đứt đoạn, mặt mũi phân minh, mắt sáng môi hồng, tại sao đời lại vất vả, bôn ba, thiếu trước hụt sau đến vậy? Có lẽ tại dáng đi.

Thọ khi đi đứng dáng lầm lũi, đầu cúi xuống, mặt thường đăm chiêu. Tôi hiểu rồi, cái phá tướng của Thọ là ở đó. Cũng có lẽ nhờ cái tướng đi đó mà Thọ thành thi sĩ hồng chừng. Mà thi sĩ thì làm sao mà giàu sang cho được. Thời đó trường tôi có nhiều thi văn sĩ thành danh như Nguyễn Đông Ngạc, Huỳnh Thanh Tâm, Nguyễn Nhật Duật, Lê Vĩnh Thọ, hoạ sĩ Lê Văn Bình... thiệt tình không nhớ hết vì lúc đó tôi còn mải mê nuôi cá kiểng với làm ba cái chuyện ruồi bu, đồng thời cũng hơi lúng túng, ngại ngùng khi liên lạc với các đồng nghiệp văn thi sĩ, triết gia vì bị mặc cảm thua kém.

Lê Vĩnh Thọ nghiêm trang, ít cười, ít nói, nhưng khi nói thì hùng biện, lưu loát, lập luận vững chắc, đôi khi châm chọc không kiêng dè, dễ làm mích lòng người đối thoại. Về quan điểm chánh trị thì Thọ nhiều phen phê bình chánh quyền hiện tại. Thọ thường cho rằng người nào thân chánh quyền thì không xài được. Biết đâu Thọ cũng nghĩ tôi thân chánh quyền? Dám lắm chớ! Nhớ có lần Đại Tá Tỉnh Trưởng cho biết - giáo sư Lê Vĩnh Thọ đã nhiều lần ca tụng Hồ Chí Minh giữa lớp học. Tôi đã trả lời - giáo sư Thọ là thi sĩ và gàn lắm, chưa chắc là ông ta nghĩ thiệt như vậy! Cũng lối nói chuyện xà bát đó, sau 1975 khi Việt Cộng vô, họ thường tổ chức các buổi học tập chánh trị cho giáo viên, người chánh trị viên tên Tám Nguyễn, Trưởng Phòng Giáo Dục huyện Lái Thiêu, đã bị Lê Vĩnh Thọ kê tủ đứng vô ngay họng - ông nói tội ác ngụy quân, ngụy quyền, trúc Nam sơn không ghi hết được, nước biển Đông không thể nào gột rửa cho sạch được, vậy nhà nước lập ra các trại cải tạo để làm chi, sao không bắn bỏ hết cho rồi? Người giảng viên lúng túng, trả lời quanh co, anh em giáo sư chúng tôi ngồi sợ xanh mặt, không biết là Thọ có nhớ mình hiện là trung úy biệt phái về bộ Giáo Dục, con cá đang nằm trên thớt chờ con dao bén thù hận của Việt Cộng bổ xuống hay không?...

Sau đó Thọ đi học tập mút mùa, cũng như toàn thể vợ con công chức quân nhân miền Nam, vợ Thọ và các con lâm cảnh nheo nhóc. Chị Thọ đành nghỉ dạy và ngồi bán kẹo bánh cho các học sinh trước cổng trường để làm kế sinh nhai. Tôi chưa có dịp gặp qua chị Thọ nhưng nghe các em học sinh nói rằng - cô người Huế đẹp và dễ thương lắm.

***

Sau khi đi học tập về, Lê Vĩnh Thọ ghé thăm tôi vào khoảng 1978, quần áo lùi xùi, vóc dáng xơ xác, giọng nói vẫn đầy, ấm và sang sảng như xưa tuy cố ý ghìm lại cho nhỏ hơn. Lúc nầy bạn làm nghề bán than lậu. Mỗi ngày gò lưng đạp xe chở từng bao than nặng cả trăm ký, đi hàng mấy chục cây số, len lỏi qua bao nhiêu trạm kiểm soát kinh tế... Ngày nắng ngày mưa, ngày lời ngày lỗ, mong kiếm số tiền còm cõi với thân xác cũng còm cõi, nuôi vợ nuôi con. Dù vậy nét đẹp trai, hào hùng, cứng cỏi, bất khuất của Thọ vẫn còn nguyên. Sau năm ba câu chuyện, Thọ từ giã ra về và bất ngờ hỏi nhắn tôi một câu:

- Chừng nào bạn thấy rồng hút nước nữa thì cho tôi hay liền nghen. Bây giờ thì tôi mong nó đến cho lẹ...

Tôi bật cười nói với bạn: thi sĩ Lê Vĩnh Thọ mà cũng tin chuyện bói toán sao!

Chuyện Học Hành Cùng Ký Ức Tuổi Thơ

Sáng nay thức dậy chợt nhớ tới ba tôi và thấy thương ông hết sức. Trời đất, mới sáng sớm mà nỡ đành nói một câu khá huề vốn như vầy nè trời, ai mới nghe qua cũng muốn chạy mất dép. Trong cái cõi đời nầy, có đứa con nào mà không thương cha, thương mẹ mình.

Khoan khoan cười chê tôi, bạn ơi. Ba tôi đã mất cách đây trên hai mươi mấy năm rồi. Chuyện thương cha, thương mẹ thì cả đời tôi thương không hết. Nhiều lắm, bạn nào cũng vậy mà. Nhưng tại sao hôm nay, tôi bất chợt lại thương ba tôi thêm một lần nữa.

Số là như vầy. Năm nay tôi cũng đã trên tám mươi, chừng độ tuổi ba tôi thời đó. Cái tuổi già thiệt là già, già ngắc già ngơ, già khú đế, không còn chuyện gì để làm, mà thiệt ra nếu có thì làm... cũng không nổi! Cũng may trời đất cho đầu óc còn minh mẫn y nguyên, chưa sứt mẻ chút nào. Nhờ nó chưa sứt mẻ nên bất cứ chuyện lớn, chuyện nhỏ nào trong đời, thỉnh thoảng được nhớ lại như phim bộ nhiều tập được coi đi coi lại. Có nhiều chuyện nhỏ như con kiến, nhớ tới nhớ lui nó thành con bò, rồi nhớ nữa nó biến thành con voi hồi nào không hay không biết. Vui thiệt là vui. Cái đầu tôi bây giờ như vậy đó. Cũng y như chuyện ba tôi sáng nay được nhớ lại vậy.

Khi còn sanh tiền, khi sai tôi làm việc gì đó, không nhớ, ba tôi đã nói bâng quơ một câu như vầy: "mầy làm cái gì cũng có chơi trong đó!" Rồi ông lẩm bẩm: "cả đời mầy tao chắc, chỉ có chơi mà không có làm". Lúc nghe cha nói, tôi không biết nên buồn hay nên vui và cũng không dám cãi lại. Các bạn cũng biết, ba tôi là một ông già nhà nho, kỹ lưỡng, nghiêm khắc, khó tánh, cả tỉnh nầy nhiều người nghĩ như vậy. Ba đã nói câu gì thì con cái phải nghe câu đó. Anh tôi tuy đã có danh phận rồi mà còn phải sợ ba, còn tôi sức mấy mà dám cãi lại, dù chỉ một lời...

Trở lai câu chuyện sáng nay, ba đã nói đời tôi chỉ có chơi chớ không có làm. Hồi tưởng lại ông già thương yêu nhứt đời tôi đã nói không trật điểm nào. Cũng không biết làm sao mà ổng thấy được rõ ràng như vậy. Từ chuyện học, đến chuyện làm, từ chuyện tình duyên gia đạo tới chuyện giao tiếp bạn bè ngoài xã hội... nhiều lắm, kể sao cho xiết. Tôi xin kể cho các bạn nghe một chuyện nhỏ, rất nhỏ thôi về đời tôi... cho vui.

Có lần, một bạn thân đã hỏi tôi: anh học cái học khoa học Tây phương cũng khá, tại sao lại học chi ba cái thứ chữ nho rắc rối mà lại không thực dụng... Không phải một bạn mà rất nhiều, ai thấy tôi học chữ nho cũng đều cười. Có người nói ra và cũng có nhiều người không nói, họ chỉ cười trong bụng. Tôi đoán vậy nhưng không biết trả lời như thế nào.

Vậy đây là câu tôi trả lời sau cả một cuộc đời dài, tổng kết lại và đúng y câu mà ba tôi đã có lần nói. Quả nhiên, lời của ông không trật điểm nào trong cái vụ học hành của tôi. Tôi đâu có học chữ nho hồi nào. Nhiều bạn thấy tôi tốt nghiệp ban Việt

Hán, học vài chứng chỉ bên Văn Khoa cứ tưởng là tôi biết chữ nho từ các trường đó. Không đúng các bạn ơi, nói cho rõ hơn là có chuyện đúng và có chuyện không đúng.

Sự thiệt là như vầy nè. Tôi biết lõm bõm chữ nho từ hồi nhỏ xíu. Ba tôi là một đông y sĩ nên trong nhà toàn là thuốc bắc gồm có các loại củ, rễ, lá cây thuốc, các loại đá, (Lưu Huỳnh, Thạch Cao, Hoạt Thạch, Hùng Hoàng, Châu Sa, Thần Sa, v.v...) cùng các loại xương (Long Cốt, Xuyên Sơn Giáp v.v...) được để trong các hộc tủ, trên các kệ, cùng chứa đầy trong nhà kho. Trên các bao bì, hộc tủ có viết các tên thuốc bằng chữ Tàu, rất to và rõ cho dễ đọc. Tôi là phụ tá cho ba tôi lúc còn nhỏ xíu. Hằng ngày ông thường sai tôi chạy đi lấy món nầy món kia. Nếu lấy trật thì bị rầy, mắc công phải đi đổi và lấy lại cho đúng. Tôi nhớ rõ là ba tôi không có dạy chữ nào, tự nhiên hằng trăm món chứa đầy trong nhà, tôi chưa hề lấy trật món nào. Chắc do trời sanh.

Không những vậy, các bộ sách thuốc của ông như Thương Hàn Luận, Kim Quỷ Yếu Lược của Trương Trọng Cảnh, Bản Thảo Cương Mục của Lý Thời Trân, để đầy trên bàn viết, tôi lau dọn mỗi ngày. Bộ nào mấy cuốn, phải sắp xếp cho ngay ngắn và theo thứ tự giáp, ất, bính, đinh, cùng quyển thượng quyển hạ.., không được bừa bãi lộn xộn. Rồi tới các đơn hàng mua bán thuốc men với các đại lý ở Chợ Lớn, các giao dịch với xe chở hàng nghĩa là các toa thuốc, toa mua hàng... đều bằng chữ Tàu. Tôi không bao giờ học loại chữ khó khăn nầy, mà không biết tại sao tự nhiên đều biết hết trơn và biết rất rõ. Thấy cười nhứt là đọc trên các bao bố chỉ xanh thuốc xe hàng giao tới nhà với địa chỉ là Thổ Long Mộc Tỉnh. Tôi biết ngay liền danh xưng nầy là tỉnh Thủ Dầu Một yêu quí của tôi, người Tàu họ đã viết như vậy. (bây giờ Cô Bích Tỉnh là Québec tôi đang sống gần nửa đời người)

Nhưng biết nhiều nhứt là do đọc các nhãn hiệu cao đơn huờn tán trong tủ kiếng. Hàng mấy trăm món lớn nhỏ được sắp theo thứ tự trên kệ dài. Vừa có chữ Việt vừa có chữ Tàu, mỗi ngày cứ nhìn qua nhìn lại Tiêu Ban Lộ, Nhị Thiên Đường, Ngoại Cảm Tán, Lục Vị Địa Hoàng Hoàn, Tam Tinh Hải Cẩu Bổ Thận Hoàn, rồi tên các nhà thuốc Đại Quang, Hồi Xuân Đường, Sanh Ký... Vui nhất là hiểu được cách đặt tên thuốc của các đông y sĩ để chọc phá nhau. Vì các nhà thuốc lớn trong cùng một nghề nên có sự cạnh tranh, chắc là khốc liệt lắm.

Ban đầu là do Cụ Võ Đình Dần đặt tên món thuốc của nhà thuốc Nhành Mai là Cửu Long Hoàn, thuốc đại bổ. Tôi thấy không có gì đặc biệt, đúng mà, thuốc đại bổ nầy uống vô mạnh như chín con rồng. Nhưng riêng cụ Võ Văn Vân thì hiểu xa xôi hơn và cảm thấy khó chịu. Vì thành ngữ Trung Hoa thường nói: "*Vân tòng long, phong tòng hổ*". Có nghĩa là mây thì theo rồng còn gió thì theo cọp. Câu nầy ai cũng biết. Cụ tên là Vân (mây) còn ông Võ Đình Dần là cọp. Vân tại sao lại theo phò tá cho Cửu Long (rồng), cho Đình Dần (cọp) được. Cụ Võ Văn Vân bèn đặt tên thuốc mới sản xuất trị đau nhức, phong thấp là Bá Đả Sơn Quân Tán, có nghĩa là thuốc tán "đấm con cọp một trăm cái". Tôi không biết cụ Võ Đình Dần có đau không nhưng riêng tôi thì vui ơi, thiệt là vui. Mỗi lần cầm hộp thuốc lên bán cho khách, tôi đều cười khoái chí.

Cứ như vậy mà tôi biết chữ nho hồi nào không hay. Mỗi lần vô Chợ Lớn mua hàng, tôi đọc tên các bảng hiệu tiệm ngon lành. Vậy tại sao tôi không học ban Việt Hán ở Đại Học Sư Phạm và bên Văn Khoa, bởi vì chỉ cần học thêm chút xíu nữa với các cụ thì chuyện thi cử cũng dễ dàng mà. Có lần tôi vui miệng nói với bạn - tôi học ở Sư Phạm có sáu tháng thì đọc được Tam Quốc Chí ngon lành. Bạn cho là tôi nói láo vì chữ nho đâu phải chuyện giỡn chơi.

Tôi cũng không biết làm sao trả lời và cứ tưởng mình nói láo thiệt. Sau nầy có lần đọc bài viết của giáo sư Đào Mộng Nam, giáo sư Nguyễn Tôn Nhan, các chuyên viên Hán Học... các vị đó cũng có nói là học sáu tháng đọc được Tam Quốc Chí. Tôi thở phào nhẹ nhõm. Ừ mình không đến nỗi nói bậy để lấy le hàng xóm. Các bạn trong ngành sẽ biết rõ Tam Quốc Chí Diễn Nghĩa được La Quán Trung viết bằng lối văn bạch thoại, rất dễ dàng để đọc và để hiểu. Không khó khăn như Liêu Trai Chí Dị viết bằng cổ thư.

Từ đó cứ mỗi chiều thứ Sáu tôi vô Chợ Lớn mua báo để coi Anh Hùng Xạ Điêu, Lộc Đỉnh Ký, Ỷ Thiên Đồ Long Ký... bên Hồng Kông qua, sớm hơn báo Việt. Có một chuyện tức mình mà nói hoài không ai nghe. Trương Vô Kỵ thương cô Triệu Mẫn, báo Tàu viết rõ ràng như vậy, vậy mà các dịch giả Việt Nam mình cứ cho là Triệu Minh, rồi có việc ông tướng Râu Kẽm ước ao sáng nào cũng được vẽ lông mày cho người đẹp Triệu Minh của ổng. Triệu Mẫn ông ơi, coi chừng vẽ lộn. Tức hết biết!

Một kỷ niệm không bao giờ quên là cho đến giờ nầy tôi không biết bịnh Phòng Tích là bịnh gì. Buổi trưa đó là giờ dạy của cụ cử Thẩm Quỳnh. Chứng Chỉ Văn Chương Trung Hoa. Trong phòng le hoe chừng độ một hai chục sinh viên gì đó. Trường ở trên đường Nguyễn Trung Trực Sài Gòn. Giờ trưa dễ buồn ngủ lắm. Bỗng dưng trên bục giảng cụ chợt hỏi, giọng sang sảng quen thuộc: "các ông có biết bịnh Phòng Tích là bịnh gì hay không?" Cả lớp ngơ ngác, im lặng. Tôi không biết bịnh Phòng Tích có giống bịnh Cam Tích không, ở thôn quê mình con nít thiếu dinh dưỡng, dễ bị bịnh Cam Tích nên cái bụng chang bang. Cụ nhìn cả lớp thấy không sinh viên nào biết, bèn giải thích: "bịnh Phòng Tích là bịnh ăn nằm không coi ngày".

Nghe cụ giải thích xong thì tôi hiểu được liền nhờ hai chữ "ăn nằm". Nhưng có một bạn nữ vẫn thắc mắc không hiểu. Tôi còn nhớ rất rõ, chị tên là Khưu Liên C.... gốc người Tàu Chợ Lớn, người khá đẹp và xinh xắn dễ thương. Chị khều tôi hỏi nhỏ: "anh, anh ăn nằm là gì?" Tôi thấy cười trong bụng và làm bộ ngây thơ không biết, chỉ anh bạn đại đức đầu trọc mặc áo nâu sồng ngồi bàn trên: "chị hỏi đại đức đi, đại đức rành mấy cái vụ nầy lắm, tôi cũng không hiểu... y như chị vậy!"

Lớp tôi lúc đó chừng ba bốn bạn đại đức, ba bốn bạn Tàu gốc ở Chợ Lớn, còn lại đa số là ban D cổ ngữ, hình như chỉ có tôi là đi lạc mà thôi. Tôi đi chơi chớ đâu có đi học. Thiệt tình rất nhớ thương ba tôi. Cho tới giờ chưa thấy ba nói trật câu nào.

Đây là lần đầu tiên trong đời tôi nói lời thương yêu ba tôi.

Brossard QC 13 sep 2022

Cha Làm Thầy Con Bán Sách

Tới mỗi bữa ra phòng ăn, tôi đều rán kiếm chỗ cùng bàn để ngồi chung với một cặp vợ chồng Tây già, tóc hung hung đỏ, tánh tình dễ chịu, thoải mái. Cặp nầy nói tiếng Anh vì đàm đạo với nhau tiếng Anh dễ hơn tiếng Pháp. Số là ở đây, tôi có khá nhiều bạn già nhưng tôi khoái hai ông bà nầy hơn. Tiếng Tây tôi được học từ thời Tây thuộc địa tới bây giờ hầu như quên mất tiêu hết trơn rồi, xin học lại hoài để khá hơn mà chánh phủ không cho. Lo sợ nhứt là các danh từ Pháp khi nói, không biết tiếng đó nó thuộc giống đực hay giống cái, rồi tới động từ phải chia tới chia lui, hễ lộn một cái là cả câu phía sau bị sai tuốt luốt, mỗi lần biết mình nói trật quê ơi là quê. Mỗi khi nghe tôi nói chuyện với người nước ngoài qua điện thoại, ai nghe cũng đều nhăn mặt lắc đầu...

Vô cái Viện Dưỡng Lão nầy khi làm quen với đôi bạn già mới, qua màn giới thiệu nhau, ông tự xưng là Bob, rồi e tôi không hiểu tiếng lóng, ông giải nghĩa khi viết là chữ Robert được nói tắt. Tôi cũng bắt chước ông, tự xưng tôi là mông sừ Vô (Vo). Thấy ông bà ngơ ngác, tôi thêm: "Ông bà đừng có lộn nghen, coi chừng Vo nầy lộn Veau kia. Tôi không phải là con của con bò cái đâu (veau, le bébé de la vache)." Nghe tôi nói xong, ông bà trơ mắt, suy nghĩ hiểu ra rồi cười ào ào.

Tôi thì nghĩ thêm lan man chút nữa. May quá. Mình là người miền Nam, chớ là người miền Bắc thì phải là Vu. Mà nếu là Vu ghép lại với tên của ông là Bob, thì không biết nên cười ba tiếng hay nên khóc ba tiếng...

Có lần ông Bob đưa cái Ipad khoe với tôi, ảnh gia đình con cái ông. Ông nói gia đình tao là một gia đình quốc tế. Tao là người Hung Gia Lợi, vợ tao Tô Cách Lan, con tao Gia Nã Đại, dâu tao là dân Haitienne, với Québecoise. Tôi nhìn thấy cái ảnh đông đầy, trai xinh gái lịch xinh xắn vui tươi. vội khen: "ông bà thiệt là may mắn và hạnh phúc". Rồi bà vui miệng hỏi tôi: "ông có bao nhiêu cháu rồi?"

Tôi bèn trả lời ngay: "chỉ mới có một cháu nội sáu tháng tuổi, cũng chưa dám ẵm nó lần nào vì sợ lây Covid". Rồi vui miệng nói thêm: "thú thật với ông bà, ở đây trên bốn mươi mấy năm rồi mà tôi trụi lủi, không tiền, không nhà, không xe, không nghề nghiệp, là một con số 0 to tướng..." Rồi tự nhiên đâm nhớ câu tiếng Mỹ bồi, hồi xưa ở Sài Gòn mấy đứa bé đánh giày thường nói, bật ra liền cho vui mà không biết quê: "người ta thì năm-bờ oan, còn tôi thì năm-bờ then... Nếu không nhờ cái xứ Canada nầy cứu giúp thì tôi không biết phải sống ra sao!" Nghe xong ổng ngạc nhiên không hiểu tôi đã nói cái gì nhưng cười hỏi: "tôi không hiểu tại sao lại số một với số mười, vậy chớ hồi xưa ông làm nghề gì?"

Trả lời ông Bob sao bây giờ. Một chuyện rất là tình cờ ngày xưa tôi có đi dạy học. Quả là tôi có làm nghề dạy học một thời gian dài, từ tỉnh nầy qua tỉnh kia. Nhưng đi dạy là do cuộc đời cùng hoàn cảnh chiến tranh lúc đó đưa đẩy thôi. Chớ thiệt ra ba tôi lúc nào cũng muốn tôi nối nghiệp nhà. Tôi biết là cha tôi đã hy vọng tha thiết như vậy mà chưa bao giờ nói ra, mấy anh em trong nhà có đứa nào học chữ nho như tôi đâu. Tất cả sách vở trong nhà đều viết bằng chữ nho, công cuộc làm ăn đều liên lạc với người Tàu ở Chợ Lớn, mấy anh em làm sao mà biết được và giúp được chút nào.

Gốc gác cha tôi vốn người cù lao Long Khánh gần cù lao Hòa Hảo thuộc Hồng Ngự, Tân Châu. Ông học thuốc với một vị thầy người Huế theo Đông Kinh Nghĩa Thục làm cách mạng chống Pháp bị truy nã, trốn vô đảo Phú Quốc ở chùa Sắc Tứ Sùng Hưng Tự của ông Cậu là Hòa Thượng trụ trì. Ba tôi biết ông là người giỏi nên xin theo học thuốc. Trên bàn thờ nhà tôi còn có thờ cây đũa đơm cơm của sư phụ còn sót lại. Cây đũa đen mun được chạm đục khéo léo. Mỗi lần thấy ba tôi thờ cúng quỳ lạy thầy, tôi rất xúc động. Ông nội tôi thì muốn cha học nhạc và cha đã từ chối để học thuốc. Cái nghề quí báu nầy đã giúp cha tôi nên cửa nên nhà, nuôi con lớn khôn.

Khi đó tôi vừa mới lớn, ông đè tôi ra tập tành học thuốc bắc từ từ. Bắt đầu ông bắt tôi học thuộc lòng từng vị thuốc bắc trong Bản Thảo Cương Mục của Lý Thời Trân đời Minh. Đến nay tôi còn nhớ rõ được vài câu lõm bõm:

-Nhơn Sâm vị cam, đại bổ nguyên khí, chỉ khát sanh tân, điều vinh dưỡng vệ.

-Huỳnh Kỳ tánh ôn, thâu hãn, cố biểu thác thương, sanh cơ khí hư, mạc thiếu

-Đương Quy cam ôn sanh huyết bổ tâm, phù hư ích tổn, trục ứ sanh tân...

Mới học được câu đầu, tôi hỏi liền ba: nhơn sâm vị ngọt thì con hiểu. Ba tôi giảng nghĩa thêm trong Thần Nông Bản Thảo khi Phục Hy nếm thuốc định vị, có nói rõ vị nhơn sâm nầy: tiền cam, hậu khổ, hậu cam cam. Ba nói tới đây tôi hiểu liền. Mới nếm lần đầu thì nhơn sâm có vị ngọt, sau đó thì nghe đắng, sau cái vị đắng thì ngọt trở lại và cuối cùng thì ngọt luôn. Nói tới đây thì tôi đâm thắc mắc: nhơn sâm có cái vị ngọt, đại bổ nguyên khí, sanh thêm nước miếng làm hết khát, thì con hiểu nhưng làm sao ông Thần Nông năm ngàn năm trước, căn cứ vào đâu mà nói nhơn sâm điều vinh dưỡng vệ? Con biết "vinh" là bì thuộc phần da bên trong (derme) còn "vệ" là phần da bên ngoài, biểu bì "épiderme"?

Nghe tôi hỏi, đương nhiên ba tôi dư sức trả lời nhưng ông không thèm nói: "mầy có biết Thần Nông là một trong ba ông thánh lớn thời Tam Hoàng Ngũ Đế không, cái gì mà ổng không biết, ổng là Thánh Nhơn mà". Rồi bỏ qua chuyện "điều vinh dưỡng vệ" ba tôi dạy tiếp sang chuyện bắt mạch. Nghe đến bắt mạch là tôi ham lắm. Trong đông y có bốn cách để thầy thuốc định bịnh, được gọi là tứ chẩn: "Vọng, Văn, Vấn, Thiết". Vọng là quan sát màu da, khí sắc bịnh nhân, Văn là nghe âm thanh, giọng nói, tiếng ho, mùi hôi, Vấn là hỏi các triệu chứng đau bịnh, và Thiết là bắt mạch để coi bịnh gì và bịnh ở đâu trong lục phủ, ngũ tạng (tâm, cang, tỳ, phế, thận).

Đầu tiên ba tôi bắt tôi học thuộc lòng bài phú "Lư Sơn Mạch Phú". Nói gì chớ chuyện học thuộc lòng là nghề của tôi. Dễ như ăn cơm sườn. Kể từ đó, suốt ngày tôi ê a "*Thường văn bịnh cơ uẩn áo, mạch lý diệu huyền, tuy vạn tượng phân vân, Phù, Trầm dĩ biện kỳ biểu lý, hữu lực vi thực, vô lực vi hư. Trì, Sác dĩ định kỳ nhiệt hàn, dương tắc đại hề, nhi âm tắc tiểu...*"

Tôi khoái bài phú Lư Sơn nầy, đọc lên nghe có ca có kệ. Nhưng cũng khoái gặp lại hai chữ Lư Sơn của Tô Đông Pha quen thuộc trong thi ca:

Lư sơn yên tỏa Triết giang triều
Vị đáo bình sinh hận bất tiêu
Đáo đắc hoàn lai vô biệt vị
Lư sơn yên tỏa Triết giang triều.

Bản dịch tiếng Việt của thiền sư Mật Thể:
Lư Sơn (Tô Đông Pha)
Mù tỏa Lư Sơn sóng Triết Giang
Khi chưa đến đó hận muôn vàn
Đến rồi về lại không gì lạ
Mù toả Lư Sơn sóng Triết Giang.

Ba ơi, vị danh y nào đã đặt ra bài phú coi mạch nầy, sao không thấy ghi tên tuổi, chắc ổng cũng ở núi Lư Sơn. Ba tôi cũng không biết luôn: "con cứ học cho thuộc rồi coi mạch cho đúng, chớ biết tên tuổi danh y đó để làm cái gì." "Dạ, dạ." Sau khi ba tôi kiểm tra thấy tôi đã thuộc làu làu, ông bèn dạy tôi thực hành bằng cách đặt ba ngón tay trên cổ tay bịnh nhân, để dò nghe các vị trí Thốn, Quan, Xích. Ngón giữa ở bộ Quan, hai ngón còn lại ở bộ Thốn và bộ Xích.

Tôi thấy cũng dễ. Nhưng rồi sau đó là tôi rối mù. Rán lắng nghe nghịp mạch đập ngang qua ba ngón tay. Mạch đập theo kiểu nào thì có tên mạch đó, mau, chậm, mạnh, yếu... Rồi rán nhớ và phân biệt 27 kiểu mạch đập khác nhau, chắc là không có mạch Tuyệt rồi vì có tuyệt mạch thì làm sao mà con người ta sống nổi (tất cả là 28 bộ mạch). Nào là Phù, Trầm, Trì, Sát, Hoạt, Thực, Khẩn, Hồng, Nhu, Phục, Tế, Sác, Trường, Đoản... Thiệt tình nghe nhịp đập của động mạch qua ba ngón tay, tôi không biết mạch nào là mạch nào. Rán cách mấy cũng không phân biệt được. Cách gì cũng không phân biệt được. Mồ hôi rịn ra đầy mặt. Ông già tôi lắc đầu, không nói thêm câu nào. Thằng con hy vọng nối cái nghiệp nhà nầy ngu quá, làm sao bây giờ. Cứ như vậy mà tôi cố gắng, tới ba lần học tập và thử nghiệm, cả ba lần tôi đều chịu thua...

Vậy mà ba tôi vẫn còn hy vọng vì trong ngành nghề có lưu truyền câu nói "*nhơn bất học Dịch vô dĩ ngôn y*". Người không học kinh Dịch thì đừng mong nói chuyện học thuốc. Mà tôi thì khá giỏi về bộ kinh nầy. Ông không nhắc tới chuyện mạch lạc, bắt tôi học lại đặc tánh của các vị thuốc trong Bản Thảo Cương Mục và không được thắc mắc, sách nói sao thì cứ học y như vậy, cũng đừng hỏi tới hỏi lui. Tôi làm sao dám cãi ba tôi nữa. Lần dạy tiếp nầy tôi phải học quyển Hoàng Đế Nội Kinh Tố Vấn với cấu tạo Lục Phủ, Ngũ Tạng, các cơ quan trọng yếu của con người, phối hợp với thuyết Âm Dương, Ngũ Hành.

Lần đó ba tôi giải nghĩa Tâm thuộc hành hỏa, Can thuộc hành mộc, Tỳ thuộc hành thổ, Phế thuộc hành kim và Thận thuộc hành Thủy. Các hành nầy tương sanh tương khắc với nhau. Cũng vậy Tâm, Can, Tỳ, Phế, Thận liên kết mà giúp đỡ nhau tạo ra cuộc tuần hoàn. Tôi lại thắc mắc: ba ơi, tại sao Thận lại thuộc hành thủy mà không là thổ hay kim? Ba tôi kiên nhẫn giải thích: “Quả thận hình nó giống quẻ khảm gồm có hai hào âm bên ngoài và một vạch liền bên trong”. Tôi cũng biết quẻ khảm trong kinh Dịch và cũng biết hình quả thận chụp trong các sách y khoa. Đâu có giống nhau chỗ nào. Mà nếu có giống nhau thì đâu thể kết luận cái nầy là cái kia được. Thiệt tình không hiểu!

Tôi tìm mọi cách để bỏ học và ông già cũng chịu thua thằng con cứng đầu. Và cũng kể từ đó tôi thiệt tình khâm phục các vị bác sĩ tây y cũng như đông y. Vì sức tôi không cách gì học được ngành y khoa nầy. Quá khó khăn, dĩ nhiên rồi. Nhưng phục nhất là các vị bác sĩ vừa Tây kiêm luôn Đông Y hoặc ngược lại. Một bên là khoa học thực nghiệm, một bên là lý luận suy đoán trừu tượng, cách nhìn vấn đề, cách giải quyết vấn đề khác hẳn nhau, đối nghịch nhau hẳn, vậy mà họ chấp nhận được, lại cho cả hai sống chung hòa bình, tôi thiệt tình không hiểu và chịu thua.

Đến bây giờ thì các bạn biết tại sao tôi thất bại trong đời sống chưa và tôi cũng có câu trả lời với vợ chồng ông Bob già rồi. Ông Bob ơi, tại tôi cứng đầu không nghe lời ba tôi, đem sách vở đi bán hết rồi. Mà ngộ lắm nghen, đời quả có luật nhơn quả, cái gì tôi nói với ba tôi, phê bình trách cứ ông già ngày trước, bây giờ thằng con tôi nó trả lại tôi y chang như vậy. Mà hình như có cộng thêm tiền lời nữa, nhiều lắm. Những gì tôi nói nó không thèm nghe, tôi viết nó không thèm đọc...

Brossard, QC le 15 sep 2022

GHI CHÚ: Trong cuốn “Sinh Hoạt Cổ Đại của Đạo Sĩ Trung Quốc do công ty Trách Nhiệm Hữu Hạn Thương Vụ Ấn Quán Bắc Kinh xuất bản 1997 có ghi “Lư San Mạch” là của Thôi Gia Nghiêm, tự Thuận Hy Gian, đời Hậu Tống, người Cam Túc, huyện Thiên Thủy. Ông tu theo Đạo Giáo, lấy hiệu là Tử Hư Chân Nhân. Lúc cuối đời ông ẩn cư núi Lư Sơn (Quảng Châu) để tu hành và đắc đạo thành tiên (khoảng năm 1174-1189) Cả đời Thôi Gia Nghiêm chỉ trước tác có một quyển duy nhất là Lư Sơn Mạch Quyết.

Một Vài Chuyện Từ Câu Ca Dao Trái Bắp Nướng

Mấy ngày nay tôi khó ngủ. Hễ có việc gì lo lắng thì cứ trằn trọc hoài mà có phải chuyện lớn lao gì đâu. Chẳng qua vì một câu ca dao cũ, tự nhiên được nhớ lại gây phiền hà. Nhưng cũng không phải là không có lý do. Tại vì mùa bắp đã tới hồi nào không hay không biết. Mà hễ nghe nói tới bắp là lòng tôi nôn nao. Có lần một bạn thân Việt Nam mới qua thăm, vui miệng tình cờ mà hỏi - Anh ở đây lâu lắm rồi, trong các thực phẩm, món gì ngon nhất mà anh đã từng ăn? Tôi trả lời ngay không đắn đo - trái bắp xứ Canada nầy.

Thiệt ra thì cũng còn có rất nhiều sơn hào hải vị nhưng tôi đâu có giàu sang dư dả gì mà được thưởng thức nhiều hơn. Cái gì đã được ăn rồi mới dám nói. Ở đây có hai món ăn mà tôi rất thích. Một là tôm hùm, hai là bắp non mới hái. Tôm hùm được đánh bắt từ các tỉnh ven biển Québec cũng được người người ca tụng, để thủng thẳng sẽ kể sau. Còn bây giờ đang mùa hè, bắp đã chín rộ nhiều rồi, được bán đầy lề đường, trong các chợ, không ăn ngay để lâu mất ngon.

Tôi lòng vòng về chuyện trái bắp là tại nhớ tới cái câu ca dao quen thuộc đất Sài Gòn thân yêu: "*Bắp non mà nướng lửa lò, đố ai ve được con đò Thủ Thiêm*". Câu nầy khi đọc lên thì ai cũng hiểu hết. Nó đơn giản như tâm tình dân miền Nam nầy. Trái bắp còn non mới hái mà đem nướng trên lửa than hồng thì thơm ngon phải biết. Như cô chèo đò mỗi ngày đưa khách qua sông nhìn hiền lành xinh xắn dễ thương nhưng không phải dễ tán tỉnh đâu. Câu ca dao coi vậy mà tượng hình quá đỗi, cô gái chèo đò được ví với trái bắp nướng thơm ngon. Ai nghe cũng phát thèm! Nhưng điều làm tôi mất ngủ không phải là câu chuyện chèo đò hay trái bắp nướng, hoặc hình ảnh của đôi trai gái hẹn hò, dê qua dê lại.

Mà tại cái chữ "ve" trong câu ca dao mắc dịch đó. Mỗi lần nghĩ tới nó là tôi khổ sở. Ve là gì? Là ve vãn chớ còn gì nữa. Paulus Huình Tịnh Của định nghĩa như sau: "trêu chọc làm cho kẻ khác xiêu lòng. Con trai khi gặp con gái đẹp thì tò tò lẽo đẽo đi theo, tìm mọi cách để rù quến cho người đẹp để ý mà mê mình". Đúng là như vậy. Nhưng "ve" rất giống "dê". "Dê" là gì, cũng trong Quấc Âm Tự Vị Huình Tịnh Của đã nói về máu dê: "tiếng cười người đa dâm hay ve vặt". Vậy ve và dê về cử chỉ, thái độ, hành động ý nghĩa giống y như nhau. "Ve" và "dê" có phải là một, chữ nầy biến âm ra chữ kia hay không? Tại tôi là thầy giáo nên cứ thắc mắc cái vụ nầy. Đây mới là vấn đề tôi nhức đầu.

Chữ "ve" có phụ âm là "v" thuộc âm môi (b, v, m, ph). Chữ "dê" có phụ âm là "d" thuộc âm răng (t, đ, n, l, x, d). Về luật ngữ học (linguistique) thì khi biến đổi âm của một từ, không có chuyện từ của âm vùng nầy đổi qua từ của âm vùng kia. Trong miệng có bốn vùng phát môi là môi, răng, cúa (khẩu cái) và lưỡi. Từ âm môi "v" không thể biến sang âm răng "d" được. Một từ chỉ có thể biến âm cùng chung vùng với nhau, âm của môi chỉ được biến cùng các phụ âm khác của môi mà thôi (ví như *vũ* là mưa, *vũ* là múa, *phòng* là buồng, *phóng* là buông....). Phụ âm răng, lưỡi, cúa cũng vậy.

Như vậy "ve" không thể biến thành "dê" dược. Đó là về luật ngữ học quy định. Nhưng tại sao ve và dê ý nghĩa lại giống hệt nhau?Đố ai ve (= dê) được con đò Thủ Thiêm. Đến giờ nầy cái thắc mắc của tôi vẫn còn y nguyên. Nói ve cũng được mà dê cũng được.

Tôi cho rằng hai chữ nầy tuy nghĩa giống nhau nhưng không có liên hệ gốc gác gì hết. Thôi, đừng ve mà cũng đừng dê, cánh đàn ông nam nhi chúng ta xúm... o mèo đi, cùng một nghĩa như nhau mà.

Lại thêm rắc rối nữa. "O" là gì và "mèo" là gì? Chịu thua luôn. Lại phải truy ra Từ Nguyên hoặc Nguyên Ngữ Học. (Học giả An Chi có giải thích "mèo" gốc chữ Hán là 媌, (bộ Nữ + Miêu) mà âm Hán Việt hiện đại là mao/mão, có nghĩa gốc là kỹ nữ. Sự chuyển dịch từ "kỹ nữ" sang "mèo" là chuyện thực sự dễ hiểu và bình thường về ngữ nghĩa học. Tôi không đồng ý chữ "mèo" là "kỹ nữ" nầy. Đi "o mèo" sao lại có nghĩa là "đi tán tỉnh ve vãn kỹ nữ " được.Không có chuyện tiền bạc gì trong chuyện "o mèo".

Tôi cho rằng "o" gốc từ "o bế" cũng giống như ve vãn, còn "mèo" là cử chỉ điệu bộ của người con gái dịu dàng giống như con mèo. Giải nghĩa như vầy là suy đoán theo kiểu bình dân, không biết đúng không vì chưa chắc. Phải tìm coi hồi xưa chữ "mèo" nầy do chữ nào biến âm và thời đó "mèo" nghĩa là gì. Phải là gốc từ nguyên cổ mới chắc được. Bạn có còn dám dạy tiếng Việt nữa không. Tôi thì sợ lắm rồi, may là đã bị bỏ nghề hồi còn rất trẻ. Ai cho rằng tiếng Việt nghèo nàn nên suy nghĩ lại, nó phong phú biết bao nhiêu!

Chuyện chữ nghĩa xin để một bên, đợi chờ cao kiến bạn đọc giúp đỡ. Đang nói về trái bắp, xin kể lại một kỷ niệm nhỏ cho vui. Tôi có một giai đoạn lâu dài cư ngụ thành phố Toronto ở Canada. Chuyện nầy không có gì đáng nói nếu bên cạnh thành phố nẩy trên trăm cây số, có một phong cảnh du lịch đẹp đẽ hùng vĩ nổi tiếng nhất thế giới. Đó là thác nước Niagara Falls, thác nước hình móng ngựa nẩy nhìn phía bên Canada đẹp hơn bên Mỹ. Người ở phương trời xa, ai ai cũng ước ao một lần trong đời được chiêm ngắm nó, bỏ qua là một ân hận. Mùa hè ấm áp là mùa du lịch thích hợp nhất sau mùa đông dài lạnh lẽo lê thê. Bạn bè ghé thăm thủ phủ Toronto xong, thế nào cũng phải dành thì giờ để ghé thăm thác nước. Một năm tôi vui vẻ làm hướng dẫn viên du lịch vài ba lần, đi hoài nhưng không chán. Bởi vì trên đoạn đường dài, tôi không chọn xa lộ lớn mà lựa chọn đường làng quê êm ả để đi ngang qua thành phố cổ Niagara-on-the-Lake đầy hoa, các trại nho với màn cho khách thử thứ rượu tuyết đặc phẩm Ice wine ngọt ngào miễn phí... Chán sao được, không mê sao được.

Buổi trưa đó bận về trời chiều mát dịu, xe lướt bon bon trên đường làng, hai bên là rẫy bắp xanh mướt bạt ngàn. Từng vạt bắp nối tiếp nhau trên từng cây số. Cái xứ Canada nẩy người thì ít chớ đất thì rộng mênh mông. Mà bắp vùng nẩy thì cũng được trồng quá nhiều, ăn sao cho hết. Trên xe bạn bè cười nói đông vui. Bỗng dưng có bà bạn nói - bắp quá nhiều tại sao mình không hái một mớ để chiều về nhà ăn chơi. Cả đám ai cũng đồng ý. Tôi đang lái xe, suy đi nghĩ lại thì lo sợ. Trời ơi, một đồng bạc mua tới được mười hai trái. Bỏ ra mười đồng mua được một trăm hai chục trái, ăn bể bụng luôn. Hái trộm như vầy rủi bị người ta bắt gặp thì ăn nói làm sao. Ăn cắp là xấu hổ lắm. Tuy là sợ nhưng bạn bè xúi giục quá đi, tôi nhìn trước nhìn sau thiệt xa thấy không có ai, cũng từ từ tìm chỗ ngừng xe lại tấp bên lề đường. Các bà túa xuống nhanh nhẹn chạy vô rẫy bắp ngắt hái liên hồi. Tôi mở cốp thùng sau xe chờ sẵn và tiếp tay quăng bắp vô. Chỉ trong chốc lát, nguyên một thùng xe rộng lớn đã đầy nhóc bắp xanh. Trái nào trái nấy to lớn chắc nịch mập tròn, tươi non mơn mởn. Xong rồi, vui ơi là vui.

Tôi vừa lái xe, kể lại chuyện vừa suy nghĩ trong đầu cho các bạn nghe - ngày mai trên trang nhứt các báo ở Toronto, ở New Jersey và bên San Jose đăng một tin hấp dẫn là một đám người Việt Nam có danh phận, người thì giáo sư, người thì là bác sĩ, người là dược sĩ... đi ăn cắp bắp ngoài ruộng vắng. Mấy bà nhao nhao lên biện hộ, nói tại không thấy chủ, chớ có chủ thì tôi mua hoặc xin, chớ ai ăn cắp làm chi. Cả đám xúm nhau mà cười rần rần.

Về tới nhà chưa kịp tắm rửa, việc đầu tiên là tôi đem bắp ra luộc. Lấy cái nồi lớn nhất trong nhà, bỏ vô chút muối cho bắp ngọt hơn. Xong rồi, tất cả háo hức để thưởng thức chiến lợi phẩm vừa chiếm đoạt được. Một bà bạn ăn trái bắp đầu tiên, thất vọng nói lớn - sao mà cứng ngắt vầy nè. Tôi cầm lấy một trái còn nóng hổi và thử cắn một miếng. Trời ơi muốn gãy răng luôn. Và chợt hiểu liền, bắp nầy nhà nông trồng để lâu chín thiệt già cho bò ăn, chớ không phải dành cho người... như tụi tôi. Còn thắc mắc, tiếc nuối gì nữa, bèn đem đi bỏ, để chình ình một đống ở đó, thấy mà tức ứa gan. Tôi phải dùng tới mấy bao rác lớn, ì ạch khiêng ra thùng rác bên sau hè nhà, đi không nổi nặng muốn gãy xương sống luôn!

Brossard, QC 3 Sep 2022

GHI CHÚ:

- theo quyển “Tiếng Nói Nôm Na - sưu tầm dân gian” của Lê Gia, nxb Văn

Nghệ tp HCM (1999), do bạn Tran NK ở Toronto (Ontario) gởi tặng.

O: do chữ ô (圬) là cái bay của thợ nề/hồ dùng để xoa vuốt cho nhẵn láng mặt vách tường... chỉ sự vuốt ve, làm đẹp

- O bế: vuốt ve, nâng niu, làm cho láng lẩy, do chữ "bế" (嬖 là nâng niu, show favor to a woman)

O mèo: vuốt ve, tán tỉnh, bắt nhân tình vụn với những cô gái buông thả - mèo, do chữ "miều" (?), cũng đọc là miêu (媌), đồng âm với chữ "miêu" (猫) là con mèo, là cô gái lãng mạn, lẳng lơ, buông thả.

(Hình như chữ "miêu" (媌) chỉ có nghĩa là kỹ nữ trong tiếng Quảng Đông và Phúc Kiến, lúc đó lại đọc là "ba", còn thì có nghĩa là "đàn bà con gái")

Vài Địa Danh Miền Nam

Tôi là người nhiều ham muốn lúc nào cũng thích tìm tòi khám phá. Cái tật đó có từ lúc nhỏ và vẫn còn mãi cho tới bây giờ. Biết như vậy là khổ lắm và không được, đôi lần cố sửa nhưng tánh nào tật nấy khó mà chừa. Thành ra mấy phim bộ coi vậy mà có lý hết sức, nói câu nào đúng câu đó. Bộ phim nào cũng thường có câu "giang sơn dễ đổi, bản tánh khó dời". Bất cứ chuyện lớn chuyện nhỏ gì mà tôi nghe được thì bằng mọi cách tôi phải tìm tòi khám phá, tò mò săm soi, tìm cách giải nghĩa cho rõ ngọn nguồn, thì mới chịu.

Thời gian gần đây, tôi ưa nhớ lại chuyện xưa, cái thời còn nhỏ xíu mới bắt đầu đi học. Lớp đồng ấu, lớp dự bị, lớp ba, lớp nhì rồi tới lớp nhứt. Có lớp tiếp liên không biết để làm gì và cho ai học. Lúc mới xin vô trường thì phải nộp một tờ trích lục khai sanh, nơi sanh của tôi đã được ghi rõ như vầy. Làng Dương Đông (Rạch Giá) tỉnh Hà Tiên. Như vậy theo tôi hiểu vào thời Pháp thuộc, tỉnh Hà Tiên lớn lắm gồm cả Rạch Giá và đảo Phú Quốc luôn. Mà ngộ thiệt, cái nơi tôi được sanh ra có tên là Dương Đông, nếu phân tách theo chữ Hán Việt thì có nghĩa là hướng đông của biển. Ông bà ngày xưa đặt tên một vùng đất phải có ý tứ, chớ không thể đặt cho có mà không ăn nhập vô đâu. Có phải vậy không? Coi họa đồ của đảo thì thị trấn Dương Đông ở hướng Tây Bắc của Phú Quốc, hoàn toàn không có gì liên hệ với hướng Đông hết. Có tức mình không chớ, tại sao lại là Dương Đông?

Tôi chịu không nổi cái vụ nẩy bèn dọ hỏi hết người nẩy tới người kia, không ai biết rõ ngọn nguồn, cho tới khi gặp được người cố cựu ở đảo. Ông chú của tôi. Ông cười và giải nghĩa cho tôi hiểu:

- Con ơi, dương không phải là đại dương là biển, mà là cây dương, tây kêu là cây phi lao đó. Còn đông không phải là hướng đông mà đông là nhiều. Như vậy Dương Đông nơi con được sanh ra là chỗ có đông cây dương, rất nhiều cây dương, con hiểu chưa. Nghe xong tôi sững sờ. A, cây dương là cây phi lao (filao - filaos) thường mọc ven bờ cát để chắn gió bão. Ông tiếp, cách làng Dương Đông của con có xã Dương Tơ, có nghĩa là vùng có nhiều cây dương còn tơ, mới lớn. Cách Dương Tơ có ấp Dương Cờ, các hàng dương mọc ven biển từng từng lớp lớp như dựng cờ. Thiệt là tệ, tôi một người con của Dương Đông mà không hiểu gì hết trơn về quê hương mình!

Sẵn dịp tôi hỏi luôn:

- Dạ, ông ơi, đảo Phú Quốc của mình thuộc tỉnh Rạch Giá hay Hà Tiên?

Được ông trả lời:

- Thời Tây thì thuộc Hà Tiên, sau nẩy thuộc Rạch Giá.

- Rạch Giá thì con hiểu là vùng rạch đó có nhiều cây giá, còn Hà Tiên có phải là vùng biển đẹp Đông Hồ đó thường có tiên xuống tắm phải không. Ông Mạc Thiên Tích ngày xưa thường làm thơ ngâm vịnh mười cảnh đẹp của đất Hà Tiên, Hà Tiên Thập Cảnh.

1- Tiêu Tự Thần Chung - Chuông sớm chùa Tiêu

2- Kim Dự Lan Đào - Đảo Vàng ngăn sóng

3- Lộc Trĩ Thôn Cư - Thôn xóm Mũi Nai

4- Nam Phố Trừng Ba - Bãi Nam lặng sóng

5- Thạch Động Thôn Vân - Động đá nuốt mây

6- Đông Hồ Ấn Nguyệt - Trăng soi Đông Hồ

7- Giang Thành Dạ Cổ - Trống khuya Giang Thành

8- Lư Khê Ngư Bạc - Thuyền về bến Lư

9- Bình San Điệp Thúy - Rừng biếc non Bình

10 - Châu Nham Lạc lộ - Núi Châu cò đáp

- Con nghe ai nói vậy?

- Con đọc trong sách mà cũng có nhiều người nói ông Mạc Cửu thấy mấy nàng tiên xuống tắm nên đặt tên vùng đất đó là Hà Tiên.

- Ông thì không biết thuyết đó đúng hay sai nhưng vùng đất nầy trước khi Mạc Cửu đến khai phá thì là một sóc của người Miên nghèo họ ở từ trước, có tên là Srok Tà Teng. Ông nghĩ từ chữ Tà Teng biến thành Hà Tiên theo âm của người mình...

Cái tánh ưa tò mò thắc mắc của tôi lại có dịp nghĩ suy. Có lẽ ông chú nói đúng vì địa danh nầy có từ trước khi Mạc Cửu đến. Mạc Cửu là người Minh Hương, khi mới đến đương nhiên nói tiếng Tàu, sau đó lần lần ông tập nói sang tiếng địa phương đang sinh sống. Ông đã tụ tập cư dân quanh vùng để lập làng lập xóm gây dựng cơ nghiệp. Những cư dân đó đa số là những người nghèo khó gồm nông dân, ngư dân ít học hành. Họ đã đến Sóc Tà Teng sống quây quần, nương náu sinh sống bên nhau, rồi thời gian qua làm biến âm Tà Teng biến thành Hà Tiên của tiếng Việt cho dễ nói và dễ nghe, hình ảnh gợi lên cũng đẹp nữa. Không phải tự nhiên tên Hà Tiên tự nhiên mà có.

Cũng vậy khi tôi mới về dạy học ở Sóc Trăng, có một đồng nghiệp dạy môn Pháp văn, người gốc gác ở Cù Lao Dung. Cô cũng cùng tên Dung. Có lần tôi hỏi “Cô Dung nè, tại sao cù lao cô ở lại có tên là cù lao Dung?” Cô hoàn toàn không biết vì học Marie Curie từ nhỏ, chuyện bên Tây cô rành hơn bên Việt Nam mình.

Sau nầy tôi có dịp nghe đài Truyền Hình Đồng Tháp giải thích địa danh nầy. Đây là một cù lao trù phú của tỉnh Sóc Trăng, đất đai rất phì nhiêu vì nó tích tụ toàn là phù sa sông Hậu. Chuyện là như vầy. Ngày xưa nơi đây có một thiếu nữ tên Dung rất hiếu thảo, nhan sắc mặn mòi chuyên làm việc thiện cư dân quanh vùng, nhưng không may bịnh nặng mất sớm. Người người thương tiếc nên lấy tên cô mà đặt cho đảo. Câu chuyện kể khá hấp dẫn nhưng có thiệt không vậy? Sau đó thì người phát ngôn cũng cho là thuyết đó chưa đủ chính xác, có thể giữa đảo có giồng đất vun cao người dân làm rẫy trên đó, một giồng đất, nên gọi mãi thành tên. Người miền Nam thường phát âm lẫn lộn giữa Vun nầy và Dung kia. Mới nghe qua lời giải thích nầy thì thấy có lý. Một cù lao nổi tiếng của tỉnh Sóc Trăng!

Cùng với cái bản tánh tò mò, tôi cố gắng tìm hiểu hiểu, lục lọi trong mớ sách cũ thì thấy từ xưa cù lao nầy người Miên gọi là Kòh Tun, cù lao chim chàng bè. Có sách ghi là Kaôh Tũng, cù lao chim bồ nông. Vậy có phải là từ Tun hoặc Tũng biến âm thành Dung của Việt Nam mình không? Các bạn thấy thế nào?

Mấy cái vụ nầy rắc rối quá, nhức cái đầu, rán kiếm chuyện gì vui vui một chút. Có lần anh bạn giải thích tên của quê anh. Quận Lấp Vò của tỉnh Đồng Tháp. Anh nói một hơi ngon lành. Ngày xưa, cái thời vua Gia Long chạy vô miền Nam trốn tránh Tây Sơn, tới địa phương nầy, thì các vò đựng nước bị bể, quân sĩ tướng tá không đủ nước để uống. Vua bèn hạ lịnh cho lính hầu kiếm đất sét mà vá lại các chỗ bể nứt. Do đó mà địa phương nầy có tên là Lấp Vò. Còn có thuyết hấp dẫn hơn cho rằng chữ Vò người miền Nam nói sai, đáng lẽ ra phải là Giò mới đúng. Vì lẽ khi quân Tây Sơn rượt, quân chúa Nguyễn chạy trốn để lại dấu chưn cực kỳ nguy hiểm. Cho nên vua phải ra lịnh lấy bùn đất khỏa lấp các dấu vết để lại. Đó là Lấp Giò, lâu dần nói sai thành quen là Lấp Vò. Nghe xong các lập luận nầy, tôi thấy thương vua Gia Long hết sức. Trong Nam mình bất cứ việc gì cũng nhắc tới vua. Ông vua lấy tay bấm trái bòn bon nên bây giờ còn để lại dấu. Khi đoàn quan quân khát nước, ông vua lấy kiếm chém xuống đất, nước ngọt tự đất đá phun ra. Khi bị rượt đuổi đói khát, tự nhiên trời cho đàn cá nhẩy vô đầy thuyền, nên gọi là cá linh... Nhiều lắm, kể sao cho xiết, vua Gia Long là "chánh vì vương" mà, có trời phù hộ. Ở Phú Quốc của tôi, chỗ nào cũng có dấu vết của vua để lại, người dân lập miếu để thờ cúng quanh năm.

Trở lại chuyện Lấp Vò. Học giả Trương Vĩnh Ký đã nói như thế nào về cái quận nầy. Ông nói ngày xưa nơi đây người Miên gọi là Srôk Tak Por, người dân làm nghề truyền thống cũ, là xứ trét thuyền để chống hà ăn. Thuyền đi sông nước lâu năm bị hà ăn mục ván, phải đục bỏ cho sạch và dùng dầu chai để trét lại, để ghe thuyền dùng được lâu hơn.. Từ chữ Tak Por biến âm thành Lấp Vò.

Trong các địa danh miền Nam, tôi thấy thú vị nhứt là địa danh Cần Thơ. Nhiều học giả, ký giả viết sách giải nghĩa tại sao lại có địa danh nầy. Các vị đó cho rằng hai từ Cần Thơ là do hai chữ Cầm Thi mà ra. Cầm là đàn hát, còn Thi là thơ ca. Xứ nầy gạo trắng nước trong, cuộc sống người dân sung túc đầy đủ nên những buổi trời trong trăng sáng, người người dập dìu rong chơi trên sông nước. Họ đàn ca hát xướng, vui vẻ hưởng thụ cuộc sống phong phú, sung túc, thanh nhàn. Đó là lý do sông nầy được đặt tên là Cầm Thi Giang và đất nầy cũng trở thành đất Cần Thơ. Tôi thấy giải nghĩa như vậy có cái gì không ổn. Đâu có đơn giản như vậy dược. Cả nước Việt Nam nầy từ Bắc chí Nam sông Hương, sông Hồng, sông Đà, sông Lô, Bắc Ninh quan họ,.. chỗ nào cũng có đàn ca xướng hát trong những đêm trăng thanh gió mát, đâu phải chỉ có ở Cần Thơ? Nếu như vậy thì tên Cần Thơ chỉ có từ khi người mình định cư trên vùng đất nầy. Thiệt vậy không? Vậy trước khi người Việt mình đến, vùng nầy có ai ở chưa, và họ đã gọi tên của nó là gì?

Nơi đây từ lâu rồi, thời Thủy Chân Lạp lận, người Miên gọi vùng nầy là Srok Trey Kìn Thor có nghĩa là Xứ Của Cá Sặc Rằn.. Ở miền Nam cũng gọi loại cá nầy là cá dù tho, cá dừa tho, cá dể tho, cá lò tho.. Từ chữ Kìn Thor biến âm ra chữ Cần Thơ. Nhưng đâu phải chỉ ở đây có chữ nầy. Ở dưới miệt lục tỉnh, nhiều sông rạch tỉnh nầy tỉnh kia cũng có tên là rạch Cần Thơ vậy. Có lẽ vì loại cá sặc rằn nầy sinh sôi nẩy nở quá nhiều.

Người xưa thường lấy tên sản vật, cầm thú hoặc tôm cá đặt tên cho địa phương mình sinh sống (Đồng Nai, Trảng Bàng, Cần Thơ, như Dương Đông, Thủ Dầu Một của tôi vậy).

Brossard, QC, le 29 sep 2022

Về Một Từ Trong Bài Thơ "Qua Đèo Ngang" Của Bà Huyện Thanh Quan

Năm 1943 giáo sư Dương Quảng Hàm cho xuất bản cuốn Việt nam Văn Học Sử Yếu, trong đó có trích dẫn bài thơ Qua Đèo Ngang của bà Huyện Thanh Quan. Và kể từ đó bài thơ nầy được phổ biến rộng rãi trong chương trình bậc trung học và được làm mẫu mực thể thơ Đường luật trong các sách giáo khoa nước ta. Hầu hết các tác giả soạn sách văn học Việt Nam đều có trích dẫn bài nầy. Nguyên văn bài đó như sau:

Qua Đèo Ngang
Bước tới Đèo Ngang, bóng xế tà,
Cỏ cây chen đá, lá chen hoa.
Lom khom dưới núi, tiều vài chú,
Lác đác bên sông, chợ mấy nhà.
Nhớ nước, đau lòng, con quốc quốc,
Thương nhà mỏi miệng, cái gia gia.
Dừng chân đứng lại, trời, non, nước,
Một mảnh tình riêng, ta với ta.

Sau một thời gian có một số học giả cho rằng giáo sư đã viết sai chữ "chợ" trong câu "*Lác đác bên sông, chợ mấy nhà*" của bà Huyện Thanh Quan. Đáng lẽ ra phải là chữ "rợ mấy nhà". Các vị đó cho là ở vùng núi rừng hoang vu làm gì có chợ, chợ thì phải nhà cao cửa lớn, dân cư đông đúc. Nơi đấy có vài căn nhà tranh vách lá xiêu vẹo của dân tộc thiểu số thôi. Dùng chữ "rợ" để chỉ đồng bào Thượng mới chính xác. Và kể từ đó rất nhiều bạn đọc đã tin và nghe theo vì cho là có lý.

Tôi không nghĩ vậy. Trước hết là bài nầy của bà Huyện Thanh Quan sáng tác mang đầy tính ước lệ theo kiểu khách sáo nho gia. Các thi nhân cổ đều ảnh hưởng nền văn học Trung Hoa. Khi họ sáng tác thi ca đều bắt nguồn từ điển cố Trung Hoa cổ. Chúng ta thử đọc lại từ Đoạn Trường Tân Thanh, Chinh Phụ Ngâm Khúc, Cung Oán Ngâm Khúc... sẽ thấy rất rõ. Đừng nói chi xa, tác phẩm bất hủ của nhạc sĩ Lê Thương "Hòn Vọng Phu" ngày nay vẫn còn nhắc đến các địa danh và các chuyện bên Tàu. Huống chi bà Huyện Thanh Quan sống trọn vẹn trong cái nền văn học cổ xưa đó.

Chữ "chợ mấy nhà" nầy tôi thấy gốc gác nó từ bức họa nổi tiếng của Tống Địch trong Tiêu Tương Bát Cảnh.Đây là một đề tài quen thuộc trong văn học cổ. Hai con sông Tiêu, sông Tương hợp lưu ở huyện Linh Lăng tỉnh Hồ Nam Trung Quốc nên gọi chung là Tiêu Tương. Dọc bờ sông có rất nhiều cảnh đẹp:

瀟湘夜雨 Tiêu Tương dạ vũ (Đêm mưa ở Tiêu Tương).

洞庭秋月 Động Đình thu nguyệt (Trăng thu trên hồ Động Đình).

山市晴嵐 Sơn thị tình lam (Chợ núi lúc trời quang).

江天暮雪 Giang thiên mộ tuyết (Tuyết rơi trên sông buổi chiều).

遠浦歸帆 Viễn phố quy phàm (Thuyền buồm trở về từ bến xa).

煙寺晚鍾 Yên tự văn chung (Tiếng chuông chiều trong chùa đầy mây khói).

漁村夕照 Ngư thôn tịch chiếu (Ráng chiều rọi vào thôn chài).

平沙落雁 Bình sa lạc nhạn (Chim nhạn đáp xuống bãi cát phẳng).

Phần lớn các thi nhân xưa khi tả cảnh đều lấy Tiêu Tương Bát Cảnh nầy làm mẫu mực.

Cũng vậy câu "chợ mấy nhà" bà Huyện có xuất xứ từ cảnh "Sơn Thị Tình Lam" của Tống Địch, có nghĩa là "chợ phố núi vào lúc trời trong".

Đó là cái ký ức vang vọng (réminiscence) của nền văn học Trung Hoa trong thơ văn cổ. Chỉ có vậy thôi, bàn cao xa quá có khi không đúng. Thực tế cũng không mấy khi thấy người dân tộc thiểu số "rợ" làm nhà ở ven sông...

Brossard, QC 28-8-2022

Bàn Về Khúc Ngâm Người Tiết Phụ Đời Đường

Tôi nhớ có lần thi sĩ Borges xứ Argentina, Nam Bán Cầu viết câu thơ hay: "Tôi sanh ra ở xứ lạnh, để sưởi ấm đôi bàn tay, nên tôi làm thơ". Tứ thơ đẹp lung linh khiến người đọc giật mình nên tôi mạo muội bắt chước ý nghĩ đó - mình cũng hiện ở xứ lạnh nè, ngó qua ngó lại thì sự nghiệp công danh không có gì hết, trơ trọi một thân già, những khi trời đông lạnh, tuyết bay phơi phới trắng xóa đầy trời, thì tại sao không mượn câu thơ để gầy lò sưởi ấm. Và hôm nay tôi mượn bài Tiết Phụ Ngâm của Trương Tịch, một thi sĩ nổi tiếng thời Trung Đường, vì bài nầy cứ mỗi lần đọc là mỗi lần thấy thú vị, thâm trầm.

Tiết Phụ Ngâm
Trương Tịch(766-827 đời Đường)

Quân tri thiếp hữu phu
Tặng thiếp song minh châu,
Cảm quân triền miên ý,
Hệ tại hồng la nhu
Thiếp gia cao lâu liên uyển khởi
Lương nhân chấp kích Minh Quang lý
Tri quân dụng tâm như nhật nguyệt
Sự phu thệ nghĩ đồng sinh tử
Hoàn quân minh châu song lệ thùy
Hận bất tương phùng vị giá thì.

KHÚC NGÂM CỦA NGƯỜI THIẾU PHỤ TRINH TIẾT

Bản dịch của: Ngô Tất Tố

Chàng hay em có chồng rồi,
Yêu em chàng tặng một đôi ngọc lành.
Vấn vương những mối cảm tình,
Em đeo trong áo lót mình màu sen.
Nhà em vườn ngự kề bên,
Chồng em cầm kích trong đền Minh Quang.
Như gương, vâng biết lòng chàng,
Thờ chồng, quyết chẳng phụ phàng thề xưa.
Trả ngọc chàng, lệ như mưa,
Giận không gặp gỡ khi chưa có chồng.

Ngay từ nhan đề là hai chữ "tiết phụ" tác giả muốn khoe ngay cái ý chánh của bài thơ, không mập mờ, xa xôi, tượng trưng, bóng bẩy gì ráo trọi. Tiết phụ là người đàn bà thủ tiết thờ chồng, theo quan niệm ngàn xưa đức Khổng Tử đặt ra. Tam tòng, tứ đức là khuôn vàng thước ngọc người phụ nữ phải biết giữ mình cho trọn vẹn. "Trai thời trung hiếu làm đầu, gái thời tiết hạnh là câu trau mình". Như vậy ở phương trời Á Đông theo chế độ phụ hệ nầy, gái có chồng thì phải biết thờ chồng, nuôi con, đó là phẩm hạnh cao quí của người đàn bà, chấm hết, không cần phải nói thêm một chữ nào. Nói cho rõ hơn một chút, nếu một ngày đẹp trời nào đó trời xui đất khiến bất chợt gặp một người dưng khác họ, con nhà giàu, học giỏi, đẹp trai, nhiều cảm tình, lại cuốn hút, hào hoa phong nhã, rồi đem lòng nhớ thương, khiến trái tim nàng đập trật nhịp, thì cũng không được nghĩ nầy nghĩ kia, đầu mày cuối mặt, đi ngang về tắt, thêm bớt vẽ vời gì hết trơn. Một người đàn bà đã có chồng, không thể để phải lỗi đạo chồng con, phạm vào lễ nghi phong giáo. "Cá cắn câu biết đâu mà gỡ, chim vào lồng biết thuở nào ra".

Vào cuối thế kỷ 19 ở Việt Nam mình có bà mẹ nho sĩ Nguyễn Cao đi hái lá trong ruộng dâu, một quan huyện (hay lý trưởng gì đó) buông lời chọc ghẹo, sàm sỡ nắm lấy bàn tay. Bà cho như vậy là đã thất tiết với người chồng khuất núi, bèn lấy dao mà chặt cánh tay bị ô nhục kia. Hành động đó được mọi người xưng tụng là bậc tiết hạnh khả phong (không rõ là có được vua ban tặng hay không? Tiết phụ phải là như vậy.

Câu chuyện bắt đầu của bài Tiết Phụ Ngâm nầy là chàng đã biết rõ, và rất rõ là em đã có chồng rồi. Vậy mà vẫn khăng khăng tặng cặp minh châu để làm quà. Nếu suy nghĩ cho thấu đáo, chuyện quà cáp cho nhau không hề đơn giản. Không phải ai, cũng rán tặng cho được và cũng không phải ai cho, mình cũng nhận quà được. Phải tặng đúng người và đúng lúc, phải biết rõmục đích tặng quà là gì, cùng giá trị của món quà quí tiện như thế nào. Chuyện giao tế rất tế nhị không hề đơn giản. Vậy mà ở trường hợp nầy em đã có chồng rồi mà khi chàng tặng quà lại nhận ngay không một thắc mắc, do dự.

Ngay từ đầu, chúng ta đã thấy rõ hai người đã có tình ý với nhau. Cái chữ "quân" và "thiếp" (chàng và thiếp hay anh và em). Cách xưng hô đó chỉ dành cho vợ chồng và tình nhân, không hơn không kém. Nếu là người xa lạ, người dưng thì không thể dùng hai chữ nầy. Nét tình tứ đã lộ rõ trong cách xưng hô...

Vì đã có tình ý với nhau nên chuyện tặng quà quả nhiên là hợp lý hợp tình. Chúng ta phải xét kỹ chỗ nầy. Tuy là có tình ý nhưng là tình ý lén lút vì hoa đà có chủ, không thể công khai. Mọi chuyện phải hiểu ngầm mà không cần phải nói ra. "Nụ tầm xuân nở ra xanh biếc, Em đã có chồng anh tiếc lắm thay".

Món quà là gì đây. Một cái khăn thêu, một chiếc quạt đề thơ, một cây bút lông thỏ, hay một cặp sách như ta thường bắt gặp trong tiểu thuyết Trung Hoa? Tất cả đều không phải. Món quà nầy cực kỳ đáng giá, bất cứ ai thoáng nghe đều hết hồn. Đó là một cặp ngọc minh châu. Xã hội Tàu vào thời đại nhà Đường chỉ có giới quí tộc mới có khả năng chơi ngọc. Đám bình dân tầm thường cơm không có mà ăn, áo không có mà mặc, làm gì có được mấy thứ châu ngọc đó mà mơ ước. Như vậy chàng ở đây thuộc giới quí tộc hoặc là doanh thương giàu có. Xét thêm điểm nữa, nếu là minh châu để tặng người đẹp thì tặng một viên là sang trọng, quí phái lắm rồi, tặng chi tới những hai viên! Ý niệm âm dương hoà hợp của Trung Hoa lần nầy lộ rõ nét. Hai viên ngọc tròn vành vạnh đó cũng tượng trưng ý nghĩa chúng ta sẽ sống ân ái bên nhau có đôi có cặp suốt đời hạnh phúc. Anh chàng nầy thương yêu người ngọc đến độ vung tay không tiếc của, hào hoa phong nhã rất mực. Rõ ràng chàng muốn đạt được mục tiêu nên bất chấp giá nào, không thể thất bại được. Thấp thoáng cạnh món quà vừa có ân tình, vừa có lợi dụng riêng tư. Hình như bên trong có thêm giá cả mua bán nữa. Và cuộc tấn công ồ ạt bằng sức mạnh kim tiền đã thắng. Người đẹp đã đưa tay ra mà nhận. Bước đầu thoạt thấy chàng đã thành công. Người nào cũng vui!

Nhận ngọc rồi cất vào đâu đây cho ổn, chuyện nầy không thể người ngoài biết được. Làm sao che giấu chuyện tai vách mạch rừng. Viết tới đây tôi thiệt tình thán phục thi sĩ Trương Tịch. Thiệt tình là phục sát đất ở từng chữ từng câu. "*Cảm quân triền miên ý, Hệ tại hồng la nhu*". Khi nhận quà của người yêu xong thì nàng suy tính việc cất giữ vào đâu? Món quà nẩy không tầm thường, vừa là vật quí hiếm, vừa là ân tình thương yêu. Chỉ có thể cất vào một nơi kín đáo riêng tư, không ai biết, không ai hay. Chỗ lý tưởng nhất là trong chiếc áo lót mình bằng lụa màu hồng thơm tho, gần gũi, ấm áp. Như vậy là đôi viên ngọc thương yêu được nằm ngay trái tim ép sát lồng ngực. Ôi chao, còn chỗ nào tình tứ và kín đáo hơn nữa được.

Trong khi đó thì anh chồng tội nghiệp, đáng thương kia có hay biết gì đâu, suốt ngày cầm kích đứng gác cho ông vua ngủ ngon, quên mất cô vợ xinh đẹp, xuân sắc ở nhà trống vắng, quạnh hiu, cô độc một mình. Quên luôn anh hàng xóm lực lưỡng, đẹp trai, giàu có, phong lưu thập thò suốt ngày bên cạnh.

Tuy vậy câu chuyện tới đây bỗng nhiên đột biến. Tới cái giây phút nàng sắp sa ngã đó thì lương tri chợt tỉnh táo kêu gọi, không thể được, không thể được, mình là gái đã có chồng, hoa đà có chủ và sực nhớ lại lời thề xưa. Không thể vì giàu sang mà phụ bạc tình chồng nghĩa vợ, đã sống với nhau bao nhiêu năm đầu gối tay ấp, thương yêu chưa đủ đầy, nếu không có tình thì cũng còn có cái nghĩa. "*Thiếp gia cao lâu liên uyển khởi, lương nhân chấp kích Minh Quang lý*". Cô nàng đứng trên lầu cao chợt nhìn thấy chồng cầm kích đứng gác bên điện Quang Minh, chỉ trong một phút bèn sực tỉnh cơn mơ mà quyết định trả ngọc.

Chuyện trả ngọc tưởng là đơn giản nhưng thiệt ra không hề đơn giản chút nào. Trả ngọc tức là dứt khoát từ chối mối tình chàng đã trao. Làm sao mà nỡ. Trong cuộc đời nẩy gặp gỡ biết bao người, chỉ có chàng là người hết lòng hết dạ để tâm thương yêu mình, ngàn vàng dễ kiếm, tri kỷ khó tìm. Người ngoài làm sao cảm nhận được nỗi đau thương. Phải là người trong cuộc mới biết, lòng nào mà đành đoạn, yêu nhau mà phải xa lòng đau như đứt từng đoạn ruột. Gặp nhau đã khó xa nhau lại càng khó hơn. "*Tri quân dụng tâm như nhật nguyệt,Sự phu thệ nghĩ đồng sinh tử*" (như gương, vâng biết lòng chàng. Thờ chồng quyết chẳng phụ phàng thề xưa)

Chuyện gì cũng vậy, có bắt đầu thì ắt phải có lúc kết thúc. Làm sao mà nói, làm sao mà vui được. Phút chia tay sao mà buồn bã thê lương. "*Hoàn quân minh châu song lệ thùy*". Trả ngọc cho chàng trong hai hàng nước mắt. Tiếc ngọc hay tiếc người tình? Tiếc người tình hay tiếc ngọc? Dù như thế nào thì cũng giống nhau một chữ tiếc. Đức Phật từng đã có lần nói: "Ghét nhau mà phải gần là khổ. Thương nhau mà phải xa là khổ". Sao mà cái gì cũng khổ hết trơn. Ngậm ngùi mà bịn rịn, nắm níu mà xa, miệng thốt lên lời oán trách số phận nghiệt ngã. Cuối cùng thì thời gian lại bị đem ra mà đổ thừa. Cái câu "phải chi hồi đó" một lần nữa được lập lại trong tiếc nuối những gì đời không thực hiện được. "*Hận bất tương phùng vị giá thì*". Hận là không gặp chàng khi chưa có chồng. Chữ "*hận*" ở đây gần với nghĩa ân hận, tiếc nuối, chớ không gần với nghĩa hờn giận.

"Ba đồng một mớ trầu cay,
Sao anh không hỏi những ngày còn không,
Bây giờ em đã có chồng,
Như chim vào lồng như cá cắn câu.
Cá cắn câu biết đâu mà gỡ,
Chim vào lồng biết thuở nào ra"

Như vậy toàn bài thơ là diễn tả cuộc xung đột giữa bản năng tình dục và đức hạnh của người đàn bà có chồng với những khuôn phép xã hội quy định. Nàng đã có giây phút yếu lòng, bồng bột yêu thương. Con tim mù quáng theo sự dẫn dắt của bản năng mê say cái đẹp giàu sang danh vọng và lý trí đã can thiệp kịp thời vào phút chót. Cuộc dằng co giữa tốt xấu, thiện ác, bản năng dục vọng và phẩm hạnh khá gay go....

Có bạn đọc trách cứ nàng đã phản bội người chồng, tuy chưa sa ngã nhưng đã có ngoại tình trong tư tưởng. Tôi không trách như vậy và cực kỳ thương xót cho nàng, ai ai cũng có những giây phút yếu lòng... Ông trời sanh con người có trái tim tuy lớn nhỏ khác nhau. Nếu có trách thì trách trái tim tại sao lại rung động nhịp nhàng trước cái đẹp. Mà trái tim nào cũng đâu phải có một ngăn, nó có nhiều ngăn mà. Nó đập theo nhịp của nó, mình không phải là nó thì làm sao hiểu được cái gì mà nói nầy nói kia...

Trong nền văn học Trung Hoa mấy ngàn năm, các tác phẩm thơ văn hầu như tất cả đều vô khuôn phép mẫu mực của lễ giáo tiết nghĩa. Hiếm khi bắt gặp những tác phẩm đề cao bản năng con người. Mà con người thì trời sanh có ba đời sống. Đời sống vật chất, đời sống tinh thần, và đời sống tình cảm gồm có tình dục. Tác phẩm bàn về bản năng tình dục tuy cũng có nhưng rất hiếm hoi. Và nàng tiết phụ trong bài nầy đã nói lên được cái ước muốn thầm kín của bản năng tình dục đó, tuy nhiên cuối cùng cũng đầu hàng trước lễ giáo của xã hội.

Mà quả đúng như vậy, CON NGƯỜI là sản phẩm của xã hội mà.

Brossard, Quebec 2018-11-26

Đọc Lại Sự Tích Táo Quân Một Bà Hai Ông

Nhiều khi tôi lẩn thẩn tự hỏi, chuyện ngàn năm trước và ngàn năm sau có khác gì nhau không? Suy đi nghĩ lại thì thấy chuyện đời xưa có lẽ cũng giống y như nay. Đó là lý do tại sao lại có bài viết nầy. Một buổi tình cờ đọc lại sự tích ông Táo, bà Táo trong kho tàng cổ tích nước nhà, thấy có nhiều chuyện vui. Số là bà Táo có hai ông chồng. Cũng lạ thiệt, thời xưa xứ mình hiếm thấy, ngược lại, một ông hai ba bà thì có nhiều.

Trong cuốn vidéo Paris By Night số 76 hải ngoại, nói về Phong Tục Ngày Tết, có nhắc câu ca dao "Thế gian một vợ một chồng, vợ chồng nhà Táo hai ông một bà". Cô điều khiển chương trình xinh đẹp có vẻ khoái chí vụ nầy nên hỏi tới hỏi lui vị đồng nghiệp và được trả lời bằng chuyện cổ tích ông Táo bà Táo, nhưng vị nầy không nói thêm nguyên ủy tại sao người xưa đặt ra câu chuyện cổ tích ly kỳ éo le như vậy.

Lan man một kỷ niệm nhỏ, ngày trước lúc học môn Xã Hội Học (Sociologie) với giáo sư Bửu Lịch, tôi còn nhớ rất rõ, giáo sư đã giảng giải rằng trên thế giới nầy, chế độ đa thê hợp lý hơn đơn thê vì người đàn bà lúc nào cũng nhiều và sống lâu hơn đàn ông. Nếu như xã hội quy định một vợ một chồng thì số phụ nữ thặng dư ra đó sẽ như thế nào? Đời sống kinh tế, đời sống tinh thần, đời sống tình cảm, tình dục họ có an toàn và hạnh phúc khi phải sống trơ trọi một mình, không chồng không con? Các bạn cũng nên nhớ người Thiên Chúa Giáo thì chủ trương đơn thê. Trong Thánh Kinh đã nói "điều gì Chúa đã kết hợp thì con người không thể chia lìa". Như vậy một người đàn ông chỉ có thể kết hợp với một người đàn bà, chớ kết hợp với hai, ba, người nữa, đâu có được hoặc ngược lại. Chỉ bao nhiêu đó mà tôi rất khoái giáo sư Bửu Lịch và nhớ mãi chuyện giáo sư khen ngợi chế độ đa thê... Chuyện lâu quá rồi, trí nhớ hao hụt, không biết điều tôi ghi ra đây có gì sai sót không?

Hình như tôi đã lạc đề. Ở đây câu chuyện bà Táo đâu có đa phu. Bà Táo bị chồng vũ phu say rượu đánh đập tàn nhẫn, chịu đựng không nổi, bỏ nhà ra đi kể như là đã ly thân rồi. Sau đó gặp người thợ săn chăm sóc, thương yêu nên bà bước thêm bước nữa. Chuyện hợp lý hết sức, chớ đâu phải ngoại tình hay phản bội gì người chồng cũ. Khi người chồng cũ sa sút tới nhà ăn xin, bà đã xót thương không nhớ tới mối hận xưa mà đã giúp cho thức ăn và tiền bạc. Người chồng thợ săn thấy vậy đâm ghen tuông. Bị oan ức mà không phân trần được, bà nhảy vào lửa tự tử. Người chồng cũ ân hận về chuyện mình đã gây nên đến đỗi vợ phải chết nên đã nhảy vào lửa chết theo. Người thợ săn sau khi biết hết sự tình, đâm hối hận vì chuyện mình gây ra, anh cũng bèn cũng nhảy vào đống lửa để chết theo vợ.

Suy nghĩ cho cùng, cả ba đều là người tốt, sống có tình có nghĩa. Xui là họ vướng phải một thảm kịch gia đình vì hiểu lầm nhau, chỉ có thể lấy cái chết để giải oan được mà thôi. Đó là lý do tại sao Ngọc Hoàng thương tình mà phong chức Táo Quân cho vợ chồng họ. Câu chuyện như một vở bi kịch có hậu như đa số các chuyện cổ tích nước ta.

Cái mà tôi muốn nói là tại sao người ta dựng chuyện vua bếp bằng câu chuyện một bà hai ông.

Nền văn hóa cổ xưa tất cả đều được căn cứ vào triết lý Kinh Dịch. Đó là bộ kinh chi phối tất cả mọi sinh hoạt đời sống con người vùng Đông Nam Á. Nó là một trong "Ngũ Kinh" của Trung Hoa, là một hệ thống tư tưởng triết học của người Á Đông cổ đại. Kinh Dịch được hình thành lúc con người chưa có chữ viết. Các bậc hiền triết cổ đại lúc sơ khai đã lưu lại những ký hiệu tượng trưng cho thế giới và nhân sinh bằng các vạch liền và vạch đứt trên mai rùa hoặc thẻ tre, thời chưa có giấy và viết. Vạch liền tượng trưng cho hào Dương. Vạch đứt tượng trưng cho hào Âm. Hai yếu tố căn bản Âm Dương tạo ra thế giới vật chất nầy. Để diễn tả một yếu tố họ gọi là một quẻ. Quẻ tiếng Hán Việt là Quái. Ban đầu Quái nghĩa là cái thẻ tre để xem bói. Cái thẻ tre được treo lên để làm biểu tượng cho một yếu tố, mỗi yếu tố được vẽ thành ba vạch.

Chỉ có Trời (Quẻ Càn) là thuần dương nên vẽ ba vạch liền và Đất (Quẻ Khôn) là thuần Âm, gồm ba vạch đứt. Ngoài ra các sự vật khác trong Âm có Dương và trong Dương có Âm. Trong trời đất nầy có tất cả là tám yếu tố cấu thành, cho nên có Bát Quái kể ra như sau:

八卦 Bát Quái
乾 Càn
☰
兌 Đoài
☱
離 Ly
☲
震
Chấn

☴
巽 Tốn
☵
坎 Khảm
☶
艮 Cấn
☷
坤
Khôn
☷
Thiên/Trời
TrạchĐầm/Ao
Hỏa/Lửa
Lôi/Sấm Sét
Phong/Gió
Thủy/Nước
Sơn/Núi
Địa/Đất

Nói dài dòng như vậy để hiểu tại sao người xưa đặt ra chuyện cổ tích Táo Quân là một bà có hai ông chồng. Vua bếp rõ ràng thuộc hành Hỏa. Trong Bát Quái quẻ Ly thuộc hành Hỏa (Lửa, màu đỏ, phương Nam). Như vậy bếp lửa thuộc quẻ Ly. Trong nhà, bếp là nơi quan trọng nhất, nơi nấu nướng thức ăn cho cả gia đình. Không thể gọi là nhà hay gia đình mà không có bếp được.

Như vậy chúng ta đã thấy ý tứ của cổ nhân khi đặt ra hình ảnh của Vua Bếp là hai ông một bà. Quẻ Ly gồm ba vạch, hai vạch liền bên ngoài và một vạch đứt ở giữa. Như vậy là hai hào Dương bên ngoài và một hào Âm bên trong. Hai hào Dương bên ngoài là tượng trưng cho hai người đàn ông và hào Âm ở giữa là một người đàn bà trong gia đình.

Từ căn nguyên Dịch lý đó chúng ta có chuyện cổ tích bà Táo có tới hai chồng.

TB: về vũ trụ quan Kinh Dịch:

Quẻ Ly thuộc hành Hỏa, màu đỏ, thuộc phương Nam, tượng trưng văn minh, sáng sủa. Đó là lý do lá quốc kỳ đầu tiên đất nước Việt Nam thời chánh phủ Trần Trọng Kim hình Quẻ Ly (hai vạch liền bên ngoài và một vạch đứt bên trong) trong nền màu vàng (màu vàng thuộc hành Thổ). Lấy ý là hành Hỏa sanh Thổ.

Về sau quốc kỳ VN được sửa đổi lại không còn vạch đứt bên trong nữa mà gồm ba vạch liền. Đó là Quẻ Càn (thuộc Kim) lấy ý là Thổ sanh Kim.

Quẻ Ly đóng ở cung Ngọ trên địa bàn Thập Nhị Chi, thuộc phương Nam. Đó là lý do cổng Hoàng Thành Huế được đặt tên là cửa Ngọ Môn (cổng hướng Nam).

Brossard QC 1 sept 2022

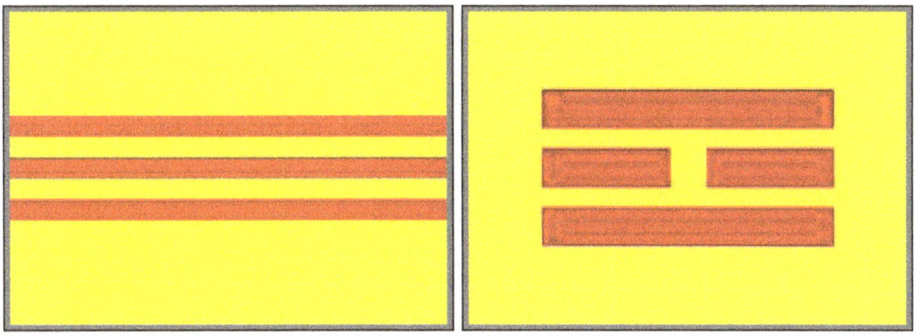

Luân Hoán, Một Đời Thơ

Kính thưa quí quan khách, quí thân hữu, cùng quí văn hữu,

Trưa nay tôi được hân hạnh gặp gỡ quí vị trong hội trường to lớn đẹp đẽ nầy, tôi được ban tổ chức sắp xếp để trình bày cùng quí vị vài nhận định về tập sách Luân Hoán "Một Đời Thơ" vừa được xuất bản. Hồi nãy nhà văn Trà Lũ đã hết sức duyên dáng giới thiệu quyển Phiếm của nhà văn Song Thao, cũng vừa mới xuất bản. Tôi say mê theo dõi và tự hỏi, tại sao nhà văn Trà Lũ lại nói hay đến như vậy? Câu trả lời khá dễ dàng, Song Thao viết truyện phiếm từ lâu ở Montréal, tay nghề lão luyện, đọc rất đã, Trà Lũ cũng là tay viết truyện phiếm rất cừ khôi, ở Toronto nầy. Hai cái 'rất' đó gặp nhau, thì tôi và quí vị nghe không mê man sao được.

Hỏi xong rồi giựt mình, phần tôi và nhà thơ Luân Hoán ra sao. Trời đất! ban tổ chức sắp xếp có lộn không, sao mà tréo ngoe vậy? Từ hồi nào tới giờ, tôi chưa hề làm được một câu thơ, nói thiệt, đừng nói chi làm được tới một bài thơ. Không biết thơ là gì mà lại dám nói về thi sĩ, thì có lạ không? Có lẽ biết tôi và thi sĩ có quen nhau, cùng tuổi tác, cùng cư ngụ chung một thành phố, nên ban tổ chức mời chăng?

Thôi, được mời là cũng đủ vui rồi, dại gì mà thắc mắc, thi sĩ Bùi Giáng cũng đã từng nói - vui thôi mà! Tôi cũng vì "vui thôi mà", nên nhận đại, nhớ có hỏi thêm ban tổ chức - tôi sẽ nói gì về tập sách mới in của Luân Hoán. Được ông đại diện ban tổ chức Đoàn Phế trả lời ngon lành - xứ nầy là xứ tự do, anh muốn nói gì thì nói.

Được lời như mở tấc lòng, tôi bèn bắt chước cách viết chuyện phiếm của hai nhà văn Trà Lũ và Song Thao mà nói lên cảm tưởng khi đọc xong tập sách mới in của nhà thơ Luân Hoán để hầu quí vị.

Nhận tập sách biếu đẹp đẽ trong tay tôi thấy khá nặng, quyển sách trông bề thế, được in ấn trang nhã mỹ thuật, không kể các trang lót và chiếc bìa cứng, đã tới 604 trang đầy chữ rồi. Hai bìa đều có hình nhà thơ, mặt mày tươi rói. Bìa trước thì bạn hiền cười mỉm, bìa lưng thì bạn hiền cười thoải mái. Tôi dẹp hết công việc, bỏ ra trọn một ngày ròng, đọc tập sách từ sáng cho tới chiều, từ chiều đọc tới khuya và rán đọc nhanh cho tới hết. Đọc xong xếp sách lại, suy nghĩ tới, suy nghĩ lui, mới chợt thấy ông Đoàn Phế thiệt khéo léo và tinh tường.

Cuốn sách thoạt nhìn tưởng là thơ mà hổng phải thơ, tưởng của một người mà của nhiều người. Thơ đã biến thành văn. Một tác giả thành 68 tác giả, 68 tác giả viết về một tác giả. Người được bạn bè thương mến nhắc tới gần 600 trang sách, đó là thi sĩ Luân Hoán. Ngộ ghê chưa. Nó là cuốn sách viết bằng văn xuôi rõ ràng, ai cũng hiểu được, ai nói cũng được đâu cần phải là nhà thơ hay thi sĩ. Vậy là tôi yên tâm, vừa bụng và hết áy náy. Nó là tập hợp những bài viết về Luân Hoán của 68 anh em văn nghệ sĩ, những người quen biết, có kỷ niệm nhiều ít với thi sĩ!

Trước hết tôi nói về các người viết. Mỗi bài mỗi vẻ, mỗi sắc thái, bài nào cũng đặc biệt. Khi đọc từng tác giả, tôi vừa thấy hình dáng Luân Hoán hiện ra, vừa thấy luôn con người của tác giả bài viết. Cả hai chủ và khách chuyện trò, giao tiếp, thù tạc trong một khoảng thời gian, không gian gần gũi nào đó, có lâu có mau. Văn tức là người mà. Ước chi tôi có nhiều thì giờ, tôi sẽ nhẩn nhơ tỉ mỉ giới thiệu từng người viết một để quí vị thấy được nét đặc biệt từng người nhưng mà thời gian trưa nay được ban tổ chức tính từng phút nên tôi phải làm cuộc lựa chọn tượng trưng. Tuy nói là lựa chọn, không phải là đánh giá người viết, mà lựa chọn vài nét tiêu biểu con người thi sĩ Luân Hoán để mong giới thiệu hầu quí vị.

Tất cả gồm 68 vị văn sĩ, thi sĩ, họa sĩ, nhạc sĩ, sử gia, ký giả, điêu khắc gia, giáo sư, học giả và đặc biệt có một vị là hàng xóm, tiếc quá không thấy ghi nghề nghiệp, viết một bài rất hay và cái tựa chữ dùng rất khéo: "Luân Hoán, nhìn từ bên hông". Mới đọc tưởng là ông nhìn Luân Hoán từ bên sườn, nhè đâu bên hông là bên hông nhà. Tác giả bài viết, ông Nguyễn Quốc Tường, sanh năm 1948 tại Hà Nội, có tấm lòng quí mến văn chương, ái mộ trân trọng nhứt là yêu mến thi sĩ, có những kỷ niệm với nhà thơ khi cư ngụ chung xóm.

Ông viết: "Trên đường đi, chúng tôi cứ thắc mắc, chẳng lẽ Luân Hoán lại là cái ông lầm lì, khó ưa ở ngay từng dưới, ông ta trẻ trung như thế sao có cô con gái lớn vậy. Tôi hy vọng một ngày nào đó được thấy anh Luân Hoán uống rượu say sưa, ôm vầng trăng nhào vô đống tuyết trước cửa nhà đánh một giấc cho tới sáng! Tôi tưởng tượng đến những nàng thơ ái mộ anh, cứ đến bấm chuông gọi cửa liên tục, làm phiền lòng nàng thơ thứ thiệt đang ở ngay cạnh anh, khiến nàng nổi cơn tam bành, xuất chiêu sư tử Hà Đông". Viết xong, tác giả tự điều chỉnh ngay: "Sự tưởng tượng của tôi mãi rồi cũng chỉ là tưởng tượng, không có gì xảy ra hết. Luân Hoán là một người bạn dễ chịu, cởi mở, không lầm lì, khó ưa tí nào. Cách sinh hoạt của anh còn điều độ, nghiêm chỉnh hơn tôi nhiều. Ngoài tài làm thơ, anh còn có tài nuôi cá, nuôi chim."

Bây giờ, tôi tin rằng ông Nguyễn Quốc Tường đã hiểu rõ người bạn hàng xóm của mình. Thi sĩ Luân Hoán chỉ nhận thơ qua địa chỉ khác và e-mail các người đẹp ái mộ, dấu kín mít làm sao chị Lý biết. Vợ trong nhà đã không biết thì làm sao tôi và ông biết được. Nhà văn Hồ Đình Nghiêm đã có lần viết cách nuôi chim và chơi chim của Luân Hoán. Hình như nhà văn kể tên còn thiếu một loài chim quí mà cả đời thi sĩ yêu thích, say mê. Ông Tường ơi, anh Luân Hoán không thèm ôm trăng đâu mà chỉ thích ôm cái khác, tôi không dám nói ra cho ông nghe! Qua đây, tôi cũng xin mạn phép tưởng tượng về tác giả Nguyễn Quốc Tường, tuy không ghi nghề nghiệp nhưng qua bài viết, tôi đoán ông đã từng viết văn, hoặc có dịp sinh hoạt văn chương và là một người viết văn có tài.

Lần giở những trang kế, tôi thấy một bài của nhà thơ tài hoa Phan Ni Tấn. Nhà thơ Phan Ni Tấn và Luân Hoán quen thân nhau trên hai mươi năm rồi còn gì. Nhà thơ mà gặp nhà thơ thì, nói theo nhà văn Trà Lũ, là vui quá sức lẽ mình. Nhưng thi sĩ Phan Ni Tấn nhận xét về chị Luân Hoán nhiều hơn: "Chị, dáng người thon thả, nhẹ nhàng, nét mặt hiền hòa, tánh tình mộc mạc, dễ thương. Nhưng cái dễ mến và dễ nhớ nhất ở chị vẫn là cái giọng Quảng trọ trẹ, nằng nặng, chậm rãi và hiền khô. Lạ một điều là lâu nay tôi quen bất cứ người bạn Quảng Nam Đà Nẵng nào thì dường như cái giọng đặc trưng của họ chẳng đổi khác bao giờ. Có trôi giạt xa quê hương nghìn trùng, theo thời gian đời sống có đổi có thay, có trầm có bổng, nhưng cái hồn quê xanh ngát kia cũng có cái giọng nằng nặng, âm hưởng riêng biệt kia, vẫn cứ thủy chung như nhất. Không riêng gì tôi, hễ ai có dịp tiếp xúc với chị Lý cũng đều cảm mến cái tính hiền lành, hoà nhã của chị". Nhà thơ viết tiếp: "Nhìn hai vai mảnh khảnh của chị gánh chịu hết nắng mưa cuộc đời, tôi liên tưởng đến hình ảnh cái cò trong thơ Trần Tế Xương: *quanh năm buôn bán ở mom sông, nuôi đủ năm con với một chồng*. Có lẽ đây cũng là một trong những mạch nguồn để người bạn đời được đặc biệt ngợi ca trong cõi thơ Luân Hoán - *trộn chút tình ta vào bột giặt, vò nhẹ nhàng bởi sợ em đau, vải còn đượm mùi thịt da em ngát, tay bùi ngùi như đang vuốt ve nhau*. Bài thơ Giặt Áo Quần Cho Vợ trong tập Ngơ Ngác Cõi Người là một bài thơ hay và cảm động. Hay vì sự cảm xúc chân thật, đặc biệt trong ngôn ngữ và hình tượng. Ngay câu mở đầu đã thấy hay: *trộn chút tình ta vào bột giặt, vò nhẹ nhàng bởi sợ em đau*. Chỉ vò tấm vải thôi mà cũng lo sợ em đau thì quả là thương người bạn vàng hết ý."

Tôi đọc ngang qua đây, bâng khuâng tự hỏi, không biết thi sĩ Phan Ni Tấn viết cho bạn mình hay tự viết cho mình? Nhà thơ Luân Hoán giặt quần áo cho vợ thì chắc gì nhà thơ Phan Ni Tấn không bửa củi, giăng mùng, gánh nước giúp vợ sao? Chỉ có khác nhau là kẻ khoe, người dấu. Chị Lý Phước Ninh tần tảo, chị Khiếm Rạch Giá, sớm hôm dãi dầu, có khác gì nhau. Sao mà hai bạn có hai bà vợ hao hao giống nhau, hiền lành dễ thương giống nhau, lo cho chồng cho con giống nhau. Còn gì nữa, cùng có trái tim nghệ sĩ giống nhau, không ham mê bằng cấp với hột xoàn, vui với cái vui của chồng, buồn với cái buồn của chồng. Người mình từng nói về mẫu người vợ hiền ngày trước như vậy. Mà vợ hiền là phải như vậy. Hai bạn quả là có phước, kiếp trước chắc tu hành đúng chín kiếp, chưa hề phạm giới lần nào.

Người bạn đời của nhà thơ thì như vậy, còn thi sĩ thì sao? Tôi khá tò mò và trông chờ một mẩu chuyện phiếm quen thuộc. Tại sao chưa đọc Song Thao? Đọc xong "Luân Hoán Thường Ngày" tôi sướng quá, như thấy con người thi sĩ Luân Hoán rõ nét. Song Thao viết chuyện phiếm thì không chê vào đâu được.

Viết phiếm là nghề ruột của chàng mà. Chỉ mới đoạn đầu: "Luân Hoán hả, có gì lạ không? - Có gì lạ đâu! - Tác Giả Việt Nam tới đâu rồi? - Thì cũng vậy vậy thôi. - Có làm thêm được ai không? - Không, mấy hôm nay lười biếng quá. - Rồi chừng nào mới xong? -Lúc nào xong thì xong. - Cố làm cho xong đi cha nội! - Ờ thì làm chứ!"

Câu "có làm thêm được ai không", có nghĩa là có thêm được một tác giả nào trong website Tác giả Việt Nam của Luân Hoán hay không? Xin quí vị và các bạn đừng hiểu lầm chữ 'làm'.

Rồi tới đoạn chuyện thi sĩ nuôi chim: "- Nầy, anh có nuôi chim không? Mang con chim của tôi về mà nuôi. - Sao vậy? Con chim đó hót hay lắm mà. -Thì hót hay chứ sao? Mà còn hót suốt ngày nữa chứ, dễ thương lắm. - Vậy sao anh không nuôi nữa? - Lười biếng quá, anh ơi! - Dân nuôi chim từ Đà Nẵng tới Montréal mà bây giờ sao lại chán chim rồi? - Nuôi nó bận quá! - Thế còn cá thì sao? - Cá thì vẫn nuôi, nhưng nuôi ít thôi! - Tưởng anh chán cả chim lẫn cá! Này, nhưng chim và cá cơ hữu vẫn còn trong nhà chứ? - (cười) Thứ đó thì đâu có bỏ được. Vừa thôi chứ, cha nội!"

Câu chuyện bâng quơ, đối đáp hằng ngày của hai người bạn thân. Nếu chúng ta để ý thì thấy câu hỏi ngắn và câu trả lời còn ngắn hơn. Mà chớ có tưởng lầm hai người không biết nói chuyện. Một vị là nhà văn lớn, một vị là thi sĩ lớn đó. Nghề của hai vị là nghề sử dụng ngôn ngữ đến độ nhuần nhuyễn. Cách nói chuyện là lạ như vậy, không giống những câu chuyện chúng ta nói hằng ngày.

Ngàn năm trước đức Khổng Tử đã nhận xét "quân tử đàm giao đạm nhược thủy". Người hỏi, người đáp, câu chuyện thiệt tình lạt như nước lạnh. Tình cảm thương mến nhau họ dấu trong trái tim, cần lắm thì mới nói vài tiếng, còn ra thì im lặng. Im lặng mới là vàng mà, còn nói ra là bạc đó. Vị nào ưa nói và nói nhiều thì có ngày sẽ bị khánh tận cho coi.

Để hiểu rõ hơn nếp sinh hoạt của thi sĩ, tôi xin trích dẫn câu hỏi của nhà báo Nguyễn Mạnh Trinh. "Một ngày của thi sĩ Luân Hoán? - Một ngày của tôi hoàn toàn không giống nhau. Sự thay đổi và khác biệt tùy thuộc vào nhiều yếu tố: thời tiết/ tình cảm gia đình/ giao dịch với người chung quanh/ những cao hứng bất ngờ, vân vân... Nhiều khi sau khi mở hộp thư đã thay đổi toàn bộ chương tình đã dự tính. Dù sao tôi cũng có điểm nầy gần như cố định: ngày nào tôi cũng bỏ ít nhứt 10 phút để ngó trời, ngó đất, nhìn thiên hạ đi đường, tôi vốn sợ cô đơn."

Tôi xin phép được xen vô chỗ nầy - nhân danh bạn nhà thơ, quen biết trên hai mươi năm, tôi dám nói là thi sĩ nói lộn rồi, thời gian ngó trời, ngó đất và... ngó đẩm của thi sĩ không phải tính bằng 'phút' mà phải tính bằng 'giờ'. Có rất nhiều bài tôi muốn nhắc, có rất nhiều điều muốn nói nhưng thời gian không còn nhiều nên tôi phải nói lẹ đến người bạn ở phương xa Boston. Nếu không nhắc đến bài 'Tán Gẫu Về Một Người Làm Thơ' là một sự thiếu sót lớn.

Nhà văn Lâm Chương đã viết về Luân Hoán như vầy: "Cao Thoại Châu giới thiệu một anh chàng rụt rè như con gái, bảo đấy là nhà thơ Luân Hoán. Tôi hơi ngỡ ngàng trước một Luân Hoán hoàn toàn khác với tưởng tượng của tôi. Thời gian đã xa lắm rồi, tôi không nhớ chúng tôi đã nói những gì trong lần gặp đó. Vài lần sau, tôi đến chơi với người bạn cùng đại đội với Luân Hoán. Thấy tôi, anh mỉm cười thay thế một lời chào. Chỉ vậy thôi, không quấn quít ba hoa chích choè. Cuối tuần anh em văn nghệ hay lên phòng chiến tranh chính trị họp bàn về tờ nguyệt san Bộ Binh Thủ Đức. Luân Hoán ít khi xuất hiện ở đây. Tôi ham vui, cũng léng phéng tới chơi nhưng không biết nói gì, nên ra đứng ngoài hiên hút thuốc". Chỉ mới vài dòng tôi đã thấy rõ được con người Lâm Chương.

Lâm Chương mới gặp Luân Hoán lần đầu và phê ngay "anh chàng rụt rè như con gái". Ba chữ 'bảo đấy là' có vẻ cười cợt, mỉa mai. Tôi có dịp ở nhà Lâm Chương vài ngày, đi chơi vơi bạn vài lần, hễ vắng mặt bạn, muốn kiếm, thì chỉ việc chạy ra ngoài, thế nào cũng thấy bạn hút thuốc bên tường. Lâm Chương hút thuốc đến nỗi vàng mấy ngón tay. Tôi tạm kết luận, hễ muốn viết văn hay như Lâm Chương thì phải tập hút thuốc cho nhiều.

"Tôi cũng có một thời mon men muốn ngồi vào chiếc chiếu dành cho các nhà thơ. Hằng đêm mất ngủ, bóp trán làm thơ. Có lúc gần đạt được danh hiệu thi sĩ, nhưng cuối cùng đành bỏ cuộc. Làm thơ thật vô cùng vất vả, phải kiên trì lắm mới làm được một bài thơ cho ra hồn. Tôi vốn ù lì, cục mịch, thiếu tính kiên nhẫn, lại không có năng khiếu đặc biệt về thơ thì làm sao có thể ngồi chung chiếu với những bậc thầy của chữ nghĩa mà tác phẩm của họ là tinh túy của ngôn ngữ? Biết mình không thể làm thi sĩ, tôi chọn làm chiến sĩ. Danh phận nào cũng có chữ sĩ đi kèm cũng tốt. Mười năm lăn lóc chiến trường, đạn không bén đến da tôi. Có thể tôi gặp thằng xạ thủ bắn tồi, cũng có thể tôi né đạn giỏi.. Nhiều người bảo tôi phần số may mắn. Tôi bảo không phải vậy. Và đọc thơ Nguyễn Du - xưa nay nhân định thắng thiên cũng nhiều. Bởi không làm thi sĩ nên khi qua những làng mạc, tôi biết đề phòng du kích bắn sẻ. Bởi không làm thi sĩ nên khi vào những khu rừng hắc ám, tôi biết đặt mình trong tư thế sẵn sàng nổ súng vào bất cứ con gì nhúc nhích trước mặt (bắn chậm thì chết). Bởi không làm thi sĩ nên khi đi trên những con đường mòn, tôi biết quan sát mìn bẫy và coi chừng bị phục kích. Bởi không làm thi sĩ nên khi vượt qua một chiếc cầu, tôi biết làm sao để tránh bị làm bia bắn. Tóm lại bởi không làm thi sĩ nên khi đi giữa làn tên mũi đạn, tôi không hề mơ mộng viển vông. Còn Luân Hoán thì sao? Hỏi tức là trả lời. Khó mà kiêm luôn một lúc hai cái danh hiệu có chữ sĩ đi kèm mà bản chất hoàn toàn đối nghịch nhau. Thi sĩ là người làm đẹp cuộc đời bằng thơ. Chiến sĩ là kẻ xung sát hủy diệt sự sống, làm cuộc đời vốn đã đau khổ càng thêm đẫm máu. Luân Hoán thuộc dạng thứ nhứt, tôi thuộc dạng thứ hai."

Những dòng cuối cùng Lâm Chương viết bằng trái tim xúc động chân thành: "Chúng ta đã đi qua một thời kỳ khủng khiếp, nhìn lại mới biết ớn lạnh. Một đoạn đường gai lửa, tử thần rình rập theo mỗi bước chân. Vậy mà ta xách súng đi lơ ngơ như đi bắn chim. Hành quân vào rừng như đi picnic. Nhởn nhơ trên chiến trường như chốn rong chơi. Tàn cuộc, ta vẫn còn sống. Lạ thật! Tuổi đời càng cao, đời người càng lún xuống. Đất đã lên tới ngực rồi nhưng với nền y khoa tân tiến bây giờ, bọn mình còn lâu mới bắt đầu xây kim tỉnh. Và ông Bùi Giáng cũng còn lâu mới gặp lại bọn mình. Hãy làm thơ, làm thơ và làm thơ nữa đi, Luân Hoán ơi!"

Qua đó chúng ta thấy được bóng dáng nhà văn Lâm Chương. Đó là một mẫu đàn ông hùng mạnh, ngang tàng, hơi 'lựu đạn' một chút và cực kỳ thông minh, tinh tế, hèn chi nét văn thật sắc bén, phóng túng, khi viết ngòi bút anh tung hoành y như khi cầm súng lâm trận, lúc nào cũng sẵn sàng đối diện kẻ thù, xung quanh lửa đạn bời bời... Nhờ vào cái bản sắc đó câu văn của Lâm Chương như có lửa. Tiếc quá, Lâm Chương chỉ mới là nhà văn lớn, chứ chưa đạt được danh hiệu thi sĩ. Thế mới biết, làm thơ khó hơn viết văn. Dù sao thì nhà văn Lâm Chương cũng 'xém' được làm thi sĩ, còn biết bao nhiêu người muốn cái chữ 'xém' đó, dầu cho đứng gần thi sĩ Luân Hoán trên hai mươi năm, như tôi đây, cũng còn chưa được.

* * *

Để kết luận chúng ta thấy được gì sau khi đọc xong quyển sách quí. Trước mắt là thi sĩ Luân Hoán thật hiền lành, dễ thương, đa tài, đa tình, đầy nghệ sĩ tính và trọn đời đam mê thi ca. Thi sĩ đã sống, mê thơ, yêu thơ và làm thơ không ngừng nghỉ, làm thơ như món nợ đời phải trả, không, làm thơ như một thú vui từ kiếp nào xa xăm lắm. Đi hành quân mà như đi cắm trại, nằm trên mìn bẫy mà cứ tưởng là nằm trên thảm cỏ lót đầy hoa. Mộng mà như thực, thực mà như mộng. Sống trọn vẹn bằng trái tim đam mê như vậy tôi cho là một cuộc sống đẹp đúng nghĩa. Tính toán nhiều quá khiến cuộc sống đâm ra mất vui.

Ngàn năm trước Lý Bạch đã từng thốt: "*nhân sinh đắc ý tu tận hoan, mạc sử kim tôn không đối nguyệt*", bởi vì đời người chỉ có trăm năm, khi đắc ý nên tận hưởng những gì yêu thích. Nhà thơ Luân Hoán thiệt là thông minh, thiệt là biết hưởng hạnh phúc trời cho.

Điểm nhận xét thứ hai là nhờ có 68 tác giả tài hoa đóng góp bài vở mới hoàn thành được quyển sách quí nầy. Mỗi người hiện diện như một người bạn, thân yêu, quen thuộc, thương mến, hãnh diện, sung sướng khi nói về người bạn thi sĩ, bằng những lời lẽ trong sáng nhứt, đẹp đẽ nhứt, chân thành nhứt. Mỗi người mỗi vẻ, không ai giống ai, vì mỗi tác giả hoặc tiếp xúc, giao thiệp hoặc chỉ nghe danh, tham dự vào đời thi sĩ một giai đoạn, có ngắn, có dài, mà viết lên những kỷ niệm bên nhau vui có, buồn có, gian truân có, thơ mộng có. Kỷ niệm thì bao giờ cũng đẹp. Thời gian rồi sẽ qua đi nhưng tình cảm thương mến quí trọng nhau sẽ ở lại, mãi mãi.

Tìm hiểu lý do tại sao nhà thơ Luân Hoán lại có nhiều bạn quí như thế, trong khi ông rất ít nói, khá kém trong việc xã giao hằng ngày. Điểm chánh yếu là Luân Hoán tham dự vào cái thế giới thơ văn không hề có ý niệm hơn thua, tranh giành, không hề để ý tới lợi danh. Khi anh giao tiếp với bạn bè, đối đãi nhau bằng tình cảm trân quí, nhứt là cùng sở thích văn chương nghệ thuật. Tìm được bạn, người hiểu được mình và yêu thương mình, cùng sở thích, trong cõi đời nầy có phải chuyện dễ? Không phải đâu. Khó lắm, quí vị thử ngó lại coi cung Nô Bộc trong lá số Tử Vi của mình.

Tóm lại nếu muốn hiểu về quan niệm đời sống thi sĩ thì dễ quá, chúng ta đọc lại bài viết của nhà văn Song Thao, đã ghi trung thực trong cuộc phỏng vấn thi sĩ Luân Hoán, được chính thi sĩ trả lời: “Thôi đi cha nội. Vui chơi mà. Chơi cho đến nơi đến chốn chớ”.

Muốn chơi theo kiểu Luân Hoán, thưa quí vị và các bạn, thiệt là khó, đếm đi đếm lại cho kỹ, thời nầy có được bao nhiêu người đâu.

Thành thật cám ơn quí vị và quí bạn.

VÕ KỲ ĐIỀN

(Bài nói chuyện buổi ra mắt sách của Song Thao và Luân Hoán tại Toronto ngày 19 june 2005 tại Hội Trường Noel Ryan Hall / Mississauga, Ontario do Hope for Kids tổ chức)

Từ Chuyện Hoa Tới Chuyện Cá

Mùa hè năm nay chợt đến hồi nào không hay. Thi sĩ Hoàng Xuân Sơn ở Laval Sainte-Dorothée nhìn ra sân thấy hoa vàng mấy độ, trải dài bãi nọ bờ kia, làm bài thơ vịnh hoa bồ công anh vừa mới nở đầy vườn nhà, tuy ở Québec nhưng thi sĩ dùng tiếng Anh để gọi hoa nầy. Đó là Hoa Nanh Sư Tử (Dandelion -dịch theo âm Pháp -dent de lion). Bồ công anh có rất nhiều công dụng, vừa là hoa, vừa là thức ăn vừa là vị thuốc quí. Có nhiều xứ, người ta trồng nó thành những đồn điền lớn, khai thác trong các kỹ nghệ thực phẩm, dược phẩm...(làm rau, làm trà, làm thuốc chữa bệnh.)

Tôi cũng vừa đọc xong Chuyện Con Cá Cháy của bạn Lưu Khâm Hưng trên facebook, thích thú lắm. Từ chuyện hoa nhảy sang chuyện cá, tưởng là không ăn nhập gì với nhau, nào ngờ cả hai có một gắn bó kỳ lạ. Cứ tới mùa hè mỗi lần đi dọc bờ cỏ là tôi nhớ tới nó, nhớ hoài không bao giờ quên. Tôi muốn góp một câu chuyện nhỏ về cánh hoa nọ, về con cá kia, hầu mong bạn đọc cho vui những ngày phải trốn lánh virus ác ôn kẹt cứng trong nhà.

Lúc đi dạy ở Sóc Trăng tôi thường được nghe người địa phương ca tụng con cá cháy vừa quí vừa hiếm có nầy. Loại cá nầy chỉ xuất hiện theo mùa ở các vùng ven biển Trà Vinh, Sóc Trăng, Bạc Liêu... Bốn năm ở đó, tôi chỉ may mắn được mời ăn có một lần. Và một lần đó đã khiến tôi nhớ mãi trên nửa thế kỷ nay. (ở Québec cũng có một loại cá ngon lắm là con cá Tầm (esturgeon), loại cá cho trứng nổi tiếng caviar mắc tiền bên Nga, thịt rất thơm ngon, dài từ 1 đến 1,5 m, nặng từ 10 đến 15 kí nhưng không thuộc phạm vi bài nầy).

"Có thể nói, cá cháy là loài cá quý tộc vì người được thưởng thức nó phải là người giàu có. Loài cá này đã được sách sử ghi nhận. Trong "Gia Định thành thông chí", Trịnh Hoài Đức đã vinh danh nó là "thiều ngư" và trong "Đại Nam nhất thống chí" các sử thần triều Nguyễn đã gọi cá cháy là "tiễn ngư", "có hình dạng giống cá mè, sử này còn ghi thêm cá cháy biển rất lớn, béo ngon lạ thường. Dưới bụng có xương nhỏ như mũi tên". Học giả Vương Hồng Sển - một kho tư liệu về văn hóa Sóc Trăng lúc sinh thời đã gọi thịt cá cháy là món "kỳ trân thủy vật". Đây là loài cá chỉ dành cho người lớn chứ trẻ con không được ăn vì chúng rất nhiều xương. Sử triều Nguyễn ghi rằng "Tô Đông Pha có cái hận về cá nhiều xương, tức là cá này". Tuy nhiên điều mà các sách sử ghi nhận về con cá cháy đặc biệt là cách chế biến đã không được đề cập đến. Có một điều chắc chắn là đã được sách sử ghi nhận ắt đây phải là loài cá quý hiếm, và phải chăng đây là loài cá chỉ dành cho nhà quý tộc? Đến nay qua sách vở, ta chỉ được biết đó là loài cá nước ngọt có nhiều xương, chúng sống ở con sông Hậu hiền hòa mà nhiều nhất là tại vàm Đại Ngãi."

(trích Triệu Văn - "Huyền thoại cá cháy vàm Đại Ngãi"

Cá cháy là tên gọi một giống cá mòi biển lớn, nặng khoảng từ 2, 3 đến 5 kí lô một con. Hình dáng thon dài, vảy trắng bạc lóng lánh, thuộc giống cá đẹp. Tôi vốn thích câu cá, mùa hè nào cũng vậy đều vác cần ra các bờ nước thả câu, cá có đủ loại, lớn nhỏ khác nhau, lần hồi khám phá ra con cá cháy nầy. Mừng quá, đâu ngờ con cá cháy mơ ước nầy lại có ở xứ Quebec, mà lại có rất nhiều.

Làm sao biết lúc nào cá từ biển vào sông để đẻ. Dễ lắm, cứ căn cứ vào mùa hoa bồ công anh (dandelion, pissenlit) từ vàng biến sang trắng xóa cả cánh đồng thì biết là cá đã vô tới sông. Chúng chỉ kéo nhau vô đúng một tuần, đẻ xong là quay ngay về biển, lúc đó kiếm mòn con mắt không còn một con. Vui nhất là nhìn hoa pissenlit nở mà cũng buồn nhất là sợ giống hoa nầy. Pháp đặt tên hoa nầy là pissenlit thú vị thiệt. Nếu dịch ra tiếng Việt Nam mình thì là Hoa Đái Dầm. Nhìn kỹ các bạn sẽ thấy ngay, nếu tách ra từng chữ thì là -đái trên giường, piss-en-lit, rõ ràng. Mùa hè hoa nở rộ, vàng lốm đốm trên các bãi cỏ xanh, đẹp thì cũng có đẹp nhưng nó là loài hoa dại, thảm cỏ xanh không còn xanh mướt nữa mà lại lốm đốm vàng, càng nhìn càng ứa gan, chịu sao cho nổi. Nếu không chịu khó nhổ cho sạch, hàng xóm cho rằng mình làm biếng thì phiền, cuối mùa hoa phai tàn trở nên trắng nõn như bông gòn, mỗi cơn gió thổi lên chúng sẽ bay tứ tung. Tự Điển Larousse của Pháp lấy nó làm biểu tượng - Je sème à tout vent. (Gieo khắp muôn phương)...

May mắn lúc tôi ở Laval-des-Rapides, cách nhà chừng độ ba bốn cây số cạnh sông Rivière-des-Mille-Iles, có một vùng tên là Bờ Sông Cá Cháy (La Berge de L'alose). Alose là tên của con cá cháy nầy (tiếng Anh là Alosa, tiếng Bangladesh là Hilsa).

Từ trên đường nhựa, len lỏi giữa các hàng cây phong già, đi xuống đường mòn dọc theo bờ sông, ta sẽ thấy người câu đứng chen nhau dầy đặc trên bờ dọc một khúc sông, sát bên là một đập thủy điện nhỏ chắn ngang dòng chảy đang mở các miệng cống, mặt nước sôi réo lên, nổi sóng cuồn cuộn... Tôi hiểu rồi, loại cá alose nầy thích tìm đến những nơi nổi sóng như vầy, y như sóng biển lớn của chúng vậy. Chúng không bao giờ có mặt ở các vùng nước lặng, êm ả, phẳng lỳ....

Tôi chen vào một chỗ trống, chuẩn bị dây câu, gắn một cục chì to bằng ngón chân cái ở cuối đầu dây. Phải chì to mới được, nếu nhỏ quá, nước xoáy mạnh, dây không chìm sâu tới đáy. Phía trên cục chì đó chừng thước rưỡi, gắn một sợi dây cước cột theo một mồi giả. Mồi giả làm bằng một tấm nhôm hình cong gồ lên như chiếc muỗng, một bên sơn trắng một bên vàng lấp lánh gắn thêm vài chùm dây ny lông xanh đỏ, cuối miếng mồi nhôm đó có ba lưỡi câu bén ngót treo lủng lẳng. Cũng có khi có hình dáng giống con tôm, con nhái, con cá, bằng plastic, cao su...

Vì số người câu khá đông, người nầy cách người kia không tới một thước, thành ra khi quăng câu phải thiệt khéo léo, nếu không sẽ va chạm vào nhau. Đường câu rối nùi, khó gở cho ra lắm. Khi quăng câu rồi thì không để yên. Chờ cho cục chì chìm sâu dưới nước thì ta kéo lê chiếc cần ngược lại hướng dòng nước chảy. Lúc đó chiếc mồi giả sẽ lăng quăng chấp chới giữa dòng nước như con ếch con nhái, sáng lấp lánh dưới ánh nắng ban mai. Từ dưới nước sâu một con cá trắng sáng bạc sẽ hăm hở rượt theo, lao vút đớp lấy con mồi lướt đi trước mặt. Ôi, còn gì hồi hộp hơn nữa, còn gì vui sướng hơn nữa, đời bây giờ chỉ còn gom trọn trong chiếc cần cong vòng, nặng trĩu dưới sức nặng của con cá. Người cầm cần cố sức ghì chặt con mồi, dây câu khi dùn khi thẳng, các người xung quanh reo hò tở mở "alose" "alose" Tiếng reo vui vang động cả khúc sông....

Cá cháy có nhiều vảy và nhiều xương hom. Chắc là có nhiều cách để nấu cho ngon. Tôi chỉ biết có mỗi một cách. Chỉ cần móc ruột cá cho sạch thôi, không cần cắt các kỳ vi, cùng đánh vảy. Cứ để nguyên con như vậy, nếu cần thì cắt đôi ra để vào nồi cho gọn. Cần cái nồi to cho đủ con cá. Dưới đáy nồi, lót mía cây cho nhiều, thêm nước mắm, tiêu, đường, hành lá, hành tím... mỗi thứ vừa phải, in ít thôi. Đó là cách nấu mẵn. Đổ nước ngập mặt cá, để lửa nhỏ riu riu, nấu trong 8 tiếng đòng hồ. Xong rồi mở nắp nồi ra, mùi cá thơm nức mũi. Lúc đó thì xương cá, đầu cá, vảy cá, kỳ vi, xương sống, xương hom đâu mất hết, tất cả đều mềm rục. Gắp một miếng cá ngon ngọt để vào miệng chưa kịp nhai, thì nó đã xuống bao tử hồi nào, làm sao biết được. Cá cháy, ôi cá cháy, làm sao quên được món ngon nầy.

Một kỷ niệm nhỏ, nhớ hoài. Năm đó hoa bồ công anh đã trắng xóa. Tôi lại bị cảm nặng, không cách gì đi câu cho được. Làm sao bây giờ, tiếc lắm niềm vui mùa hè. Cũng tiếc lắm những con cá thơm ngon. Nếu không câu kỳ nầy thì phải chờ sang năm tới, lâu quá. Thằng Bi năm đó vừa độ 16, 17 tuổi. Nó thấy tôi bức rức, nên giành đi thế và đành phải đi bằng xe bus. Thằng nhỏ ôm xách đồ nghề lỉnh ca lỉnh kỉnh, tôi còn cố dặn với theo -con câu được bao nhiêu đem về bấy nhiêu, đừng bỏ lại uổng lắm...

Buổi trưa đó, thằng nhỏ bước vô nhà đi đứng xiểng niểng, mặt mày đỏ lơ đỏ lưởng, mồ hôi đầy người ướt đẫm. Ngoài dụng cụ câu kéo, nó vác trên vai một bao rác đen hai lớp chứa đầy nhóc cá, đâu chừng trên dưới 10 con. Bỏ bao cá xuống sàn nhà, nó hầu như lảo đảo muốn xỉu. Tôi sợ quá la lên -cá nhiều quá, tại sao con không bỏ bớt?

Thằng nhỏ ngó sững tôi, chỉ trả lời gọn lỏn có một câu - "ba dặn kỹ con đem về hết rồi mà."

MINH NGỌC

Tên thật: Nguyễn thị Minh Ngọc

Sinh năm 1971 tại Sài Gòn

Định cư tại New York năm 1994 cùng gia đình trong chương trình HO

Nghề nghiệp: bác sĩ Gây Mê (anesthesiologist)

Viết văn để thỏa mãn nhu cầu tiếng Việt

Viết cho tạp chí Văn từ 2000-2006 (bút hiệu Ngọc), hiện cộng tác với tạp chí Ngôn Ngữ

Được độc giả biết nhiều qua Nhật ký chống dịch (2020) và tùy bút trên Facebook, bài "Thời Nay và tuổi thơ của tôi" trên nhật báo Người Việt (tháng 9/2017).

KÝ HỌA CỦA BRUCE BLITZ

Ông Giáo Chấm Tử Vi Và Nhà Văn Võ Kỳ Điền

Đầu ngõ, cùng dãy với nhà tôi ở Tân Quy, là căn nhà yên tĩnh có khu vườn rộng xung quanh sum xuê cây ăn trái và hoa kiểng, bên hè nhà là giàn hoa thiên lý, dưới kê bộ bàn ghế để đọc sách. Đó là nhà GS. Đồng Tuy, thầy cũ của má tôi. Ông bà ở với người con trai tên Thái, còn người con trai lớn ở Hòa Lan. Trong xóm, người dân gọi ông bà là "ông giáo", "bà giáo", cách xưng hô vừa trọng nể vừa thân thương của nề nếp tôn sư trọng đạo mà nay tôi không còn thấy nữa.

Ký ức sớm nhất tôi có được về ông là khi tôi khoảng chừng ba tuổi, má tôi dắt tôi và chị tôi tới chào ông bà vừa dọn đến. Ông có nét mặt sáng sủa, phúc hậu, đeo kính trắng, tóc muối tiêu, mặc áo sơ-mi trắng ngắn tay, cách nói chuyện của ông với má tôi ân cần, thân ái nhưng đĩnh đạc, khuôn phép. Bà lúc ấy khoảng trên dưới bốn mươi, nhỏ tuổi hơn ông nhiều và không lớn hơn má tôi bao nhiêu, mảnh mai trắng trẻo, nét mặt thanh tú, bàn tay thon nhỏ, cổ tay đeo vòng ngọc thạch, niềm nở đon đả nhưng lễ mễ kiểu người Hà Nội xưa, giọng Bắc trong trẻo. Má tôi đối với ông bà rất khép nép kính cẩn, luôn miệng thưa dạ thầy cô. Cả ông và bà đều xưng "tôi", gọi má tôi là "chị" theo đúng văn hóa học đường ngày xưa. Trong khi ông ngồi trò chuyện với má tôi, bà đem ra một thau kiểu đầy vun dưa tây trộn đường ướp nước đá. Tôi nhớ mãi cảm giác êm đềm ngồi nhâm nhi từng miếng dưa tây lành lạnh ngọt thanh dưới giàn hoa thiên lý, lao xao gió lùa từ ngoài vườn mát rượi. Cảm giác đó sau này tôi thấy lại khi đọc truyện Thạch Lam và luôn ao ước có giàn thiên lý bên hè nhà. Má tôi rầy "Quến rắn lục hay chi?". Thay vào đó, má tôi trồng một cây lựu bên cửa sổ, tới hè trổ bông đỏ rực chói mắt. Thật cắc cớ vì tôi không ưa ăn lựu, còn chị tôi hồi nhỏ không phát âm được chữ "lựu", cứ gọi là "lụ", má tôi sửa hoài không được.

Những ngày êm đềm đó thật ngắn ngủi vì Sài Gòn thất thủ, ba tôi đi tù cải tạo. Không lâu sau, ông giáo cũng bị bắt đưa ra Bắc, sách gởi giấu ở nhà tôi. Sau khi ông bị bắt một thời gian, không còn ai lai vãng xét hỏi hay theo dõi nữa, chú Thái đến chở sách về, để lại cho má tôi mấy cuốn gọi là tạ ơn. Hồi đó tôi chỉ nghĩ ông đi tù vì là thầy giáo cũng như dượng Tám và chú Tư tôi. Lớn lên nghe đài VOA và BBC tôi mới biết ông là phó chủ tịch Phong Trào Thống nhất Dân tộc và Xây dựng Dân chủ do GS. Nguyễn Đình Huy làm chủ tịch. Lúc ông và GS. Huy bị bắt có đưa ra tòa xét xử kết án, khi đó tôi còn nhỏ chưa đọc báo và người lớn giấu kỹ vì sợ con nít đi nói tầm bậy tầm bạ ở tù cả đám.

Bà giáo và má tôi cũng như mấy trăm ngàn người vợ, người mẹ miền Nam lâm vào tình cảnh còn tệ hơn Tô thị và thiếu phụ Nam Xương, vừa nuôi con vừa tần tảo lặn lội nuôi chồng trong hoàn cảnh đói kém thiếu thốn do nền kinh tế công nông nghiệp đang phát triển bỗng sụp đổ hoàn toàn. Hai người đàn bà tới lui thăm hỏi nhau mỗi ngày, trao đổi kinh nghiệm thăm nuôi. Bà giáo từ chỗ là vợ giáo sư nhàn nhã chỉ đọc sách và chăm sóc nhà cửa nay nấu rượu nếp than, bán trái cây trong vườn, đi buôn. Má tôi hay mua giùm rượu nếp than cho bà để đẩy nhà. Mỗi chuyến thăm nuôi là cả một cuộc hành trình ra Bắc, bà thường ghé nhà tôi nhờ má tôi mua giùm thuốc men. Má tôi là giáo viên, lãnh nhu yếu phẩm tiêu chuẩn công nhân viên có khá hơn người thường, đưa cho bà những món không dùng như thuốc lá, và những món chưa dùng hết như đường, muối để bà đem ra cho ông. Gặp lúc mới lãnh lương, dù nhà túng thiếu, má tôi cũng đưa cho bà một ít để phụ tiền lộ phí. Đúng là lá rách đùm lá nát. Khi trở về, thỉnh thoảng bà mang được ít quà Bắc cho chúng tôi, không nhiều vì hồi đó ngoài Bắc còn nghèo hơn. Có lần trở về, bà vui mừng kể cho má tôi là ông bị lỵ do ăn uống kham khổ, bà được người ta chỉ làm món chả lá mơ lông, ông ăn thấy rất công hiệu và khỏe ra. Bà bảo "Chị làm đem vào trại cho anh ấy, ở tù ai cũng mang bệnh, chỉ không nói ra thôi". Hồi đó khu nhà tôi chưa là đô thị quận 7, còn là vùng cây trái bạt ngàn, những loại dây leo dại như mơ lông, nhãn lồng mọc um tùm trên cây cối, người dân phá bỏ để tránh rắn. Mơ lông là lối gọi của người Bắc, người Nam thì gọi bằng cái tên không thơm tho lắm vì cái mùi của nó, tuy nhiên làm chả với trứng thì thơm ngon lạ lùng, lại bổ rẻ. Nhà ai chẳng nuôi gà lấy trứng, mơ lông mọc đầy vườn. Sau này nghĩ lại tôi mới nghiệm ra hình như không phải lá mơ lông chữa bệnh lỵ mà trứng gà trong chả mới giúp những người tù khổ sai hồi phục.

Lúc tôi học trung học thì ông được thả về sau hơn mười năm trôi dạt khắp các trại cải tạo núi rừng miền Bắc. Má tôi nấu đồ ăn ngon, dẫn chị em tôi tới mừng. Ông gầy ốm hơn, da sạm hơn, tóc bạc trắng, nhưng vẫn phong thái ung dung đĩnh đạc, tinh thần sảng khoái. Hình như ông bị quản thúc tại gia vì chẳng thấy ông đi đâu, chỉ ở nhà nghiên cứu kinh Dịch, tử vi lý số. Hai công an chìm mặc thường phục túc trực ở quán nước bên đường suốt ngày đêm, con nít trong xóm đứa nào cũng biết, nghĩ đủ trò chọc phá. Con nhỏ tía lia nhất xóm tôi đi ngang, chõ mỏ nói "Sao mấy chú không vô ngủ luôn trong nhà ông giáo? Ngồi đây mỏi lưng." Nó tới học thêm Anh văn ở nhà tôi, cười hì hì kể lại cho má tôi nghe. Má tôi rầy "Nói bậy bạ nó tới nằm canh nhà mày luôn bây giờ".

Một đồn mười, mười đồn trăm rằng ông chấm tử vi rất hay. Mới đầu chỉ có hàng xóm và người quen tới nhờ chấm tử vi, coi ngày, coi hướng, sau khách tới nườm nượp từ khắp nơi làm đám công an chìm rất bực mình vì không thể kiểm soát được hết khách khứa ra vào, thậm chí có cả cán bộ cao cấp đi xe hơi. Dần dần, hình như nhờ sự ưu ái của các vị khách gộc này mà việc canh giữ ông có vẻ lơi lỏng hơn. Tôi thấy nhiều khách sang trọng đi xe hơi lại rước ông đi xa mấy ngày, bảo là đi coi tử vi, coi đất. Người con trai cả ở Hòa Lan cũng đưa vợ con về thăm ông, cô vợ người Hòa Lan da trắng tóc vàng tròn trĩnh xinh xắn, lũ con đẹp như thiên thần, nói thứ tiếng không ai hiểu.

Trước khi gia đình tôi rời Việt Nam, má tôi tới chào ông, ông chấm giải tử vi cho ba chị em tôi, chép tay cẩn thận trên giấy học trò. Tôi có nhiều bản giải đoán tử vi từ các thầy khác, sai biệt ít nhiều với phần giải đoán của ông, nhưng cho tới nay, bản của ông tuy ngắn gọn lại chính xác nhất, đúng phong phóc mọi chuyện từ công danh sự nghiệp, tình duyên gia đạo đến những sự kiện lớn nhỏ. Sang Mỹ, má tôi vẫn thư từ đều đặn cho ông bà. Được một năm, má tôi nhận được thư của bà giáo, bên ngoài đề tên bà Lê thị Tuyết chứ không phải tên ông, bên trong là lá thư với nét chữ run rẩy của người già "Thầy bây giờ lại bị như hồi trước. Tôi nay yếu lắm, không biết có đủ sức đi thăm nuôi nữa không." Hóa ra những chuyến đi coi tử vi dài ngày của ông là đi họp kín. Má tôi gửi về ít tiền đều đặn để phụ bà nuôi ông. Mấy năm sau, nghe đài VOA Việt ngữ trên internet, chúng tôi hay tin ông "được" chính quyền trục xuất diện tù chính trị, nghĩa là đi thẳng từ nhà tù ra sân bay. Ông không muốn đi Mỹ mà đi Hòa Lan vì gia đình người con trai cả ở đó. Sau đó bà cũng được sang đoàn tụ với ông. Tuy nhiên do cảnh sống cô độc tù túng, ông bà luôn than buồn chán. Được vài năm thì ông mất. Tôi nhớ hồi ở Việt Nam, dân trong vùng rất kính trọng ông, duy có một số người không phục chí hướng của ông, mỉa mai rằng ông coi bói giỏi sao không coi ngày nào bị bắt ở tù. Tôi nghĩ không phải ông không biết, ông biết rõ lắm chứ, nhưng với khí phách kẻ sĩ, ông coi chuyện tù đày sinh tử nhẹ như lông hồng.

Lúc chúng tôi đính hôn, ông vẫn còn sống tại Hòa Lan, má tôi muốn nhờ ông coi ngày cưới, chúng tôi phản đối vì phải chọn ngày tiện cho bạn bè họ hàng tham dự là chủ yếu, nên chọn ngày thứ sáu sau Thanksgiving, đa số dân Mỹ được nghỉ bốn ngày, đi lại thoải mái hơn. Tuy nhiên má tôi không yên tâm, viết thư nhờ ông so tuổi hai đứa. Ông bảo hai đứa có sao chiếu qua chiếu lại thế nào đó, chỉ có đám cưới nhỏ, không nên làm đám cưới lớn, sẽ hại đến một trong tứ thân phụ mẫu. Tôi nghe thì cũng phân vân, tính tôi cũng không thích rình rang, nên bàn lại với ông xã tương lai. Anh là người Mỹ nên không tin, nói đám cưới phải làm cho đàng hoàng. Má chồng tôi đã mất hai năm trước đó, ba chồng tương lai của tôi người Ý, rất trọng hình thức lại anh là con một nên nhất định phải tổ chức trọng thể. Vậy là chúng tôi đặt tiệc ở Woodbury Country Club rất sang trọng đủ tiết mục, hoa tươi gồm toàn hoa hồng và hoa lan, có ban nhạc, áo cưới đặt một nhà vẽ kiểu may riêng. Mọi sự đã sẵn sàng, còn mười tuần đến ngày cưới bỗng nhiên ba chồng tôi đang khỏe mạnh đột ngột lên cơn đau tim một buổi sáng chủ nhật, ngưng tim ngay không cứu được. Vừa lo tang lễ, chúng tôi phải bàn lại chương trình lễ cưới vì chồng tôi nuôi dạy theo phong tục Do thái của má chồng tôi, phải để tang cho cha một năm không có tiệc tùng hát xướng. Vị rabbi quyết định chúng tôi vẫn cưới được ngày đó, nhưng chỉ làm lễ với họ hàng hai bên và đãi một tiệc trưa không có nhạc, chúng tôi không đi chơi tuần trăng mật. Đến lúc đó chồng tôi mới nể tử vi Đông phương.

Sở dĩ bỗng dưng tôi nhớ tới GS. Đồng Tuy là vì chiều hôm qua đi làm về, nhận được cuốn sách mới của nhà văn Võ Kỳ Điền "Câu Hỏi Kiếp Người" qua bưu điện. Ông bắt đầu viết văn ở hải ngoại nên ở trong nước chắc ít ai biết, nhưng thời điểm thập niên 80-90, ông sớm nổi tiếng với những truyện ngắn súc tích, sâu sắc với giọng văn Nam bộ giữa một rừng cây bút Bắc kỳ. Viết văn giọng Nam rất khó viết hay, vì nếu sa đà quá mức vào lối văn nói miền Nam dễ trở thành lôi thôi, bình dân, mất tính văn chương. Nhà văn Võ Kỳ Điền có tính độc đáo riêng với văn phong chuẩn mực rõ ràng, trí thức mà vẫn mang cá tính hào sảng, hài hước của người miền Nam. Hồi tôi viết cho tạp chí Văn từ 2000 đến 2006, nhiều người viết thư làm quen đoán tôi là một nữ nhân Bắc kỳ, làm tôi hơi buồn trong bụng, cái buồn mất gốc - tại sao mình không viết văn giọng Nam được? Câu trả lời: khó lắm, chỉ có nhà văn Kiệt Tấn và Võ Kỳ Điền làm được. Vì vậy mà tôi rất ái mộ hai vị. Tiếc thay nhà văn Võ Kỳ Điền đang nổi đình nổi đám tự nhiên im hơi lặng tiếng. Mãi tới năm nay ông bất ngờ tái xuất giang hồ với tập "Câu Hỏi Kiếp Người". Khỏi phải nói, ăn xong tôi ôm cuốn sách đọc một hơi. Thật kỳ diệu là tuy vắng bóng nhiều năm, bút pháp của ông vẫn giữ vững phong độ, nếu không nói là sắc sảo và già dặn hơn. Các nhà văn lớn tuổi ở hải ngoại thường mang tâm trạng u uất vào tác phẩm, nhà văn Võ Kỳ Điền cũng buồn, cũng ngậm ngùi, nhưng vẫn không mất tính hài hước. Nhiều đoạn tôi tức cười lắm mà chỉ tủm tỉm vì cả nhà đâu ai hiểu tôi đọc gì, đến đoạn ở trường Văn Khoa "Cho đến một buổi học, không biết ai đó tặng cho cụ cử Thẩm Quỳnh quyển Đường Vào Tình Sử của thi sĩ Đinh Hùng mới vừa xuất bản. Hình như đây là tập thơ đầu tay, dù thi sĩ đã thành danh từ lâu lắm rồi. Cầm tập thơ trong tay, chỉ mới nhìn qua cái nhan đề, cụ đã sang sảng phê bình lên ngay giữa lớp: - Tình sử mà lại có đường vào!" (Đường Vào Tình Sử, Thơ Đinh Hùng, Chuyện Bên Lề, trang 131). Tưởng tượng ra cụ giáo sư già đạo mạo lớn tiếng miệt thị bằng giọng Bắc kỳ đặc sệt, tôi nhịn không được, cười phá lên trên sofa, làm chồng và hai con ngơ ngác không hiểu gì, mà giải thích sao được? Từ đó về sau tôi cười thoải mái, không giữ nữa.

Tôi đã đọc nhiều bài viết về trường Chu Văn An và Đại học Văn khoa, toàn là từ các nhà văn Bắc di cư – Chu Văn An là lò đào tạo văn nghệ sĩ thế hệ sau 1954 ở miền Nam mà lị. Đây là lần đầu tiên tôi đọc qua một giọng văn Nam kỳ, đặc hài hước vì nổi rõ tương phản tính cách và văn hóa hai miền. Nhiều bài viết về trường lớp, thầy trò vì tác giả bản thân là một nhà giáo, viết về thầy cũ và học trò của mình, vừa vui vui vừa bùi ngùi cảm động. Tôi rất ngạc nhiên đọc lá thư từ ông thầy cũ Dư văn Tâm (Thanh Tâm Tuyền) gửi học trò cũ Võ Tấn Phước (Võ Kỳ Điền). Thanh Tâm Tuyền viết văn khúc mắc thâm trầm, làm thơ rắc rối cao siêu, vậy mà lá thư của ông tuy dài nhưng giản dị, thân ái, tình cảm khiến người đọc không có hân hạnh là học trò ông vẫn chảy nước mắt. Bài viết "Thanh Tâm Tuyền và ngày tháng dạy học" (trang 169) tha thiết, cô đọng chân tình của người học trò cũ, rất tiếc hồi ấy ông không gửi đăng trên số Văn chủ đề Thanh Tâm Tuyền số 113 & 114 năm 2006. Ngoài ra, nhà văn Võ Kỳ Điền còn lấy nước mắt độc giả với những bài tâm tình về các nhân vật đã khuất mà ông có những thâm tình riêng – điêu khắc gia Lê Thành Nhơn, nhà văn Bình Nguyên Lộc.

Tình nghĩa thầy trò trong tập sách nhắc tôi nhớ ông bà GS. Đồng Tuy và má tôi những năm khổ cực đùm bọc nhau ở quê nhà, nhưng một lý do nữa khiến tôi nghĩ đến ông giáo là những câu chuyện bói toán của nhà văn Võ Kỳ Điền với cụ Diễn ở Hiền Vương (Câu Chuyện Ngày Xưa, trang 27) và bà thầy ở Quebec City (Chu Văn An Và Tôi, trang 107). Tôi biết tác giả viết văn tự nhiên chứ không cố ý kỹ thuật kỹ xảo, nhưng việc đặc tả đôi mắt nhấp nhem của cụ Diễn rồi cho thấy cụ nhìn xuyên suốt tướng số người đối diện, đôi mắt nhấp nhem ấy trông rõ quá khứ vị lai thật tài tình. Còn bà thầy (đầm) ở Quebec City trái lại, trẻ đẹp duyên dáng, cầm tay khách nói thao thao bất tuyệt, không biết khách có lòng dạ nào mà nghe không! Tháng bảy năm ngoái, tôi đi nghỉ hè ở Quebec City, đi thăm thú giáp hết cái thành phố xinh đẹp thơ mộng đó mà không nhớ có thấy nhà hàng Pháp nào quảng cáo coi bói kèm theo. Lâu quá rồi, có lẽ nhà hàng đó không còn, mà bà thầy chắc cũng đã giải nghệ hưu trí đâu đó ở miền nắng ấm Florida làm con chim trốn tuyết (Canadian goose), nếu còn chắc bà cũng không hứng coi tay tôi bằng coi tay nhà văn Võ Kỳ Điền.

Tháng 1/1018

Nguyễn Xuân Hoàng Và Người Viết Trẻ

Đã có nhiều (rất nhiều) bài viết về nhà văn Nguyễn Xuân Hoàng - bạn bè, học trò, người quen biết và người không quen biết. Hầu như ai cũng viết về tính cách của ông - đàng hoàng nghiêm túc trong giảng dạy và trong văn chương nhưng hiền hòa, tế nhị, chân tình.

Ai đó đã thuật lại về nhà văn Mai Thảo rằng Mai Thảo không cho những người viết văn tay trái là nhà văn thực sự, rằng nhà văn phải là người viết văn chuyên nghiệp. Hồi đó còn trẻ và đang viết cho tạp chí Văn ngoài công việc bác sĩ bệnh viện, nghe câu đó tôi tức lắm (lúc đó ông Mai Thảo đã mất nên không kiểm chứng được) vì ở hải ngoại hầu như tất cả người viết đều phải làm một nghề nghiệp nào đó, ngay cả các tác giả chuyên nghiệp trước 1975, viết văn làm thơ chỉ để giải tỏa đam mê của mình, hiếm có ai tiếp tục nghiệp văn chương báo chí như các ông Võ Phiến, Mai Thảo, Nguyễn Xuân Hoàng... Nhưng bây giờ nghĩ lại, tôi thấy câu nói đó (nếu thực sự ông Mai Thảo nói ra) có lý phần nào. Những người như ông Mai Thảo, Nguyễn Xuân Hoàng sống chết với nghiệp. Mai Thảo di cư vào Sài Gòn, lập ra Sáng Tạo năm 1956 rồi Nghệ Thuật, Vấn Đề, cuối cùng làm tổng thư ký tạp chí Văn đến số chót tháng 3/1975, vượt biên sang Mỹ làm Đất Mới ở Seattle, về California tục bản tạp chí Văn, một mình quản xuất dù mang nhiều thứ bệnh cho đến khi bệnh nặng giao lại cho Nguyễn Xuân Hoàng (từng là tổng thư ký tạp chí Văn thập niên 70 thay thế Trần Phong Giao). Nhà văn Nguyễn Xuân Hoàng, có người bạn đời cùng chí hướng là cô Trươnggia Vy cùng điều hành, trầy trật tài chánh mà vẫn giữ tờ báo phong phú, đẹp đẽ tới tay độc giả đến khi buộc phải đình bản năm 2007. Còn những người như tôi, viết được bài nào thì gởi đi, chưa rảnh viết được thì thôi, mọi tính toán thu xếp bài vở, in ấn, phát hành có những người như ông Hoàng cô Vy lo để báo ra đúng kỳ. Dù có tự cho mình đam mê văn chương đến đâu, thật tình người viết văn tay trái không thể sánh tâm lực với những nhà báo nhà văn chuyên nghiệp sống chết với văn chương báo chí.

Thời cực thịnh của báo chí hải ngoại, với hầu hết các tác giả trước 1975 lần lượt sang đây bằng nhiều đường - vượt biên, xuất cảnh và nhất là HO thập niên 80-90, cộng thêm thế hệ viết văn mới sinh ra ở Việt Nam, sang đây từ tuổi thiếu niên, thanh niên, rành rẽ tiếng Việt, độc giả tiếng Việt đông đảo, nhiều tạp chí văn học nghệ thuật hoạt động cùng lúc, có sắc thái riêng biệt. Thế Kỷ 21 là tạp chí của nhật báo Người Việt, nội dung tương tự Thời Nay ngày trước, với đủ mục chính trị, thời sự, lịch sử, khoa học... chiếm một nửa, còn một nửa là thơ văn, quy tụ gần như đầy đủ các tên tuổi của Sáng Tạo thập niên 50: Trần Thanh Hiệp, Doãn Quốc Sỹ, Mai Thảo, Nguyên Sa, Tô Thùy Yên, Cung Trầm Tưởng, Thanh Tâm Tuyền, Thái Tuấn, Cung Tiến (Thạch Chương), Dương Nghiễm Mậu (dưới tên Khuyết Danh thị Ngh) cùng hầu hết các cây bút gạo cội từ trước 1975 như Võ Phiến, Nguyễn thị Vinh, Đỗ Quý Toàn, Túy Hồng, Nhã Ca, Trần Dạ Từ, Phan Nhật Nam, Đặng Tiến, Huỳnh Hữu Ủy, Đinh Cường... Hợp Lưu do họa sĩ nhà văn Khánh Trường chủ biên, chủ trương mở rộng cho người viết từ khắp nơi không phân biệt quan điểm chính trị, cho nên Thế Uyên, Ngô Thế Vinh sắp cùng trang mục lục với Trần Mạnh Hảo, Lâm thị Mỹ Dạ, Hoàng Phủ

Ngọc Tường cũng như Nguyễn Viện, Phạm thị Hoài, Dương Thu Hương bên cạnh những tên tuổi mới Trần Vũ (Paris), Đỗ Hoàng Diệu (Hà Nội)... gây ra phản ứng trái chiều trong cộng đồng hải ngoại. Văn Học do Nguyễn Mộng Giác điều hành tiếp tục phong cách đã định hình từ tờ Văn Học Nghệ Thuật của Võ Phiến - nghiêm túc, chú trọng biên khảo và phê bình văn học, đồng thời khuyến khích những người viết mới. Văn của Nguyễn Xuân Hoàng tiếp tục truyền thống của Văn trước 1975 và Văn do Mai Thảo tục bản ở Mỹ - mục Sổ Tay do ông chủ bút phụ trách, thơ văn chọn lọc kỹ lưỡng. Tuy các tạp chí đều nồng nhiệt đón mời những cây bút mới, có lẽ người viết trẻ cảm thấy thoải mái với ông Hoàng hơn cả.

Thành thật mà nói, khi tiếp xúc hoặc qua thư từ hoặc gặp trực tiếp với các nhà văn gạo cội tôi đã từng đọc và mê thích từ nhỏ, một đôi lần tôi có phần thất vọng vì thần tượng của mình tỏ ra trịch thượng cây đa cây đề. Nguyễn Xuân Hoàng, với thâm niên và tiếng tăm trong làng văn làng báo, là một trong những "cây đa" lớn nhất, lại không thế, ông bình dị như hoa cỏ. Một số người trong văn giới hải ngoại kéo phe cánh, khích bác, chia rẽ, ông không theo phe nào và giao thiệp hòa hoãn với mọi phe mà không ai trách được. Đối với người viết, tuy khổ báo nhỏ chỉ khoảng 100 trang, phải chọn lọc bài vở nhưng ông chẳng làm phật lòng ai dù gác bài lại không đăng. Khi ông xui tôi "viết cái gì đi", tôi gửi một truyện ngắn, ông bảo truyện này được, nhưng để đó đi sau, viết thử một truyện khác đi. Một buổi sáng thứ bảy nghỉ làm, ngồi ăn sáng trong bếp nhìn ra cửa sổ thấy nhà hàng xóm cửa đóng then cài im ỉm, tôi nổi hứng viết ngay một truyện về cô gái âm thầm quan sát người đàn ông nhà bên có lối sống khép kín mà không biết chính ông ta cũng đang theo dõi mình. Vừa gửi đi, ông Hoàng hào hứng gọi điện thoại khen ngay. Ông nói "Viết văn cần trí tưởng tượng, Ngọc có cái đó là rất tốt", nghe như ông thầy phê bài luận.

Mà đó chính là phong cách của ông, phong cách sư phạm, từ cách ăn nói đi đứng, viết lách, đến cách chọn lựa và trình bày bài vở, đặc biệt cách nhận xét đánh giá một sáng tác. Nhưng không phải ông là ông thầy nghiêm khắc, tính cách hòa nhã trẻ trung của ông khiến những người viết trẻ không thấy e dè bỡ ngỡ, nhất là được nhận "lời phê" của ông rất thích dù cho bài không được đăng, vì chứng tỏ ông đã đọc bài của mình, và đọc kỹ, lời phê dù có chê cũng nhẹ nhàng tế nhị.

Những năm 90, 2000's, sách xuất bản ào ạt, cùng với những buổi giới thiệu sách xôm tụ, các diễn giả được mời nhiều nhất là Du Tử Lê, Bùi Bảo Trúc và Nguyễn Xuân Hoàng. Thi sĩ Du Tử Lê rất hào phóng với văn hữu, khen ngất trời, nhiều khi tôi phải tự hỏi không biết ông khen cái gì. Nhà báo Bùi Bảo Trúc tọc mạch vạch lá tìm sâu, cuốn nào cũng tìm ra được đôi chỗ để "chỉnh" tác giả sau khi khen những ưu điểm. Nhà văn Nguyễn Xuân Hoàng nhận xét chừng mực, hay thì khen vừa phải, những chỗ dở ông tránh qua. Có một dạo, những buổi giới thiệu sách mời ba vị này liên miên, tôi nói với ông "Ông Du Tử Lê gì cũng khen, ông Trúc gì cũng chê, còn ông Hoàng nếu không khen thì cũng không chê", ông nói "Ngọc nói đúng, không khen được thì thôi chứ tôi không chê ai hết".

Lúc ông nhờ tôi làm mục Tin Văn mỗi kỳ, tạp chí Văn đã có nhà văn Nguyễn Quốc Trụ viết mục này dưới tên "Jennifer Trần" chỉ viết về một vài tin mà ông thích và chú ý, còn nhà văn Nguyễn Xuân Hoàng muốn tôi viết tổng hợp tin tức văn chương Âu Mỹ và thế giới cùng với tin văn giới Việt Nam trong và ngoài nước. Sau kỳ báo đầu, ông Hoàng bảo tôi là ông Trụ giận vì cho là tôi giành mục của ông ấy, ông Hoàng hỏi đổi mục của tôi thành Văn Nghệ Thế Giới được không, để ông Trụ tiếp tục viết Tin Văn theo lối ông ấy. Ông là chủ bút, tính sao cho thuận thì thôi, cần gì phải hỏi nhỉ, tôi là phận con cháu đâu dám tranh giành với đại sư phụ Nguyễn Quốc Trụ! Hồi viết cho Văn, tôi chưa tới 30 tuổi, chắc là nhí nhất, ông Hoàng gọi là "cô Út Ngọc".

Thế hệ những người làm báo chuyên nghiệp như ông Giác, ông Hoàng lần lượt ra đi. Ngày nay có vài tờ tạp chí cố gắng duy trì sinh hoạt văn chương ở hải ngoại, nhưng thiếu hẳn sinh khí và bản sắc, bài vở nặng về lượng hơn về phẩm, không rõ có vì lý do cả nể chăng? Cách thức giao tiếp với những người viết mới thiếu sự trân trọng thân ái của các tờ tạp chí cũ, gây cảm giác "chiếu trên chiếu dưới" ở đình làng.

Lần cuối gặp ông Hoàng, tôi hỏi ông đã trải qua một đời nặng nợ văn chương báo chí, ông có còn nuôi tiếc gì không, ông mỉm nụ cười triết gia mà bảo "Không, không có gì để tiếc, vì tôi thấy cũng đủ rồi, quá đủ rồi."

Tháng 9/2020

"Thời Nay" Và Tuổi Thơ Của Tôi

(bài có hiệu đính từ bản đã đăng trên nhật báo Người Việt số ra ngày 6 tháng Chín 2017)

Tối thứ năm 31 tháng Tám đọc thấy tin từ nhà văn Song Thao cho biết ông Nguyễn văn Thái vừa từ trần tại Sài Gòn, sau đó có hình ảnh từ nhà văn Thiếu Khanh về lễ viếng ông Thái, tôi bồi hồi cảm xúc, những tháng ngày thơ ấu như tập sách cũ lâu năm đóng bụi thời gian bỗng mở ra, tươi sáng rõ ràng như mới hôm qua. Những cái tên này có thể không có ý nghĩa với nhiều người nhưng đã đồng hành với tôi suốt bao năm tháng từ hồi mới biết giở sách đọc chữ. (Ngồi đây viết lại theo trí nhớ vì trong tay hiện không có cuốn Thời Nay nào, thế nào cũng có sai sót, mong các chú Song Thao và Thiếu Khanh lượng thứ, quả tình cháu không dám múa rìu qua mắt thợ.)

Má tôi nói tôi biết đọc từ lúc bốn tuổi vì má tôi chở theo vào lớp học, để ngồi bàn cuối. Đó là thời điểm khủng hoảng không chỉ với gia đình tôi mà cho đại đa số gia đình miền Nam. Ba tôi trình diện tập trung cải tạo, bà Tư hàng xóm vẫn coi giữ chị em tôi hàng ngày cho má tôi đi dạy nay phải về quê phụ con dâu có chồng đi cải tạo, má tôi chỉ gởi được em tôi mới một tuổi cho người quen, còn thì đưa tôi và chị tôi theo vào trường. Lớn lên vào thời điểm chiến dịch kiểm kê văn hóa, tôi đáng lẽ cũng chịu chung cảnh bưng bít kiến thức như nhiều trẻ em Việt Nam hồi ấy nhưng may mắn được ở vùng Tân Quy có làng thương phế binh và cư xá cho công chức, sĩ quan, đa số người dân cùng chung hoàn cảnh nên đùm bọc thương yêu nhau, cán bộ phường xã cũng dĩ hoà vi quý. Đội kiểm kê gồm nhiều học trò cũ của má tôi nên tuy biết nhà tôi nổi tiếng có tủ sách lớn nhất vùng đã làm ngơ vì tiếc, chỉ kê vài cuốn giáo khoa cũ mà không tịch thu. Hàng xóm và các thầy cô giáo thấy vậy chở thêm sách lại cho tị nạn nhà tôi. Má tôi cẩn tắc vô ưu nên dù được bảo đảm vẫn đóng khóa sách cẩn thận. Nhà tôi có một tủ sắt loại locker cho cầu thủ trong sân vận động, cao tới nóc nhà. Má tôi tống hết sách báo vào đó, từ tạp chí Văn, Bách Khoa, sách Trung Hoa xưa, tiền chiến, Tự Lực Văn Đoàn, cho đến các tác giả bị liệt vào hạng phản động Nguyễn Mạnh Côn, Nguyễn Thụy Long, Mai Thảo, Chu Tử, Duyên Anh, Nguyễn Mộng Giác, Ngô Thế Vinh, Vũ Hoàng Chương, Nhất Tuấn, Nguyên Sa, Trần Dạ Từ, Phạm Công Thiện, Túy Hồng, Nhã Ca, Thụy Vũ … Một cô giáo còn chở lại cả tủ Quỳnh Dao. Má tôi khóa tủ sắt, dặn chị em tôi không được lấy sách ra đọc rồi bỏ lung tung lỡ có ai thấy, ai hỏi thì nói khóa tủ hư lâu rồi không mở được. Dĩ nhiên chị em tôi tránh sao khỏi tò mò, má tôi đi dạy là mở tủ lôi sách ra đọc ngấu nghiến, canh giờ má tôi sắp về thì gom sách cất khóa lại. Cũng từ lúc này tôi mới biết ở Huế có cây sầu đâu!

Riêng bán nguyệt san Thời Nay, do số lượng quá nhiều (mỗi tháng hai số trong mười lăm năm) và cũng là tờ tạp chí yêu thích nhất, má tôi dành riêng một chỗ rất đặc biệt và an toàn. Dân miền Nam xưa chắc ai cũng biết cái *garde-manger*, người Bắc gọi là chạn thức ăn, phần trên có hai ngăn, hai cánh cửa tủ, giữa là ngăn trống để chai hũ, phần dưới không có ngăn nên rất rộng, chắc dành cho những bao hũ khổ lớn, có cửa đóng lại, là chỗ trú ẩn của bộ Thời Nay gia đình tôi. Đội kiểm kê có vào chắc cũng chẳng nghĩ tới xét lục ngăn thường đựng nước mắm, dưa cải v.v… này. Chị em tôi say mê đọc Thời Nay từng số tới lui đến thuộc lòng mà không chán, mỗi lần lấy ra mấy cuốn một lúc, đọc xong nhét giấu dưới gối nệm, tránh sao khỏi quăn góc, rớt bìa. Hễ má tôi thấy là la, vậy mà không chừa. Ngày đầu kỳ nghỉ hè, má tôi quậy một nồi hồ, chị em tôi mở tủ Thời Nay lôi cả bộ ra, tìm những trang bìa rời dán lại, sắp theo thứ tự ngày tháng. Ít lâu lại tiếp tục rớt bìa, lại dán, lại sắp. Tụi tôi thuộc lòng tới nỗi nhìn tờ bìa là nhớ vanh vách trong cuốn đó có bài nào, ai viết.

Thời Nay được ông Nguyễn văn Thái khai sinh và gầy dựng từ tháng 9 năm 1959, tới lúc ra số chót tháng 4 năm 1975 là hơn mười lăm năm, một quãng thời gian quá ngắn ngủi so với đời người, nhưng đủ để lại dấu ấn đặc biệt trong lòng độc giả miền Nam, với đứa hậu sinh như tôi thì đó là tờ tạp chí tiếng Việt hay nhất trên đời. Mô hình tương tự *Reader's Digest*, nhưng nếu *Reader's Digest* như một chương trình tạp kỹ với một vài bài về y tế sức khỏe, chính trị, giải trí, xã hội, tâm lý v.v... gom tứ tung vào một số, Thời Nay chọn lựa và sắp xếp bài vở công phu, thường có chủ đề cho mỗi số, ngoài số Xuân, kỷ niệm chu niên. Hình bìa trình bày mỹ thuật, thường là tranh, ảnh nghệ thuật hay địa danh nổi tiếng, không bao giờ có hình chính trị gia, tài tử hay ngôi sao thể thao. Hình bìa thường theo nội dung chủ đề của số đó. Phần quảng cáo cũng hạn chế để đảm bảo tính nghệ thuật, trang đầu là nước ngọt Con Cọp "*Nước ngọt Con Cọp ở đâu, Đấy là khỏe mạnh sống lâu yêu đời*", trang chót là dầu gội đầu Lan Sơn "*Tóc mai sợi vắn sợi dài, Lan Sơn em gội thương hoài ngàn năm*"

Thời gian đầu, Thời Nay có khổ nhỏ, vuông vuông, chữ in nhỏ rí, bìa tối màu, những năm về sau khổ dài hơn, rõ ra hình chữ nhật, chữ in lớn và thưa hơn, bìa nhiều màu sáng hơn. Lối in tựa Thời Nay bằng chữ thường "thời nay" giản dị trên bìa đã từng bị các độc giả khó tính phê bình là sai luật văn phạm/ chính tả (trong mục thư độc giả) nhưng Thời Nay trung thành với lối trình bày rất đặc biệt đó tới số chót. Sau trang Con Cọp là mục lục bài vở. Những trang đầu dành cho "Thời Nay Khắp Nơi", "Người Tạo Thời Cuộc" và "Dưới Mắt Người Việt" điểm tin trong và ngoài nước với lối viết cô đọng, sắc sảo và trào phúng của Trọng Thăng và Trang Cung làm tôi rất mê đọc dù lúc tôi đọc những chuyển biến thời cuộc đó đã quá cũ, mục này giúp tôi hiểu rõ những sự kiện mà sau này tôi được dạy khác hẳn. Những bài viết theo chủ đề của số được sắp gần nhau rất dễ đọc, gồm phóng sự của An Phong, Đông Quân, phiếm luận hài hước cười đau bụng của Thiên Ân, Thẩm Dương, Thẩm Diên An (có phải một người?), bình luận thể thao của Lân Lũy Thân, những bài có tính cách khảo cứu giáo dục tâm lý của Xuân Tước, Thượng Nhân, ký sự và phiếm của Song Thao … Sau Đỗ Vinh có Minh Trí là một bác sĩ y khoa viết nhiều bài về y học và chuyện vui đời sinh viên Y khoa. Các học giả nổi tiếng Sơn Nam, Nguyễn Hiến Lê, Vương Hồng Sển, Lãng Nhân cũng góp mặt thường xuyên. Xen lẫn đây đó là truyện ngắn của Thiếu Khanh, Lê Tất Điều, Tạ Sương Phụng … Thỉnh thoảng có truyện ngắn dịch từ các tác giả ngoại quốc O. Henry, Guy de Maupassant, Andre Gide, Leo Tolstoy, Alberto Moravia... ngoài mục "Sách rút ngắn" giới thiệu tiểu thuyết Âu Mỹ. Thơ không nhiều, nhưng bài nào được chọn đăng cũng thật hay, thường hai ba bài thơ sắp cùng một trang, tựa bài thơ và các chữ đầu câu bao giờ cũng in bằng chữ thường, không hề có chữ in hoa. Ngoài thơ cộng tác viên như Hoài Thương, Mạc Vỵ, Thiếu Khanh nhiều tác giả gửi thơ lúc đó là học sinh sinh viên, sau thành những nhà thơ tên tuổi những năm 80-90. Trang trí bên cạnh tựa bài là những ký họa đơn sơ, hình như của Khánh Giang? Cuối các bài viết có một chuyện vui ngắn in bằng chữ nhỏ nghiêng, nhờ đó tôi thu thập cả kho chuyện cười kể cho bạn bè nghe. Sau mục truyện dài là những trang cuối dành cho độc giả với mục câu đối, câu đố và hộp thư bạn đọc. Trang bìa sau đề tên giám đốc Nguyễn văn Thái, thư ký tòa soạn Khánh Giang, địa chỉ 217 Phạm Ngũ Lão, Văn Thái Ấn Quán. Thời Nay có khuynh hướng chính trị phóng khoáng với thành phần cộng tác viên trẻ nên có bài bị đục đen lỗ chỗ trong những giai đoạn kiểm duyệt khắt khe, bây giờ trong nước gọi là "nhạy cảm"! Mỗi kỳ sự kiện quan trọng như Đại Hội đồng Liên Hợp quốc, hòa đàm Paris, cho đến World Cup (hồi đó gọi là giải túc cầu thế giới), Thế Vận Hội, Thời Nay có cộng tác viên tường thuật tại chỗ với bài vở, hình ảnh phong phú, khi tôi đọc là cũng cả chục năm rồi mà vẫn thấy hấp dẫn.

Nữ sĩ Minh Đức Hoài Trinh cộng tác rất đắc lực cho Thời Nay. Cô có những thiên phóng sự nhiều kỳ rất đặc sắc về những chủ đề trong xã hội như "Con không cha", "Đàn ông ngoại quốc nghĩ gì về đàn bà VN" ký tên "cô Minh Đức". Cô có lối viết giản dị mà sắc bén, lôi cuốn, những chủ đề vui cô cũng rất hóm hỉnh trào lộng. Có dạo cô viết phóng sự vui nhiều kỳ "Ôi đàn ông", sau đó lại xuất hiện "Ôi đàn bà" mà cô giải thích là vì bị độc giả nam giới khiếu nại quá nhiều nên cô phải viết để đảm bảo lẽ công bằng! Cô đi ngoại quốc rất nhiều và thỉnh thoảng có một ký sự vui. Những trang cuối Thời Nay thường dành cho truyện dài nhiều kỳ của cô như Phi lễ, Thiên Nga, Bên ni bên tê. Khi viết truyện dài, giọng văn cô tuy gai góc bướng bỉnh nhưng vẫn mềm mại nữ tính. Dù sao đọc văn cô tôi vẫn tưởng tượng cô là một phụ nữ mạnh mẽ, độc lập kiểu nữ quyền (*feminist*). Mãi tới khi ra hải ngoại thấy hình cô, một phụ nữ mảnh mai xinh đẹp, thanh lịch, tôi mới tin đó là tác giả những dòng thơ yêu đương mãnh liệt mà nhạc sĩ Phạm Duy đã làm cho bất tử với hai bản nhạc "Đừng bỏ em một mình" và "Kiếp nào có yêu nhau". Cô vừa mất cách đây không lâu (ngày 9 tháng Sáu 2017).

Một cộng sự nhiệt tình khác của Thời Nay là Song Thao. Ông đi đây đi đó nhiều theo nhu cầu công việc, đi đến đâu ông không quên gửi một ký sự cho độc giả cùng thưởng thức. Từ Manila, Hương Cảng, Hán Thành, Đông Kinh, đến New York, Washington DC, Los Angeles ... độc giả đi du lịch theo ngòi bút sống động đầy hình tượng của ông với những chuyện vui chuyện buồn. Hồi đó còn nhỏ xíu tôi rất mê đọc ký sự Song

Thao, đọc đi đọc lại, mơ ước một ngày đặt chân đến những nơi ấy. Bây giờ đi du lịch đã nhiều, những ấn tượng đầu tiên vẫn còn nguyên vẹn khi đọc lại những ký sự này in trong tập "Dấu chân lang bạt" ông xuất bản năm ngoái. Mục "Những điều trông thấy" của Song Thao điểm những sự kiện nổi bật bằng ngòi bút châm biếm sắc bén, nhiều lần nằm dưới lưỡi kéo kiểm duyệt. Ngoài phiếm luận thường xuyên, Song Thao còn giữ mục "100 cuốn tiểu thuyết hay nhất thế giới", mỗi kỳ tóm tắt một tác phẩm cổ điển rất cô đọng mà diễn cảm. Lúc ấy tôi đọc ông viết về Jane Eyre (Charlotte Bronte), Đỉnh gió hú (Emily Bronte), Phù hoa giả dối (William Thackeray), David Copperfield (Charles Dickens) … Lên cấp hai, đủ trình độ đọc các tác phẩm này trọn vẹn, bài giới thiệu của Song Thao vẫn là cảm hứng ban đầu giúp tôi say mê những nhân vật trong sách. Sau này, khi cộng tác với tạp chí Văn của nhà văn Nguyễn Xuân Hoàng, thấy tên Song Thao dưới một truyện ngắn, tôi hỏi có phải đó là Song Thao của Thời Nay không, ông Hoàng bảo "đúng rồi" mà ngạc nhiên không hiểu sao tôi biết Thời Nay! Hay tin ông đã ở Canada, vẫn viết rất mạnh, thiên về truyện ngắn, tôi mừng vì biết thân phận những người cầm bút còn ở lại rất lao khổ. Máu viết phiếm luận và ký sự vẫn còn tươi trong Song Thao nên ông viết đều đặn, đã xuất bản tới cuốn "Phiếm" số 19 (*). Ông cho biết những truyện ngắn ký tên Tạ Sương Phụng, Phượng Uyển trên Thời Nay cũng là của ông.

Khi nhớ lại giai đoạn "đổi đời" của người dân Sài Gòn, tôi cứ nghĩ về ông Thái. Gầy dựng, nuôi nấng tờ tạp chí và nhà in với tất cả tâm huyết qua mười lăm năm nhiều biến động chính trị đến khi chứng kiến nó bị khai tử, hủy diệt, chắc ông phải đau lòng lắm? Phạm Ngũ Lão bây giờ là khu Tây ba-lô xô bồ xô bộn với đủ loại dịch vụ to nhỏ mọc lên như nấm, không còn dấu vết gì của khu báo chí ngày xưa. Tôi thử tìm trên google địa chỉ 217 thì thấy một khách sạn mini, không còn giống gì hình tòa soạn Thời Nay mà nhà văn Song Thao gởi cho tôi xem. Không biết số nhà có thay đổi không, thật đúng là nơi tòa soạn cũ chắc tôi chẳng bao giờ muốn đi ngang nếu là ông Thái.

Tạ thế ở tuổi chín mươi, ông đã chứng kiến lẽ đời thăng trầm bể dâu, có thể cuối đời ông cũng chẳng còn tiếc nuối gì. Thời Nay bị khai tử nhưng nó không chết trong lòng độc giả ái mộ và thế hệ hậu sinh như tôi. Xin vĩnh biệt ông, thần tượng tuổi thơ của tôi, một thời ôm Thời Nay đọc giấu dưới gối!

Tháng 9/2017

* Hiện tại (2022), nhà văn Song Thao đã ra tới cuốn Phiếm số 28!

Thế Giới Tuổi Thơ Trong Tủ Sắt

Đạo diễn Steven Spielberg trở nên nổi tiếng khắp thế giới, chết tên với thể loại phim thiếu nhi/giả tưởng từ phim E.T. (1982) khi còn là chàng thanh niên trong làng điện ảnh. Ông giải thích quan điểm của mình khi làm nên bộ phim cuốn hút hàng tỷ người vào thế giới trẻ thơ của những đứa bé một khu xóm ngoại ô California là đặt mình vào chỗ của những đứa trẻ nhìn ra cuộc sống chung quanh. Vì vậy, máy quay hạ xuống khoảng 2'9" (dưới một thước) tương đương tầm nhìn của đứa trẻ và không chiếu mặt các người lớn, chỉ ngang thắt lưng, cho đến gần cuối. Đây cũng là kỹ thuật thông dụng trong các phim hoạt hình xưa như Tom & Jerry, người xem chỉ thấy đôi chân bà chủ. Nhân vật người mẹ trong phim là ngoại lệ, chiếu cả toàn thân vì Spielberg muốn cho thấy khía cạnh trẻ thơ trong nhân vật này, đồng hóa cô thành một trong những đứa trẻ trong nhà. Thế giới của bọn trẻ là căn phòng của người anh, đặc biệt là ngăn chứa đồ (closet) nơi chúng giấu E.T., nhưng với trí tưởng tượng trẻ thơ, cái không gian nhỏ hẹp đó là thế giới phong phú linh động vô cùng.

Nhà ở Việt Nam không có closet, nhà tôi có cái tủ sắt lớn khuất trong góc. Khi chiến dịch kiểm kê văn hóa điên cuồng lôi hết sách báo quý giá từng nhà thiêu hủy, cái tủ sắt trở thành nơi cất giấu sách báo "phản động đồi trụy" – tủ sách gia đình, sách của người ta gởi giấu giùm. Khách tới nhà thường không để ý tới cái tủ sắt im lìm trong góc, thỉnh thoảng có người thấy, hỏi thì má tôi nói "Ôi, tủ này hồi đi làm họ thanh lý văn phòng, tui đem về để đó mà có đồ gì đâu để cất, khóa hư rồi lâu lắm không rớ tới", khách nghe rồi bỏ qua, đâu ai ngờ trong đó là cả một kho tàng văn học miền Nam, đối với gia đình tôi còn quý hơn vàng bạc. Thế giới tuổi thơ của E.T. là cái closet, thế giới tuổi thơ của tôi nằm trong cái tủ sắt với những bộ sách Thạch Lam, Tô Hoài, Duyên Anh cùng hầu hết tác phẩm của tất cả tên tuổi văn nghệ hàng đầu của miền Nam trong khi các tác giả đang bị nhốt trong nhà tù Phan Đăng Lưu, Chí Hòa, trại tù Suối Máu, Gia Trung, thậm chí núi rừng miền Bắc xa xôi.

Một cô giáo bạn thân má tôi chắc là độc giả ruột của Duyên Anh, đem gởi nguyên bộ sách cô dày công sưu tập từ quyển đầu tiên "Hoa thiên lý", không sót quyển nào. Má tôi cấm không cho đọc "truyện người lớn" (tức tiểu thuyết), chỉ cho đọc truyện con nít - Thằng Vũ, Thằng Côn, Con Thúy, Thằng Khoa, Thằng Vọng, Thằng Luyến, Dzũng Đa Kao … Tôi cũng có lén đọc thử "truyện người lớn" của Duyên Anh nhưng thấy không có gì đặc biệt, nhiều chỗ dàn trải, thừa thãi kiểu truyện feuilleton, cốt truyện theo kiểu tình tiền tù tội, nhàm và nhảm. Truyện cho tuổi mới lớn và thanh niên thì hơi sến. Nhưng mà "truyện con nít" thì hấp dẫn vô cùng, say sưa như con nít kể chuyện, không có vẻ gì là người lớn cả. Hồi nhỏ, đối với chúng tôi, người lớn toàn giáo điều nghiêm khắc, làm gì cũng rầy rà, không hiểu trẻ con, cho nên đọc sách tôi không hề nghĩ tác giả là một người chồng, người cha ở tuổi trưởng thành.

Tôi lớn lên ở vùng ngoại thành, con nít sau giờ học kéo nhau lang thang khắp xóm chơi đá banh, thả diều, bắn bi, tạt lon, tắm sông. Đồ chơi toàn tự chế rất sáng tạo. Diều làm bằng giấy tập học trò cũ, khung tre tự uốn, đuôi kết bằng nhiều vòng giấy. Lon là sữa Ông Thọ. Còn trò búng nút khoén từ các chai nước ngọt, chai bia tàn dư Mỹ Ngụy. TV chiếu phim "Ba chàng ngự lâm" thì ngoài đường mỗi chiều cũng có các chàng hiệp sĩ nhóc đấu kiếm gỗ tự làm, chuôi kiếm bịt giấy bạc (trong bao thuốc lá), treo kim tuyến tua tuội cũng lấp lánh lắm, giả bộ bị thương la "á, á" đi cà nhắc. Nhưng món vũ khí thông dụng nhất là cái ná tự chế, tùy độ khéo tay của chủ nhân. Hồi đó đường Tân Quy còn là đất đỏ, đạn là những viên sỏi đá đỏ bằng đầu ngón tay út. Ở nhà bọn nhóc dùng ná lang thang bắn chim sẻ, vô trường bắn nhau lỗ đầu. Thầy cô mà thấy ná là tịch thu đem cả người lẫn vật lên văn phòng hiệu trưởng, dũng sĩ ná thun ngồi cặm cụi chép phạt một trăm lần "Em không dùng ná bắn bạn nữa". Chị tôi cũng bắt chước ra vườn bẻ cành cột dây thun làm ná bắn… em tôi, má tôi tóm cái ná quăng xuống ao sau nhà, phết cho mấy roi. Năm tôi học lớp năm, lớp sáu, chiến dịch kiểm kê chìm xuống, một ông già mở quán cho mướn sách, hầu hết sách in trước 1975, rất nhiều sách kiếm hiệp bao giấy dầu (như là ám hiệu, vì em họ tôi ở Thanh Đa đem truyện chưởng qua cho mượn cũng bao giấy dầu). Khỏi phải nói là đám con trai mê say kiếm hiệp, cũng tự xưng nhân vật này nhân vật nọ, toàn anh hùng hảo hán cả. Hồi xưa đứa nào cũng đòi làm d'Artagnan, thời này làm sao bằng Đoàn Dự, Kiều Phong, Trương Vô Kỵ. Vậy là sinh ra phong trào học võ, vô trường giở mấy miếng phi thân, phóng chưởng lấy le.

Lớn lên như vậy, đọc Duyên Anh tôi thích thú vô cùng vì những trò phá phách nghịch ngợm của bọn thằng Vũ ở Thái Bình thời tiền chiến cũng y như đám con nít xung quanh tôi, tôi có cảm tưởng ông viết về tuổi thơ của chúng tôi. Rồi các nhân vật của ông trở thành chứng nhân những chuyển biến lịch sử, với những chi tiết tôi không được dạy trong trường. Man mác trong những câu chuyện vui nhộn dí dỏm là nỗi niềm luyến tiếc – luyến tiếc tuổi thơ, luyến tiếc quê nhà. Tôi nghĩ Duyên Anh như Peter Pan – cậu bé không muốn thành người lớn, ngay cả trong cuốn "Nhà tôi" mà ông là người chồng, người cha trong gia đình.

"Nhà tôi" có vẻ là bản tấu sám hối sau khi đi hoang, tường thuật hóm hỉnh cuộc nhân duyên và hôn nhân đầy sóng gió của Lương – Phượng (thật ra là tự truyện của tác giả). Lúc tôi đọc cuốn này, ba tôi biền biệt trong trại tù cải tạo, ở nhà có mấy mẹ con, những cảnh đầm ấm, cãi cọ, làm lành giữa hai vợ chồng trong truyện hoàn toàn vắng bóng trong cuộc sống chúng tôi, cho nên tôi đọc rất thích không khí gia đình, cười nôn ruột, nghĩ tác giả cường điệu cho hài hước. Sau này khi đã có chồng con, có kinh nghiệm hòa hợp hôn nhân, nghĩ lại chuyện của Duyên Anh tôi mới thấy ẩn chứa trong đó một bi kịch gia đình, bi kịch của hai con người không cùng nền tảng giáo dục và văn hóa, khác biệt về tư tưởng và nếp sống.

Thời đó, biết là má tôi giấu sách vì chiến dịch kiểm kê nhưng tôi không hề ngờ những tác giả tôi yêu thích bị kết tội "phản động", "biệt kích văn nghệ", "đầu độc thanh thiếu niên" và đang tù tội. Má tôi dặn đọc xong phải cất khóa lại, đừng để ai thấy, đừng tin ai, kể cả bạn bè người thân. Vậy mà có lần một cô giáo (đi tập kết về dạy ở trường) tới nhà thình lình, mấy chị em lo chạy gom dọn đồ đạc cho ngăn nắp, quên cuốn sách đang đọc. Cô cầm lên, đọc cái bìa (tôi còn nhớ bìa màu xanh dương trơn, không có hình vẽ): "Nhà tôi. Duyên Anh. Ủa nhà văn nữ này là ai mà em chưa nghe tên vậy chị?". Tôi điếng hồn, sợ cô tịch thu cuốn sách rồi đi tố giác, mà một phần vì ánh mắt nảy lửa của má tôi đang đứng sau lưng cô (1. Đã dặn đọc xong đem cất mà bỏ lung tung, bả đi tố có khi còn ở tù. 2. Đã dặn đọc truyện con nít, ai cho đọc cuốn này?). Má tôi lên tiếng giả lả: "Sách tụi nó mượn bạn bè ai mà biết." rồi nháy tôi "Mượn lâu rồi sao không trả nó đi, bỏ tùm lum lỡ mất lấy gì đền?". Cô tưởng thật, trả sách cho tôi rồi ngồi nói chuyện trường lớp với má tôi. Mấy ngày sau đó tôi vẫn còn nơm nớp lo sợ cô hỏi ra Duyên Anh là ai thì chết, nhưng may sao hình như cô quên lửng chuyện đó luôn.

Duyên Anh không phải là một nhà văn uyên bác, tư tưởng sâu sắc, văn phong độc đáo, nhưng những "truyện con nít" của ông sống mãi trong tâm hồn những người đã từng đọc qua, đưa người lớn trở về thế giới tuổi thơ hồn nhiên phong phú trí tưởng tượng mà sau nửa đời bon chen thăng trầm thành bại chúng ta mới ngậm ngùi nuối tiếc. Những thằng Vũ, thằng Côn, con Thúy, thằng Vọng, thằng Khoa, thằng Luyến ngày xưa tôi giấu trong tủ sắt như E.T. trốn trong closet, bây giờ ở đâu trong thời hiện đại đầy đồ chơi điện tử này?

Ngày đầu tháng Sáu 2018

Thầy Tôi – Vũ Đức Sao Biển

Lên lớp 6 tôi học trường Tân Quy 6 (tiền thân là trường tiểu học làng thương phế binh VNCH), Nhà Bè (bây giờ là quận 7 danh giá). Cô giáo dạy Anh văn và cũng là chủ nhiệm lớp là cô Thu Tâm (không phải cô Thu hát cho người!). Cô vui tính, dễ dãi trong việc học hành thi cử, hay kể chuyện nghịch phá thời đi học trường nữ trung học Gia Long và Viện Đại học Đà Lạt cho chúng tôi nghe. Nhà cô cách trường có mấy bước nên lũ học trò hay tấp vào ngoài giờ học để chí chóe những chuyện tào lao, mà hễ gặp thầy ở nhà là chúng tôi né. Thầy lúc đó còn trẻ, mới 32 tuổi nhưng nghiêm nghị ít nói, thấy đám học trò lao nhao chỉ hơi cười cười gật đầu bỏ đi. Thầy dạy Văn lớp 9, chúng tôi chỉ dám nhìn từ xa đầy kính nể. Thầy mảnh khảnh, lúc nào cũng chỉnh tề với quần dài, áo sơ-mi dài tay, cổ và tay *manchette* gài kín. Thầy thường đi bộ tới trường thong thả với quyển giáo án và cuốn sách giáo khoa cặp ngay ngắn trên tay. Thầy là trưởng ban văn nghệ của trường nhưng chẳng bao giờ đàn hát, chỉ phụ trách chọn tiết mục, tập dợt và giới thiệu chương trình. Lối giới thiệu của thầy văn hoa nhưng ngắn gọn, nghiêm chỉnh với giọng Tam Kỳ hơi cứng nhưng chuẩn mực rõ ràng.

Nghỉ hè, một buổi trưa thầy Văn Ngọc Thạch (cũng dạy Văn, trước 1975 thầy có viết văn nhưng bút hiệu gì thì là một bí mật) ghé nhà tôi với cây đàn *guitar* mới tinh. Quả là một ngạc nhiên lớn lao vì cả nhà tôi không ai chơi đàn. Thầy Thạch có tiệm bán đàn nên chúng tôi đoán già đoán non là má tôi mượn hay mua cây đàn, nhưng để làm gì thì nghĩ không ra. Má tôi về tới, bước vào nhà thấy cây đàn thì tươi hẳn lên, quay qua tôi tuyên bố "Con Ngọc sẽ đi học đàn!". Tôi đi từ ngạc nhiên này tới ngạc nhiên khác. Tôi, đứa mọt sách đi học về là ôm sách đọc suốt ngày, chẳng bao giờ ngó ngàng tới chuyện văn nghệ văn gừng trong lớp lại được má tôi chọn trong ba chị em gái cho đi học đàn. Chưa hoàn hồn thì má tôi phán tiếp "Chiều mai tới nhà thầy Hợi học". Cái gì? Ông thầy ốm nhách nghiêm trang chồng cô Tâm mà dạy nhạc? Trong trí tôi nghệ sĩ phải bồng bềnh tưng tửng như Trịnh Công Sơn kìa. Má tôi nói "Thầy là nhạc sĩ Vũ Đức Sao Biển đó".

Vậy là ba buổi chiều một tuần tôi xách đàn lại nhà thầy (trước đây là nhà cô chủ nhiệm!) học. Lúc đó tôi là đứa con gái duy nhất và lớn tuổi nhất trong nhóm học đàn, các học trò khác nhỏ hơn tôi ít nhất hai tuổi. Có lẽ vì vậy mà về sau thầy thân với tôi hơn hết, nhất là khi tôi lên lớp 9 học Văn với thầy ở trường. Thầy rất kỹ lưỡng và mô phạm trong việc dạy nhạc. Một nửa thời gian dành cho nhạc lý, rồi mới tới bài tập. Thầy chép nhạc vào vở cho từng đứa, chữ viết rất đẹp, chân phương sắc sảo kiểu *calligraphy*, nốt nhạc ngay thẳng đều đặn như in. Sau thầy thấy tôi chép nhạc đẹp nên để tôi tự chép cho mình. Thời gian đầu cả nhóm học cùng những bài căn bản, sau đó thầy để ý trình độ và sở trường từng đứa mà cho bài khác nhau. Nhạc thầy cho chúng tôi học ngoài những bản ngoại quốc cổ điển là "nhạc vàng". Học điệu *tango* với bài Thu Ca của Phạm Mạnh Cương, học *waltz* với Ngày Xưa Hoàng Thị của Phạm Duy, *slow rock* với Diễm Xưa của Trịnh Công Sơn ... dĩ nhiên không thể thiếu Thu Hát Cho Người. Thầy tập riêng cho học trò, rồi ghép lại đàn chung bản nhạc, đứa đàn *guitar*, đứa đàn *mandoline*. Lúc tập Thu Hát Cho Người, thầy hát cho chúng tôi nghe. Giọng thầy trầm buồn, miên man, day dứt. Sau này nghe rất nhiều ca sĩ xưa nay hát, từ Anh Ngọc, Ngọc Long, Lệ Thu tới Tuấn Ngọc và các ca sĩ thế hệ sau, tôi không cảm được hết cái thần của bài hát như khi ngồi nghe thầy một buổi chiều nắng xiên xiên trong khoảnh sân nhỏ. Cách đây vài năm có một phóng viên ở Việt Nam phỏng vấn thầy và ghi âm giọng thầy hát Thu Hát Cho Người, giọng hát ở tuổi lục tuần dĩ nhiên không còn làn hơi nồng nàn như ba mươi năm trước nhưng trên hết nỗi niềm day dứt không se thắt lòng người nghe như xưa. Có lẽ vì thầy hát cho chúng tôi nghe trong hoàn cảnh nhạc cũ bị cấm phổ biến, thầy không được sáng tác nhạc?

Học đủ loại nhạc rồi thì thầy soạn chủ yếu dân ca cho tôi đàn vì thầy nhận xét tôi có lối chạy ngón những nốt luyến láy rất dịu và uyển chuyển, hợp với dân ca, nhất là dân ca miền Nam với ngũ cung hò xự xang xê cống. Tôi sợ thầy đào tạo tôi thành Văn Vĩ, nhưng may quá thầy chỉ mê soạn bài theo âm hưởng dân ca thôi. Sau này những bản nhạc nổi tiếng nhất của thầy là những bản viết theo ngũ cung.

Học một thời gian thì thầy trò thân thiết, cũng vì trong trường thầy thân với má tôi nhất. Có lần thầy chép cho tôi bài Thuyền Viễn Xứ của Phạm Duy và bảo "Về tập, chừng nào thật nhuyễn thì đàn cho má nghe" vì thầy biết má tôi rất thích. Một buổi chiều tôi tới sớm, với nụ cười triết gia cố hữu, thầy đưa cho tôi đọc lá thư từ một người bạn nhạc sĩ ở Mỹ cho thầy biết Lệ Thu đang làm cuốn băng chủ đề Thu Hát Cho Người. Tôi hỏi một câu ngớ ngẩn "Sao cô Lệ Thu không viết cho thầy?". Thầy cười "Kệ, ai hát thì cứ hát". Tôi nghĩ trong hoàn cảnh đó, khi nhạc của thầy chịu chung số phận với các nhạc phẩm khác bị vùi dập cấm đoán, được nghe một ca sĩ hát lại bài hát cũ của mình đã là niềm hạnh phúc.

Bất đắc chí, thầy có tiếng là mạnh rượu. Thầy không ngồi quán nhậu rượu đế như người khác mà chỉ uống một mình ở nhà mỗi buổi chiều và uống rượu Tây. Thầy không uống tới say, chỉ vừa đủ thấm, mặt hơi đỏ, ngồi vững vàng giảng giải bình luận thơ nhạc thâm trầm, khúc chiết. Trên tay thầy lúc nào cũng có điếu thuốc, có khi ngồi chép nhạc cho học trò theo trí nhớ, thầy phải đốt thuốc rít một hơi mới nhớ ra để viết tiếp. Thầy lại hay than đau bao tử, có khi đau ghê gớm lắm, cô được dịp giục thầy bỏ rượu bỏ thuốc. Gần đây xem phóng sự nhiều kỳ về thầy của một đài truyền hình ở Việt Nam, tôi thấy thầy khỏe khoắn tươi trẻ lắm, có lẽ bỏ rượu bỏ thuốc thật.

Lên lớp 9 học Văn ở trường với thầy, tuy thân thiết khi học nhạc ở nhà nhưng đến trường tôi sợ thầy một phép. Thầy nghiêm túc nhất trong các giáo viên ở trường, đúng giờ như cái đồng hồ, bài vở soạn kỹ lưỡng, chấm bài sửa từng chữ cho học trò với lời phê chi tiết, không phải ông nhạc sĩ uống rượu Tây mỗi buổi chiều và hát nhạc vàng khi học trò hòa đàn. Chương trình học và thi môn Văn lớp 9 thì 90% là thơ Tố Hữu, bắt buộc học trò phải ca ngợi tài đức, lòng yêu nước yêu đảng bác bát ngát, thi tứ phong phú của nhà thơ đệ nhất công thần, trong khi thầy tốt nghiệp khoa Việt-Hán và Triết học Đông phương, mê thơ đường luật, phú, đối. Thầy dạy học trò vừa đủ để làm bài và thi đậu tốt nghiệp nhưng không dạy học trò phải yêu thơ Tố Hữu. Thỉnh thoảng thầy cũng "xé rào". Cho ví dụ về thơ mới, thầy đọc "Tình già" của Phan Khôi. Cho ví dụ về ngắt câu không đúng chỗ, thầy ngâm thơ Hữu Loan (hồi đó còn cấm) "*Nàng có ba người anh* đi *bộ,* đội *những em nàng*", cả lớp cười nghiêng ngả. Hồi đó học trò hay đùa nhau là phải xạo mới giỏi Văn, đứa nào giỏi Văn là đệ nhất xạo. Tôi cũng là đứa xạo nên viết tràng giang đại hải, tán tụng đủ thứ mà không hề tin một chữ mình viết, thường được điểm tám, chín dù thầy cũng biết tôi xạo. Thầy bảo bài luận của tôi mà thầy thích nhất là bài phân tích câu "*Nhất sĩ nhì nông, hết gạo chạy rông, nhất nông nhì sĩ*" vì tôi viết với cảm xúc thật, thầy bắt tôi chép lại cho thầy một bản để làm tư liệu (hồi đó chưa có dịch vụ *photocopy*). Thầy cho tôi vào đội tuyển học sinh giỏi Văn, má tôi không bằng lòng nhưng nể thầy nên để tôi ở trong đội tuyển và tiếp tục xạo. Thời gian đó thầy bắt đầu viết báo rất nhiều, bút hiệu Đồ Bì trên Tuổi Trẻ và Đinh Ba trên Thanh Niên, chủ yếu viết phiếm, phú, câu đối. Có được bài nào ưng ý thầy đưa cho tôi xem.

Năm 1986, Nguyễn văn Linh được đưa từ Thành ủy Sài Gòn lên làm Tổng Bí Thư để hòa nhập với xu hướng đổi mới của khối xã hội chủ nghĩa mà Gorbachev khởi xướng, bắt đầu cởi trói văn nghệ. Các văn nghệ sĩ Nhân Văn Giai Phẩm được phục hồi tên tuổi, một danh sách 36 bản nhạc trước đó bị cấm, chủ yếu nhạc tiền chiến, được cho phép lưu hành. Sau đó danh sách này được kéo dài ra từ từ. Tới năm 1990 thì chỉ cấm nhạc lính VNCH và Phạm Duy thôi. Bài "Thu Hát Cho Người" được hát lại, thầy viết nhạc viết sách trở lại, và viết rất mạnh. Sau khi rời Việt Nam, tôi nghe các ca sĩ Thanh Tuyền, Hương Lan hát những sáng tác mới của thầy – "Điệu buồn phương Nam", "Đêm Gành Hào nghe điệu Hoài Lang", "Đau xót lý chim quyên" … biết thầy viết nhạc sung sức, tôi mừng cho thầy và bồi hồi nhớ những ngày học nhạc thầy cho tôi tập đàn dân ca. Rồi một lần nghe chương trình đài phát thanh VOVN ở Houston trên *internet*, ông Duy Trác dành nhiều kỳ bình luận bộ sách của thầy "Kim Dung giữa đời tôi" rất tâm đắc, tôi nghe sướng quá chỉ muốn la lên "Thầy tôi!". Sau này tôi được biết thầy viết rất nhiều, cả phiếm luận, truyện ngắn, tiểu thuyết, phê bình… Quyển sách mới nhất, xuất bản năm nay là "Sim và âm vang cố quận" về miền Tam Kỳ, Quảng Nam quê hương thầy. Thầy còn được mời dạy Đại học Khoa học Xã hội – Nhân văn. Quả thật khác xa cái thời mà bản nhạc duy nhất của thầy được hát là bài "Từ trang giáo án" mà thầy hay song ca với cô Diệu Lý (vợ nhạc sĩ Phạm Thế Mỹ) mỗi kỳ hội diễn văn nghệ của phòng giáo dục! Nếu tin theo tử vi, đời người có những đại hạn, tiểu hạn, bị tuần/ triệt, qua rồi vận hạn mới hanh thông, giai đoạn đó dường như không chỉ thầy cả miền Nam bị hạn triệt luôn!

Rất nhiều bài báo, phóng sự thực hiện về thầy nhưng hầu như ai cũng viết sai tên thật của thầy. Tên chính thức của thầy trong biên chế trường tôi là Võ Hợi, tại sao không là Võ Tý thì tôi không dám hỏi thầy. Theo lý lịch của trường, thầy sinh ngày 12 tháng 2 nhằm mùng 3 Tết năm 1948, tức là đã hết năm Hợi và qua năm Tý rồi. Hầu hết tài liệu ghi tên thầy là Vũ Hợi, còn có chuyên gia lý giải là người Quảng không có họ Võ, chỉ có họ Vũ nên viết Võ Hợi là sai! Ủa tên ai người nấy giữ chớ!

Tháng 9/2017

Duyên Văn Nghệ Facebook Và Cô Giáo Cũ

Tôi ở New York, không có cộng đồng người Việt, nói gì tới sinh hoạt văn nghệ, hoàn toàn cô lập với thế giới sách báo chữ nghĩa. Năm 1998, một người bạn của má tôi ở California gởi mấy món đồ ăn gói bằng giấy báo Người Việt. Tôi ghiền đọc tiếng Việt nên kéo mấy trang báo cho thẳng để đọc và sửng sốt thấy Phân ưu cho nhà văn Mai Thảo từ "Nguyễn Xuân Hoàng và tạp chí Văn", thứ nhất là vì tin buồn về một nhà văn tôi vẫn ái mộ, hai là vì ngạc nhiên không ngờ Văn tục bản ở hải ngoại. Tôi liên lạc với nhật báo Người Việt để hỏi thông tin về nhà văn Nguyễn Xuân Hoàng, *email* cho ông để đặt mua báo. Gia đình tôi cất giữ lại và mang theo khá nhiều số Văn cũ trước 1975 nên tôi có dịp trò chuyện với ông về những bài cũ và chúng tôi bắt đầu mối quan hệ vong niên rất văn nghệ. Trong một số Văn mới có một bài viết làm tôi chú ý, tôi viết một email dài phân tích và nhận xét về bài đó, ông Hoàng có vẻ rất thích thú, ông gọi cho tôi, bảo "Ngọc viết văn chắc được lắm, viết thử cái gì đi". Từ chỗ "viết thử cái gì đi" tôi bắt đầu có bài đăng gần như mỗi số. Sau một thời gian, thấy tôi siêng đọc báo chí ngoại quốc, ông bảo tôi kiêm luôn mục "Văn nghệ thế giới". Lúc đó còn độc thân rảnh rang, đang đi residency trong bệnh viện, ở chung với ba má, tôi hết giờ về chỉ ăn rồi đọc sách chuyên môn, còn thì viết văn. Cũng qua Văn tôi "tái ngộ" nhà văn Song Thao, cây bút tôi ái mộ nhất trong bộ Thời Nay gia đình. Nhà báo Bùi

Bảo Trúc tôi được quen từ trước cũng nhờ một cơ duyên văn chương. Ông Hoàng có ý muốn giới thiệu tôi quen biết với các văn nghệ sĩ khác, nhưng tôi nghĩ phận con cháu đâu dám leo trèo ngồi chung chiếu với các vị trưởng thượng, nên chỉ giới hạn liên lạc với ba vị mà thôi.

Sau khi lấy chồng, sinh con gái đầu lòng, đi làm chính thức sau *fellowship*, tôi cố gắng duy trì việc viết lách một thời gian rồi bỏ cuộc. Văn đình bản ít lâu sau đó. Tôi rất buồn và tiếc nhưng nghĩ đó cũng là một tất yếu trong tình hình "*văn chương hạ giới rẻ như bèo*", người viết vẫn đầy tâm huyết nhưng độc giả rơi rụng dần, tôi có cảm tưởng chỉ còn người viết chúng tôi đọc lẫn nhau. Bù đầu với công việc giảng dạy và nghiên cứu trong bệnh viện đại học, đi làm về phải soạn bài, viết đề án, đọc tài liệu, hộp thư của tôi đầy nhóc *emai*l từ học trò, đồng nghiệp, bộ môn, phòng nghiên cứu khoa học, chẳng còn thì giờ tán dóc chuyện văn chương như xưa. Ông Hoàng và ông Trúc biết vậy nên chỉ liên lạc tôi khi cần tài liệu quá kẹt kiếm không ra, tôi lâu lâu gửi một cái thư chúc Tết và chỉ liên hệ nhà văn Song Thao khi ông ra một cuốn sách mới.

Thời gian qua mau, nhà văn Nguyễn Xuân Hoàng mắc bạo bệnh và mất, may mà tôi còn gặp được ông lần cuối. Rồi con gái lớn vào lớp *honors ở middle school* bài vở quá nặng, tôi bỏ bệnh viện đại học về làm bệnh viện tư gần nhà, ít giờ hơn, đi làm về chỉ kèm con học, lo cơm nước và xem TV. Tôi nghĩ đến ông Trúc đã lâu không liên lạc, định sau khi con gái thi *midterm* xong sẽ gọi hỏi thăm, thì bất ngờ được tin ông mất đột ngột vào một ngày cuối năm. Những ngày sau đó, tôi hụt hẫng vô cùng, cứ nghĩ về những cái "phải chi". Vòng đời cứ quay, không chờ đợi những lời thất hứa, những lần lỗi hẹn.

Tháng bảy năm nay tôi đi nghỉ hè ở Quebec City, ghé Montreal hai ngày và gặp được nhà văn Song Thao. Ông nói chuyện văn chương rất vui và xui tôi viết lại, tôi cười trừ. Ông không tha, đăng một truyện cũ của tôi đã in trên Văn lên *facebook* và dần dần tôi bị lôi cuốn vào cái thế giới vui vui của các tác giả cho sáng tác của mình lên *facebook* ở thời đại mà các tạp chí văn chương nhà văn Nguyễn Xuân Hoàng gọi là "sân chơi chữ nghĩa" đã đi vào dĩ vãng. Hồi trước phải chờ báo tới bằng bưu điện, bây giờ sáng dậy mở *facebook* có thơ văn đọc tha hồ. Danh sách "bạn" của tôi có thêm tên một số nhà văn nhà thơ. Vì còn giữ một số tạp chí cũ, tôi bắt đầu gửi lại những tác giả Sài Gòn xưa sáng tác của họ đã thất truyền vì thời cuộc và chiến dịch "biệt kích văn nghệ", "kiểm kê văn hoá". Qua các hoạt động này, nhà văn Nguyễn Minh Nữu chú ý và *request* trên *facebook* tôi. Tôi biết tên tuổi ông đã lâu, hồi nhà báo Bùi Bảo Trúc còn ở Virginia có gợi ý muốn giới thiệu tôi với ông và một số văn nghệ sĩ vùng DC, tôi nhát nên thoái thác. Nay thấy tên ông tôi *accept* ngay. Sau đó tôi sực nhớ một truyện ngắn của ông trên Văn Tân Niên 1973 nên scan cho lên *facebook*. Ông rất vui mừng vì đó là truyện đầu tay của ông trên Văn và chúng tôi trò chuyện đôi chút qua *messenger*. Tưởng chỉ có vậy, nhưng tôi tình cờ thấy trên *facebook* của ông có hình chị của ông từ Việt Nam sang chơi, nhìn rất giống cô giáo thân yêu dạy tôi môn Văn lớp 12 là cô Nguyễn thị Bội Cẩn, và có bạn học lớp tôi là con trai cô cũng "*like*" tấm hình. *Put two and two together*, tôi hỏi lại Phong cho chắc, Phong bảo cậu Nữu là em ruột của cô – mẹ Phong. Tôi mừng vui khôn xiết vì gần ba mươi năm tôi chưa gặp cô. Chẳng những vậy, thầy nhà cô là thầy Chu Hoài Nhân dạy tôi môn Anh văn lớp 8 và lớp 9, em rể cô là thầy Nguyễn Hữu Luận dạy tôi môn Địa ba năm trung học, con thầy Luận tên Hồng Vân là bạn thân tôi từ nhỏ. Tôi vội vàng hỏi nhà văn Nguyễn Minh Nữu số điện thoại liên lạc với cô ở Virginia và gọi cô ngay. Nghe giọng nói quen thuộc ấm áp, âu yếm của cô, tôi xúc động vô cùng, thấy mình nhỏ lại ba mươi năm, là cô bé nữ sinh ngồi nghe cô giảng bài. Trong trường tôi, không chỉ học trò mà các thầy cô giáo đều yêu quý kính trọng cô như người mẹ thứ hai vì tấm lòng và tình thương cô dành cho bọn quỷ sứ chúng tôi. Chúng tôi mê lối giảng văn lôi cuốn hấp dẫn của cô (cô thuộc dòng dõi thi thư, con gái học giả Nông Sơn Nguyễn Can Mộng), nhất là khi cô giảng ca dao. Khi giảng bài " Tát nước đầu đình" mà chàng trai hứa giúp từ xôi, lợn, rượu, chiếu, chằm, cheo cưới, cau… cô kết luận "Thế là anh giúp cả cái đám cưới rồi còn gì!". Cả lớp cười rộ. Cô luôn luôn mặc áo dài đi dạy, rất dịu dàng, luôn tươi cười dù cuộc sống có khó khăn thế nào.

Thật là một bất ngờ cuối tuần đáng nhớ. Tôi không biết do giác quan thứ sáu, duyên may hay trái đất tròn như Galileo nói. Thôi tôi cảm ơn *facebook* vậy!

Tháng 10/2017

Chén Trà Đầu Xuân

Thời kiểm kê văn hóa, nhà tôi trở thành trạm tị nạn giấu sách báo giùm bạn bè, người quen, như tôi đã kể nhiều lần trong các bài trước. Thời gian đó thật là thiên đàng vì tôi được đọc đủ sách Đông Tây kim cổ, không thiếu một tác giả nào. Một vài năm sau, tình hình lắng dịu, các chủ nhân lần lượt tới lấy sách về, tiếc đứt ruột. Một trong những cuốn sách mà tôi xót xa nhất, cứ mong chủ nhân quên là cuốn "Vang bóng một thời" của Nguyễn Tuân in bản đặc biệt trên giấy ngà, bìa vải đen, chữ thếp vàng, gáy có sợi tơ đỏ để đánh dấu trang, trang đầu có triện son, hồi đó còn nhỏ quá tôi không biết triện son của chủ nhân hay của tác giả, nếu của tác giả ắt nó được xuất bản ở Hà Nội tiền chiến vàng son, giá trị vô ngần. Mỗi lần đọc cuốn sách này, tôi phải cẩn thận rửa tay sạch sẽ, ngồi bàn ghế đàng hoàng chứ không nằm dật dựa như thường khi đọc sách báo, rón rén giở từng trang. Đây là một viên bảo ngọc trong kho tàng văn học Việt Nam, từng bài, từng câu, từng chữ thật là quý giá, mở ra cả một trời văn hóa cổ xưa, lịch lãm, thanh nhã không thể nào tìm lại được.

Một trong những bài tôi mê nhất, đọc đi đọc lại tới thuộc lòng là "Những chiếc ấm đất" mà nghệ thuật uống trà tinh túy tột đỉnh. Ông mô tả tỉ mỉ các loại trà cầu kỳ, từng thứ ấm chén cho đến cách pha trà, uống trà và những bậc tri âm tri kỷ trong trà đạo.

"- Cái ấm của cụ quý lắm đấy. Thực là ấm Thế Đức màu gan gà. Thứ nhất Thế Đức gan gà, thứ nhì Lưu Bội, thứ ba Mạnh Thần. Cái Thế Đức của cụ, cao nhiều lắm rồi. Cái Mạnh Thần song ẩm của tôi ở nhà, mới dùng nên cũng chưa có cao mấy.

Cụ Sáu vội đổ hết nước sôi vào ấm chuyên, giơ cái ấm đồng cò bay vào sát mặt khách.

- Ông khách có trông rõ mấy cái mấu sùi sùi ở trong lòng ấm đồng không? Tàu nó gọi là cái kim hỏa. Có hỏa thì nước mau sủi lắm. Đủ năm cái kim hỏa đấy.

- Thế cụ có phân biệt thế nào là nước sôi già và nước mới sủi không?

- Lại ngư nhãn, giải nhãn chứ gì. Cứ nhìn tăm nước to được bằng cái mắt cua là sôi vừa và khi mà tăm nước to bằng mắt cá thì là nước sôi già chứ gì nữa."

Vì đọc Nguyễn Tuân mà từ nhỏ tôi đã mê uống trà. Khổ cái là thời đó các vườn trà danh tiếng ở Bảo Lộc, Lâm Đồng đã bị quốc hữu hóa thành trà quốc doanh, ai cũng biết hàng quốc doanh là như thế nào, mua ở chợ hay hợp tác xã uống không vô. Má tôi là cô giáo, ngày lễ tết thỉnh thoảng được phụ huynh biếu tặng trà tốt kiếm được nhờ nguồn quen biết riêng. Tôi học theo Nguyễn Tuân, tuy không có các loại ấm đồng, bình trà cầu kỳ, nhưng cố công pha bằng nước mưa nấu vừa sôi chứ không chịu nước máy, ai cũng cười đứa con nít mà khó khăn tỉ mỉ với nước pha trà.

Đọc truyện miền Bắc tiền chiến hay thấy tả quán nước, khách vào uống trà hay nước vối. Người miền Nam thì thấy lạ, bởi vì các quán giải khát bán cà phê, nước ngọt, nước cam chanh, sinh tố, còn bình trà để sẵn trên bàn, uống hết cà phê hay nước cam khách tự nhiên rót trà uống tráng miệng, không tính tiền. Các tiệm ăn, quán chè cũng vậy. Cái bình trà tượng trưng cho lòng hiếu khách của gia chủ. Ở Việt Nam không biết bây giờ ra sao, suốt thời gian tôi còn nhỏ và lớn lên, nhà nào cũng phải có bình trà và bộ tách trên bàn giữa nhà, khách vào là rót mời. Mà khách đâu có hẹn trước hay gọi điện thoại như bây giờ, hứng là tấp vô thôi, bình trà phải luôn luôn sẵn sàng, không quá nguội, không quá nhạt, vì vậy mới có cái giỏ mây lót đệm để ủ bình trà. Nếu khách tới mới pha trà thì trắng nhách, không uống liền được, dễ bị rầy la tắt bếp. Khách tới rót trà mời trước rồi nói gì thì nói, khách thích trà hay không cũng phải nhấp một ngụm lấy lễ. Bình trà đầy vơi tùy theo độ tâm đắc của chủ khách. Gặp khách quý, được một lát là nghe ba má gọi gióng ra nhà sau "Pha thêm bình trà đi con!". Nguyễn Tuân cũng vậy:

"Nhưng mà, ông khách này, chúng ta phải uống một ấm trà thứ hai chứ. Chả nhẽ nghe một câu chuyện thú như thế mà chỉ uống với nhau có một ấm thôi."

Sang Mỹ, tuy vẫn có trà lá để uống khi rảnh rỗi nhưng thường ngày phải uống trà xanh trong túi thả vào ly nước nóng uống liền, mùi vị đại khái, mùa đông có cũng tạm được. Lại có nhiều loại trà trộn hầm bà lằng đủ vị hoa quả, thật chẳng ra sao. Tôi tưởng tượng các ông Nguyễn Tuân, Thạch Lam sống lại thấy mấy túi trà không biết sẽ viết gì nữa. Tôi có đọc nhà văn bác sĩ Nguyễn Tường Giang, con trai Thạch Lam, viết về giai thoại và cuộc phiêu lưu ly kỳ của bộ ấm chén quý Nguyễn Tuân tặng Thạch Lam, sau bao phong trần bể dâu, thăng trầm thời cuộc lại về với gia đình ông ở Virginia.

Con gái tôi có một bạn gái thân từ lớp ba dù học hai trường khác nhau vì hai đứa được chọn vào lớp cho học sinh có IQ cao của học khu, kiểu trường chuyên ở Việt Nam. Chơi thân bốn năm năm nay, lui tới nhà nhau thường xuyên, ăn ngủ nhà bạn, dĩ nhiên cha mẹ cũng thân nhau. Cha mẹ cô bé người Tàu, trẻ tuổi hơn chúng tôi, cha là giáo sư đại học, mẹ là hiệu trưởng trường Hoa ngữ. Trò chuyện nhiều lần, tôi nhận thấy anh tuy tuổi trẻ nhưng am tường thi văn, văn hóa nghệ thuật cổ Trung Hoa nên chúng tôi dần dần tương đắc. Mùng ba Tết, anh chở con đến chơi nhà tôi, đem biếu một bình sứ tròn màu xanh ngọc, nắp khằn kín mở khó khăn, bên trong là đọt trà khô hái đầu mùa tuyết trên núi, anh gọi là Lushan. Tôi không đọc được hàng chữ Hán trên nắp nhưng cũng biết là trà quý, chúng tôi hăng say đàm đạo về nghệ thuật trà cả tiếng đồng hồ, khi từ giã anh cao hứng hứa khi có dịp sẽ đem biếu trà Mạn Hảo vùng núi Vân Nam. Tôi nhìn trà quý mà tiếc vì chiều tối mùng hai trời bỗng dưng đổ trận tuyết đầu năm, phải chi biết trước tôi đã ra giữa sân hứng tuyết để pha trà như ni cô Diệu Ngọc trong Hồng Lâu Mộng.

Cầu cứu nhà văn Võ Kỳ Điền, vốn là nhà giáo xuất thân từ khoa Hán học Đại học Sư phạm Sài Gòn, ông cho biết mấy chữ nho dán trên nắp là Lư Sơn (hay Lô Sơn) Vân Tuyết Trà. Lô Sơn thì quá nổi tiếng trong văn học sử Trung Hoa, thế là chúng tôi sa đà từ Tô Đông Pha qua Lý Bạch. Ngắm những đọt trà xanh biếc từ từ lắng xuống đáy chén sứ trắng, hương thơm dìu dịu quyến rũ trong một ngày đông giá lạnh, bàn luận Đường thi trên facebook, quả là thú tuyệt. Trong cuốn "Câu hỏi kiếp người" của nhà văn Võ Kỳ Điền vừa xuất bản, ông có trích bài Lô Sơn (hay Lư Sơn) tương truyền là của Tô Đông Pha:

"Lô sơn yên tỏa Chiết giang triều
Vị đáo bình sinh hận bất tiêu
Đáo đắc hoàn lai vô biệt vị
Lô sơn yên tỏa Chiết giang triều."

Và bản dịch của Thiền sư Mật Thể:
"Mù tỏa Lô Sơn sóng Chiết Giang
Khi chưa đến đó hận muôn vàn
Đến rồi về lại không gì lạ
Mù toả Lô Sơn sóng Chiết Giang."

Đọc qua thì thấy huề vốn, nhưng mà nhà văn Võ Kỳ Điền giải thích:

"Đi tới Lô Sơn rồi về vì không có gì lạ hết. Sắc tức là không, mà không tức là sắc. Có và không đối đãi nhau. Cái tâm khi động khi tĩnh thấy khác nhưng thật ra chỉ có một, có khác chi đâu mà ngó tới ngó lui. Lô Sơn cũng vẫn là Lô Sơn, coi chi cho mất công. Thiên hạ ca tụng tầm bậy tầm bạ không hà. Chán ơi là chán."

Tôi lại nghĩ tới ông Bút Tre, có lẽ ông sẽ viết:

"Chưa đi chưa biết Lư Sơn
Đi rồi mới biết chẳng hơn lư đồng"

Bàn tay có ngón dài ngón ngắn là vậy!

Xuân Mậu Tuất 2018

Trung Thu Và Kỷ Niệm

Văn hóa Việt Nam chịu ảnh hưởng sâu đậm từ "một ngàn năm đô hộ giặc Tàu" nên đến nay vẫn còn duy trì những ngày lễ mà ta gọi là Tết – Tết Nguyên Đán, Tết Hàn thực, Tết Đoan Ngọ, Tết Trung Thu. Tết Nguyên Đán đơn giản là vì người Trung Hoa xưa soạn lịch theo chu kỳ mặt trăng, ngày đầu năm là … Tết! Tết Hàn Thực từ tích mẹ con Giới Tử Thôi bị thiêu chết nên ăn món nguội. Tết Đoan Ngọ cúng Khuất Nguyên bằng bánh ú tro, người Việt ta tự ái dân tộc bèn cải biên thành ngày giết côn trùng sâu bọ trong mùa hoa quả, và vẫn ăn bánh ú tro!

Tết Trung Thu cũng vậy, nguồn gốc rất có thể từ lúc soạn âm lịch, người Trung Hoa xưa vốn giỏi thiên văn (mấy ngàn năm trước khi Galileo bị Giáo hội đập tơi bời vì dám tuyên bố Trái Đất tròn, Trái Đất quay) đã nhận thấy trăng rằm tháng Tám âm lịch tròn nhất và sáng nhất. Thiên văn Tây phương cũng khẳng định điều này, nhưng theo Tây phương thì là trăng tròn đầu tiên của mùa thu vì mùa thu Âu Mỹ bắt đầu ngày 22 tháng Chín, theo lịch chu kỳ mặt trời. Tết Trung Thu khởi đầu có thể chỉ là ngày hội sau khi hết mùa gặt hái, nông dân rảnh rang ngồi ngắm trăng uống trà, ăn bánh trái, trẻ con chơi đèn ngoài sân. Đây cũng là mùa hoa quả, "*tháng tám buôn nhãn bán trâm, trở về tháng chín chung chân buôn hồng*", cả dân quê kẻ chợ đều vui vẻ vì có phúc có lộc. Tích Trung Hoa xưa tạo ra nhân vật Hằng Nga là vợ Hậu Nghệ, người bắn rớt chín mặt trời nhưng lại mất vợ lên mặt trăng. Trong Tây Du, Trư Bát Giới theo Tam Tạng đi thỉnh kinh mà hễ thấy Hằng Nga là chỉ muốn đằng vân bay lên ôm nàng. Văn nhân Trung Hoa thi vị hóa bằng tích Đường Minh Hoàng mê gái, có đệ nhất mỹ nhân Dương Quý Phi còn chưa thỏa lòng nên mơ lên Nguyệt Điện ôm Hằng Nga trong đêm rằm tháng Tám. Việt Nam thì giản dị hơn, Hằng Nga chỉ là cô gái quê vợ chú Cuội khờ khạo nói dối như ranh, bị bay lên cung trăng theo cây đa vì một hành động rất hồn nhiên dân dã, Cuội bám theo, thế là ta có hình ảnh thằng Cuội ngồi gốc cây đa khi trăng tròn.

Apollo 11 đáp xuống mặt trăng ngày 20 tháng Bảy năm 1969, ghi dấu thắng lợi của Hoa Kỳ trước Nga Xô trong cuộc đua vũ trụ thời chiến tranh lạnh. Cả thế giới hồi hộp theo dõi trực tiếp theo Walter Cronkite, nhờ kỹ thuật truyền hình tiến bộ đúng lúc. Sự thật phũ phàng là hai người đàn ông may mắn nhất quả đất Neil Armstrong và Buzz Aldrin chẳng tìm thấy Hằng Nga hay chú Cuội hay thậm chí cây đa. Chỉ toàn đất đá đen thui tối om. Về sau khi tìm thấy miệng núi lửa trên mặt trăng, Hiệp hội thiên văn Quốc tế IAU đặt tên là Hằng Nga (Chang-Ngo), quả là tượng hình!

Người Tây phương không ưa trăng tròn. Trăng tròn là người sói biến thành sói, Dracula chui ra khỏi quan tài thành dơi bay vi vút, cùng nhau quậy phá thiên hạ kinh hoàng. Ngành Y chúng tôi (ở Mỹ) có niềm mê tín mãnh liệt, rất sợ những ngày trăng tròn khi phải trực vì bệnh nhân tâm thần, trầm cảm lên cơn điên tự tử, đâm chém người khác, người đi đường đụng xe rầm rầm, người cao huyết áp lên huyết áp, người bệnh tim lên cơn đau tim, người bệnh suyễn lên cơn suyễn vân vân ... Thế là chúng tôi có nghiên cứu khoa học chứng minh ngay là chu kỳ trăng có ảnh hưởng đến tâm trạng con người. Sợ nhất mùa bão mà gặp trăng tròn thì ôi thôi, sóng đánh bay nhà.

Á Đông chúng ta yêu trăng. Trăng là nguồn thơ, nguồn nhạc. Thi văn nhân Trung Hoa ông nào cũng có một bài về "nguyệt", không sao kể xiết. Nổi tiếng nhất là thi hào ôm trăng Lý Bạch với những thi phẩm hầu hết về trăng và rượu, được dịch ra nhiều thứ tiếng mà "Nguyệt hạ độc chước" là tiêu biểu (trích bốn câu đầu):

Hoa gian nhất hồ tửu,
Độc chước vô tương thân.
Cử bôi yêu minh nguyệt,
Đối ảnh thành tam nhân.(1)

Bạn tri kỷ của ông là Đỗ Phủ cũng yêu trăng không kém:

Canh thâm bất giả sí,
Nguyệt lãng tự minh thuyền.
Kim sát thanh phong ngoại,
Chu lâu bạch thuỷ biên.
Thành ô đề miễu miễu,
Dã lộ túc quyên quyên.
Hạo thủ giang hồ khách,
Câu liêm độc vị miên.
(Chu nguyệt đối dịch cận tự)(2)

Đọc Hồng Lâu Mộng của Tào Tuyết Cần, hẳn độc giả không thể quên những đêm thưởng trăng vịnh trăng trong Đại Quan Viên thơ mộng. Cô tiểu thư sầu nữ Lâm Đại Ngọc ứng khẩu hai câu tuyệt tác:

Hàn đường độ hạc ảnh,
Lãnh nguyệt táng thi hồn.
(Cò rò bóng hạc bên ghềnh
Hồn hoa chôn chặt dưới vành trăng trong.)

Đã nói ở trên là Tết Trung Thu chịu ảnh hưởng văn hóa Trung Hoa nên dông dài, tới đây thế nào cũng có người rủa là tôi … xổ nho! Việt Nam ta cũng có bao nhiêu thơ nhạc hay về trăng. Nguyễn Du tả Thúy Vân đẹp đẫy đà kiểu các cụ xưa yêu chuộng, mặt tròn vành vạnh "*khuôn trăng đầy đặn, nét ngài nở nang*", trong khi các cô ngày nay gọt mặt gọt hàm nhọn hoắt. Cô chị Thúy Kiều thì vượt tường thệ ước với Kim Trọng dưới trăng, ý là có Nguyệt lão chứng giám, từ đó ta có chữ "trăng thề"

Vầng trăng vằng vặc giữa trời
Đinh ninh hai mặt một lời song song

Tản Đà có bài "Muốn làm thằng Cuội" viết hơn trăm năm trước mà Trung Thu nào cũng có người rinh ra:

Đêm thu buồn lắm! Chị Hằng ơi!
Trần thế em nay chán nửa rồi.
Cung quế đã ai ngồi đó chửa?
Cành đa xin chị nhắc lên chơi.
Có bầu, có bạn, can chi tủi,
Cùng gió, cùng mây, thế mới vui.
Rồi cứ mỗi năm rằm tháng tám.
Tựa nhau trông xuống thế gian, cười.

Nguyễn Bính có "*sáng trăng giải chiếu hai hàng, bên anh đọc sách, bên nàng quay tơ*". Hàn Mặc Tử thì bị ám ảnh, mê hoặc bởi trăng, nhất là giai đoạn ông bệnh nặng. Không phải chỉ có "*Ai mua trăng tôi bán trăng cho, Không bán đoàn viên ước hẹn hò*" mà còn đòi "*nhảy ùm xuống giếng vớt trăng lên*" như Lý Bạch, những câu thơ mộng tình tứ "*Vui thay cảnh sáng trăng, Ái tình bắt đầu căng, Hoa thơm thì nín lặng, Hương thơm thì bay lay*" thuở đầu đã thành vô nghĩa với ông.

Nhạc sĩ Phạm Duy có bài "Chú Cuội" viết tặng chị Hằng là hiền thê Thái Hằng, "Bài ca trăng". Nhạc sĩ Lê Thương có bài

"Thằng Cuội" sống mãi với thời gian, mới đây được lấy làm nhạc nền cho phim "Tôi thấy hoa vàng trên cỏ xanh" của Victor Vũ. Bài hát được hát nhiều nhất qua bao nhiêu thế hệ trẻ con, người lớn mà không ai biết tác giả là ai là "Rước đèn tháng Tám" của nhạc sĩ Đức Quỳnh (ông viết bài này dưới một bút danh khác, nhưng cũng chẳng ai nhớ). Nhạc sĩ Đức Quỳnh được biết đến nhiều hơn với những nhạc phẩm được trình bày bởi các danh ca thượng lưu Mộc Lan, Tâm Vấn, Quỳnh Giao, Sĩ Phú như "Thoi Tơ", "Hỏi Em", "Hát Đi Anh", "Người Kỹ Nữ với Cung Đàn", nhưng bài hát Trung Thu cho trẻ em thật mộc mạc dễ thương, ai ai cũng thuộc. Con nít xóm tôi chế lời hát "Tết Trung Thu má đòi đi tu, ba ở nhà ba khóc lu bù, thằng cu Ti cũng đòi đi theo, hai má con tu chung một chùa"

Đọc "Vang bóng một thời" của Nguyễn Tuân, có thể thấy văn hóa Trung Thu miền Bắc rất đậm đà phong phú. Ăn thì bày cỗ có bánh dẻo, bánh nướng, con giống, hoa quả đủ loại, uống thì có rượu có chè (trà), chơi thì có hát trống quân, múa sư tử, chơi đèn đủ loại ngoài đèn lồng – đèn cù, đèn kéo quân. Tôi người Nam chánh gốc nên chẳng biết đèn cù, đèn kéo quân là như thế nào, bài hát "Đèn Cù" thì có nghe Thanh Vũ và sau này là Ái Vân. Người miền Nam giản dị hơn, nặng về ăn nhậu, chơi đèn lồng, đèn xếp. Giai thoại về bánh Trung Thu thì được giải thích là bánh tròn như mặt trăng, vậy tại sao đa số bánh hình vuông? Đèn cá chép thì có giai thoại Bao Công ra lệnh cho dân xách đèn hình cá chép vào đêm rằm để con yêu cá chép sợ, vậy tại sao cho con nít xách đèn đi chơi trừ yêu?

Tôi bắt đầu biết chơi Trung Thu đúng vào giai đoạn quy hoạch miền Nam sau 1975. Doanh nghiệp tư nhân bị đánh tư sản, những nhà hàng tiệm bánh nổi tiếng bị quốc hữu hóa, thực phẩm bán cho dân theo tiêu chuẩn đầu người qua hợp tác xã, từ gạo thịt mắm muối, đường bột bánh kẹo, dầu ăn, đến than củi, dầu lửa. Tết Trung Thu đầu tiên, mỗi nhà có con nít dưới 18 tuổi được một cái lồng đèn bóng kiếng đỏ choét bung keo tứ tung, mỗi đứa được một góc tư bánh Trung Thu. Nhà tôi có ba chị em, được ba phần tư cái bánh Vinabico trắng nhách vì thiếu trứng, nhân thập cẩm lượm ra được móng tay và tóc, thôi có còn hơn không, nhưng một cái lồng đèn thì ai chơi ai nhịn? Con nít xóm tôi thiếu ăn chứ óc sáng tạo thì phong phú, chế đủ loại lồng đèn. Lớn thì chẻ uốn tre dán đèn, không có giấy bóng kính thì xài giấy báo, giấy tập cũ tô vẽ lên, không được trong suốt nhưng đốt đèn cầy lên cũng lung linh như ai. Nhỏ thì làm đèn xếp rất dễ. Thông dụng nhất là lon Coca Cola hay lon bia tàn dư Mỹ ngụy cũ, xẻ nhiều đường dọc bên hông đều nhau rồi đè nhẹ từ nắp xuống bung tròn ra, vừa đẹp vừa không sợ cháy. Có loại đèn mà tới giờ tôi vẫn thắc mắc không hiểu họ làm cách nào – hai lon sữa bò, lon dưới để ngang, gắn một cây sào dài, lon trên để đứng, bên trong đốt đèn cầy, khi người kéo cây sào chạy thì lon ở trên quay tít rất đẹp. Trời vừa tối là con nít đổ ra đường với đủ loại đèn, hò reo í ới, đi chơi tới chín mười giờ mới bị gọi về.

Sau khi ba tôi được thả về, nhờ học nghề mộc trong trại tù cải tạo (Tái ông nói rất đúng, "trong cái rủi có cái may"), ông nhận đóng bàn ghế giường tủ cho bà con trong vùng, nên dù ông chưa có quyền công dân để đi làm, gia đình tôi cũng có phần thoải mái hơn trước. Cán bộ và công an địa phương cũng lờ đi vì đa số họ có con là học trò má tôi. Tết Trung Thu năm sau đó chúng tôi có đèn mua ở chợ, mỗi đứa một cái, đèn xếp có vẽ hình Hằng Nga, và một hộp bánh mua ở Soái Kình Lâm, lúc đó còn quốc doanh nhưng chất lượng vẫn khá hơn Vinabico ở hợp tác xã, nắp hộp vẽ Hằng Nga bay lượn, quần áo thắt lưng màu mè phất phơ. Chị em tôi mừng hết lớn, sốt ruột đợi trời tối để đốt đèn. Mới đi vòng vòng ngoài sân thì má tôi kêu vô ăn bánh, ba chị em bỏ đèn ngoài sân, chạy ù vô nhà. Đó có lẽ là cái bánh ngon nhất đời tôi được ăn sau mấy năm ăn bánh Vinabico hợp tác xã nửa sống nửa cháy, nhân đầy dị vật. Ăn xong chúng tôi trở ra sân thì ba cái đèn đã cháy rụi vì đèn cầy chắc quá tốt, cháy tới gốc không tắt mà tiếp tục cháy luôn đáy đèn. Tôi khóc ròng, tiếc ngẩn ngơ cái đèn đẹp đẽ mới cầm có mấy phút.

Giữa thập niên 80, Sài Gòn là thí điểm đổi mới kinh tế đầu tiên của cả nước, bắt đầu mở ra những cơ sở công tư hợp doanh (thực chất tư nhân bỏ tiền, nhà nước đứng tên) rồi tư nhân. Thị trường buôn bán cởi mở, bỏ chính sách ngăn sông cấm chợ, giới tiểu thương làm ăn khấm khá. Hợp tác xã giờ vắng teo tối om, bà nhân viên (ngoài Bắc gọi là mậu dịch viên) ngồi dũa móng tay ngáp ngắn ngáp dài, cuối cùng đóng cửa để biến thành một cửa hàng. Kinh tế gia đình mọi người dễ thở hơn, ngày Trung Thu má tôi được học trò biếu xén bánh Trung Thu đủ hiệu Như Lan, Tân Tân, Đồng Khánh, Soái Kình Lâm, tất cả đều trở thành kinh doanh tư nhân như cũ, bánh ngon và chế biến đủ loại nhân, thêm trứng vịt muối là món xa xỉ mấy năm trước. Ở chợ chiều xuất hiện các bà ngồi bán lòng trắng trứng muối các nhà làm bánh bỏ ra, người nghèo mua về làm món ăn. Bánh Trung Thu bày bán khắp nơi, dựng sạp dài dài trên lề đường. Sáng hôm sau Trung Thu thì để bảng hạ giá rẻ mạt. Đèn lồng thôi thì đủ màu đủ loại, đủ hình dáng. Chúng tôi không còn chơi đèn lon bia, đèn tự chế, thỉnh thoảng cũng thấy nhớ nhớ.

Cùng với kinh tế phát triển theo hướng tư bản, Trung Thu không còn là của thiếu nhi nữa. Có những hộp bánh Trung Thu giá tính bằng vàng, bên trong có vàng lá hẳn hoi, trong sạch một chút thì cũng sang trọng nhân vi cá, bào ngư. Dĩ nhiên không phải cho con nít. Ở Việt Nam nay có câu thành ngữ dân gian "Người ăn thì không mua, người mua thì không ăn". Quà Trung Thu kèm theo rượu ngoại, các loại trái cây nhập cảng đắt tiền. Cũng cùng với việc phát triển kinh tế, người dân Việt Nam nay ý thức bệnh tật từ việc ăn uống. Hồi xưa đói không có gì ăn, bây giờ kiêng cữ đủ thứ, và bánh Trung Thu chứa đủ chất đường, trứng, thịt đúng là đáng sợ, có được cho cũng không dám ăn.

Sống trên đất Mỹ, ngày ngày quay cuồng với cuộc sống, tôi luôn lỡ mất Trung Thu, qua rồi mới hay. Ôi còn đâu thời thơ ấu đếm lịch từng ngày mong ngóng cái góc tư bánh Vinabico hợp tác xã!

Trung Thu 2017

(1) Trong hoa một bầu rượu
Riêng mình chẳng có ai
Nâng chén mời trăng sáng
Với bóng thành ba người
(Trần Trọng San dịch)

(2) Lúc canh khuya giả như không đuốc
Thuyền sáng trưng buộc trước vầng trăng
Chùa vàng bên rặng phong xanh
Lầu son sông trắng lượn quanh phía ngoài
Quạ trên thành kêu hoài nho nhỏ
Đôi cò đồng nằm ngủ dễ thương
Khách trên sông mái tóc sương
Bên mành thuyền vẫn còn đương mơ màng.
(Nguyễn Minh dịch)

Quán Trưa

Hàng năm vào tuần đầu tháng 12, Hội Gây Mê New York (New York State Society of Anesthesiologists – NYSSA) tổ chức hội nghị quốc tế trong sáu ngày từ thứ năm tuần thứ nhất đến thứ ba tuần thứ hai. Tôi ở trong ban chuyên môn, phụ trách tuyển chọn và chấm giải đề tài, báo cáo y học đến từ khắp nơi trên thế giới, thảo luận với diễn giả nên phải có mặt trọn ngày thứ bảy, chủ nhật và thứ hai. Hội nghị đặt ở Marriott Marquis trên Times Square (báo chí Việt Nam dịch tầm bậy là Quảng trường Thời Đại!), cũng là nơi tọa lạc rạp Marquis diễn vở ca kịch "Annie", nghe đi nghe lại bài hát "tomorrow, tomorrow, I love you tomorrow … " trên loa mỗi ngày đến phát ngán. Xung quanh có rất nhiều nhà hàng đủ loại, mùa đông lạnh lẽo rét mướt, tôi ngán bánh mì họ cho ăn trưa nên thường đi bộ ra một nhà hàng Tàu rất lịch sự dành cho khán giả Broadway cách một ngã tư, ăn mì và uống trà xanh. Thường tôi có khoảng bốn mươi lăm phút trước khi trở lại tiếp tục các hoạt động của ban chuyên môn. Là dân Long Island, chúng tôi ít khi lên New York City trừ khi đi xem ca kịch hoặc đưa khách phương xa đi chơi nên có thể nói tôi chỉ ăn nhà hàng khu đó vào dịp hội nghị mà thôi.

Năm đó, vừa đổi từ flip phone sang iPhone, tôi mở "google map" xem có chỗ nào khác bán mì hay phở gần đó thì thấy hiện lên một quán mới mở, tên "Phở 9 West", cách khoảng gần mười lăm phút đi bộ. Tôi lưỡng lự vì thì giờ không có nhiều, hôm đó lại rất lạnh, rồi quyết định đi ủng hộ đồng hương thử, biết đâu ngon sẽ đến thường xuyên. Mặc áo mùa đông nhồi lông vịt trời, kéo mũ trùm đầu như Eskimo, đeo bao tay, mang ủng da cao mà vẫn lạnh rát mặt, tôi rảo bước chen qua đám đông khách du lịch đi lơ ngơ ồ à chỉ trỏ ngắm nghía từng tòa cao ốc, cuối cùng quẹo qua đoạn đường vắng giữa đại lộ số Tám và số Chín. Khúc đường này gồm toàn những dãy chung cư cổ xưa kiểu London, nay chủ yếu cho sinh viên và nghệ sĩ trẻ ở, ban ngày họ đi học đi làm nên vắng ngắt, khác hẳn không khí náo nhiệt xung quanh Times Square. Tôi đi gần đến ngã tư đại lộ số Chín mới thấy tấm bảng nhỏ trước một tòa nhà, đề chữ "Pho 9 West" khiêm tốn, cửa treo bảng "open".

Đẩy cửa bước vào, tôi thấy một gian phòng nhỏ hẹp vì bị ngăn đôi, ánh đèn neon trắng dịu, phần trước có hai bộ bàn ghế nhỏ, tường dán một tờ giấy khổ lớn viết tay nắn nót thực đơn ngắn ngủi gồm mấy loại bánh mì thịt và phở. Chắn ngang giữa phòng là một tủ kính ướp lạnh, ngăn trên có mấy ổ bánh mì thịt làm sẵn, ngăn dưới là các chai nhỏ và lon nước ngọt, nước khoáng. Sau tủ kính là quầy bếp nhỏ với nồi nước phở, lò microwave và tủ lạnh nhỏ trong góc. Quán bày biện ngăn nắp sạch sẽ nhưng làm tôi áy náy vì không khí đơn điệu, vắng vẻ đìu hiu. Phở và bánh mì thịt là hai món được người Mỹ rất ưa chuộng, các tiệm bánh mì ở downtown rất đông khách, nhất là giờ cao điểm sáng và trưa, làm không kịp bán. Thường họ lấy bánh mì nóng trong lò, nhét thịt rau vào khi khách đặt, ở đây bày bánh làm sẵn tôi nghĩ ít ai thích vì bánh mềm ỉu và thịt rau mất mùi vị. Tôi ngần ngừ, định bỏ đi thì một bác khoảng trên dưới bảy mươi tuổi, lật đật bước ra từ phía sau, gật đầu cười niềm nở chào tôi. Bác có dáng dấp của một người đàn ông Việt Nam trung bình, không cao không thấp, không mập không ốm, tóc muối tiêu, ăn mặc giản dị nhưng tươm tất sạch sẽ với áo sơ-mi dài tay gài kín cổ và tay. Nụ cười của bác làm tôi chạnh lòng vì gợi tôi nghĩ đến ba tôi và các bạn của ông, ở Việt Nam từng có quá khứ vàng son, sang đây sau những sóng gió cuộc đời, họ đều có vẻ mặt và nụ cười như bác – hiền lành, cam chịu, ẩn nhẫn, rất khó tả. Tôi bảo bác cho tôi một phần phở mang đi và một ly trà xanh. Sau gần mười lăm phút đi bộ co ro, tôi mong đợi một ngụm trà nóng, nhưng thất vọng thấy bác lấy một ly xốp trắng, châm đầy nước sôi và thả vào một gói trà bột Lipton. Các nhà hàng Tàu và Nhật thường có món trà lá thơm mùi hoa lài hoặc nhị sen. Tuy nhiên, có còn hơn không, tôi ngồi xuống cái ghế nhỏ, nhấp từng ngụm trà, chờ bác làm phở. Bác lấy một hộp nhựa cao, bỏ vào một chén bánh phở, mở nắp nồi chan đầy nước phở rồi bỏ vào microwave hâm ba phút. Kiểu bán phở này tôi mới thấy lần đầu. Các động tác của bác như thuộc lòng nhưng vẫn chứng tỏ bác không quen công việc bếp núc. Có lẽ người nào nấu sẵn nồi phở giao bác coi hàng, hèn gì bánh mì phải làm sẵn. Tôi nghĩ bọn sinh viên và nghệ sĩ sinh sống quanh đây ăn uống đơn giản chắc không ngại ăn phở kiểu này nhưng người biết ăn sẽ dội.

Làm xong, bác bỏ hộp phở vào túi giấy cùng với muỗng nĩa, khăn giấy, đưa cho tôi bằng hai tay, vẫn với nụ cười. Tôi không có tiền lẻ, đưa bác tờ hai chục, hóa ra bác cũng không có tiền thối, có lẽ tôi là người khách đầu tiên hay duy nhất trong ngày. Tôi thấy khó xử nên bảo bác cứ giữ, mai tôi đến lấy. Bác xua tay bảo tôi chờ, ngồi coi quán giùm, bác đi đổi tiền, rồi tất tả đi ngay không kịp mặc áo khoác giữa trời lạnh giá. Tôi ái ngại nhìn bác đi vội vã xuống hướng đại lộ số Chín, ở đó có một tiệm tạp hóa (convenience store). Thường những chỗ này không thích đổi tiền, phải mua món gì rồi họ thối lại, như vậy thì đâu còn gì nhiều trong số tiền ít ỏi tôi trả cho phở và trà. Tôi mong họ đổi cho bác vì mến hay biết bác. Tôi ngồi ăn phở vội vàng trong lúc chờ đợi vì sắp tới giờ họp. Bánh phở nguội, nước phở chỉ ấm ấm dù đã hâm, nước lèo có cái vị chung chung của những gói bột phở làm sẵn. Chồng tôi chắc không bao giờ đụng đến. Anh chỉ biết đến món ăn Việt Nam sau khi lấy tôi và rất mê ăn phở nhưng quen với cách nấu ăn ở nhà nên đi ăn tiệm nào cũng chê. Khi nấu phở, tôi dùng gia vị sống, bếp luôn luôn có mấy hũ lớn đựng hồi, quế, đinh hương..., rang sơ cho thơm, gói vải thưa nấu trong nước lèo chung với gừng nướng, hành tây nướng cháy, thật nhiều xương sườn bò có thịt, nấu qua đêm, chỉ nêm ít muối, không có nước mắm hay bột ngọt, cả nhà thơm lừng mùi bò và gia vị. Tôi thích ăn kiểu Bắc nên không có tương đen tương đỏ, rau giá gì cả, má tôi thích ăn kiểu Sài Gòn nên không quen, chê bai lối nấu của tôi, có lần lén bỏ thêm mấy cục gia vị thịt Herb-Ox bị tôi bắt gặp. Hai đầu bếp đều tự ái cao độ!

Ăn một loáng hết hộp phở, mấy lần tôi định đứng dậy bỏ đi, cứ để bác giữ tờ hai chục nhưng nhìn quanh vắng vẻ lại e sợ lỡ dân lang thang vô trộm đồ thì tội bác. Rồi tôi lại nghĩ lỡ có khách vào thì sao, chắc tôi cũng bán hàng thay bác được vì chỉ có phải hâm phở trong microwave thôi. May thay, hay rủi, không ai vào cả, và bác về tới, thở gấp nhưng vẫn với nụ cười tươi trên môi, đưa tiền thối cho tôi bằng hai tay, cúi chào cảm ơn. Tôi cảm ơn bác, ngần ngại cầm tiền, cố pha trò rằng giờ thì bác có nhiều tiền lẻ để thối rồi, bác cười và vẫy vẫy chào tôi. Tôi thấy đã trễ nên chào bác rồi đi nhanh về khách sạn kẻo lỡ cuộc họp. Vừa đi tôi vừa nghĩ về bác. Để có một chỗ buôn bán trong khu này không dễ, tiền mướn chỗ và thuế rất đắt đỏ, bác và gia đình có lẽ dùng tiền dành dụm và phải mượn ngân hàng thêm. Buôn bán lời ít lỗ nhiều, vắng vẻ như vậy họ làm sao thu đủ để bù chi? Bác có dáng vẻ và phong cách của một người học thức nề nếp, có thể ngày xưa là nhà giáo, công chức hay sĩ quan, không phải dân lao động buôn bán. Tôi tiếc không có thì giờ hỏi chuyện bác ngày xưa làm gì, ở đâu, gia cảnh ra sao, có lẽ tôi đã biết thêm một mảnh đời tị nạn.

Những hôm sau đó tôi không trở lại quán phở được vì có nhiều hoạt động vào giờ trưa, không đủ thì giờ đi bộ xa. Một năm sau, lại đến kỳ hội nghị, giờ trưa tôi nghĩ đến bác, đi bộ đến đó thì thấy một nhà hàng Tàu lộng lẫy kiểu cao lâu, thực khách Âu Mỹ sang trọng đông nghẹt, ăn uống cười nói rôm rả, sơn hào hải vị đầy bàn. Bây giờ tôi mới nhận thấy gian nhà thật ra khá rộng rãi sáng sủa chứ không chật hẹp tù mù như trước. Có nhiều khách đang chờ bàn, tôi đi một mình nên họ nhét được vào một bàn nhỏ trong góc. Tôi gọi một chén cháo trứng vịt bắc thảo và trà xanh, cậu bồi bàn trẻ trung nhanh nhẹn bưng ra ngay. Tôi nhấp từng ngụm trà tàu thoang thoảng mùi sen, nhìn chén cháo bốc khói thơm phức, tự hỏi bác bây giờ ra sao, chắc không còn tiền dưỡng già vì quán ăn phải dẹp tiệm, có thể còn nợ nần, liệu có mất nhà cửa sự sản. Nụ cười an phận của bác ám ảnh tôi mãi. Những con người giàu có dư dả vung tay không tiếc cho những món ăn đắt tiền xung quanh tôi, có ai biết nơi đây năm trước là một quán vắng với người đàn ông hiền lành lặng lẽ sau quầy hàng, lui cui hâm phở trong microwave? Ngồi trong nhà hàng ấm áp đông đúc người mà sao tôi thấy giá lạnh như trời đông New York ngoài kia.

Tâm Sự Ghế Đá

Tôi góp mặt trên đời này mới hơn một năm mà đã trải qua bao nhiêu là thăng trầm.

Đầu năm học 1988-1989, các anh chị Y82 và Chuyên Tu 10 vừa tốt nghiệp, với tấm lòng yêu mến trường, đã khai sinh cho chúng tôi và đưa chúng tôi về đây phục vụ các thế hệ sinh viên đàn em.

Ngày ấy tôi khôi ngô lắm, với dáng dấp thanh nhã và chắc chắn, với hai đôi chân vững chãi, mặt đá xanh bóng loáng, lưng hơi ngả ra sau một cách duyên dáng, in hàng chữ trắng nhỏ khiêm tốn "Y82 kính tặng/CT10".

Ngày lên xe cùng các anh chị em về trường, tôi vô cùng hân hoan và hãnh diện. Trường Y sao mà đẹp thế! Có những cây cổ thụ cùng hai tòa nhà ba tầng thi đua vươn lên trời xanh, có hồ bao tử nước xanh đục rêu cá đớp bong bóng, có cây thị trái rụng lộp độp mỗi chiều vàng ươm thơm phức, có hoa kiểng, thỉnh thoảng còn có vài chú gà chạy tung tăng. Trên sân trường, hành lang, bao nhiêu nam thanh nữ tú "dập dìu tài tử giai nhân" - đối tượng phục vụ của chúng tôi. Sinh viên Y khoa mặt mũi hao gầy thật trí thức, vóc dáng mình hạc xương mai, khiến tôi vững dạ với tiềm năng phục vụ đời đời ở đây mà không sợ sức tàn lực kiệt như các bạn đồng nghiệp ở những công ty "imex".

Ngay hôm đầu, chúng tôi đã được đón tiếp nồng nhiệt với sự ngạc nhiên thích thú của các bạn sinh viên sau bao năm sân trường vắng ghế. Thân chủ đầu tiên của tôi là hai cô nàng xinh xắn, ăn mặc đúng thời trang, chuyện trò liến thoắng không ngớt. Tôi được một phen ngắm nhìn các người đẹp Y khoa thỏa thích. Chỉ phiền một nỗi là khi đứng dậy bỏ đi, hai nàng còn vứt lại trên gương mặt đẹp đẽ của tôi mấy vỏ nylon sau khi ăn hàng làm tôi vô cùng nhột nhạt khó chịu. May sao, một chàng trai lịch thiệp đi đến, phủi sạch mặt mũi tôi rồi ngồi xuống, ngỏ lời làm quen với cô bạn gái mà anh ta đã "chấm" từ lâu, nghe tha thiết và tình tứ làm sao!

Ngày đầu trôi qua thật vui. Đêm buông xuống dần. Mấy cô nàng chăm chỉ ngồi gạo bài cũng đã ra về. Sân trường vắng lặng. Tôi đang nằm hiu hiu đón gió thì bỗng có những toán người ồn ào kéo đến. À, thì ra họ trực trường. Có hai cô nàng nắm hai đầu tôi mắm môi mắm lợi nhưng không thể nào nhấc nổi, bèn buông ra. Hú hồn! Tôi vừa thở phào khoan khoái thì «rột, rột». Ái, gì thế này? Lạy Trời Phật, sau khi nhấc tôi lên không nổi, hai nàng lôi tôi xềnh xệch. Còn gì là gân cốt! Xịch một cái, tôi thấy mình giáp mặt một cô nàng đồng nghiệp. Thẹn chết đi được! Mấy chị sinh viên khoái chí trò chuyện rôm rả, còn tôi mang nặng nỗi lo. Cứ thế này thì đời mình sẽ ra sao?

Ngày tháng cứ thế trôi đi. Tôi đã là chứng nhân cho bao cuộc tâm tình, đón nhận bao nhiêu giọt nước mắt hờn dỗi, đồng thời cũng trở nên hữu ích cho bao cây gạo bài chăm chỉ. Trải qua nhiều phen bị các cô Y nữ (không phải Yêu!) chân yếu tay mềm lôi kéo xềnh xệch, cũng như các Y nam hùng dũng khiêng tới khiêng lui, gân cốt tôi dần dần nhão ra. Đến một ngày nọ, họ vừa đặt "thịch" xuống, tôi rú lên đau đớn. Thôi rồi còn chi, một chân tôi đã cong queo đi thật thảm hại. Cô Y nữ cũng hoảng hốt kêu lên. Thế nhưng họ vẫn ngồi xuống, tôi không nhúc nhích, họ lại tán gẫu vui vẻ. Thấy tôi còn phục vụ được, họ càng thêm vững tâm.

Đã yếu đi rồi thì quá trình tiếp sau diễn ra rất nhanh chóng. Chẳng bao lâu, chân tôi gãy hẳn, rồi toàn thân rệu rã. Thế mà họ vẫn không buông tha, và càng không hề nương nhẹ.

Giờ thì cả bốn chân tôi đã lặt lìa hẳn. Cái lưng duyên dáng ngày xưa nay ngật ngưỡng như đệ tử Lưu Linh, hàng chữ trắng xinh xinh để tặng trông mỉa mai làm sao. Tôi ít bị quấy rầy hơn, bởi có muốn lôi tôi đi cũng khó, có cố gắng kê gạch đá lên cũng vô ích. Nằm lẻ loi, cô đơn cuối hành lang, tôi càng ngậm ngùi cho thân phận bọt bèo.

Nỗi lòng biết tỏ cùng ai!

Mùa tốt nghiệp năm nay, tôi có ý ngóng các bạn đồng nghiệp mới để truyền đạt kinh nghiệm xương máu lần chót trước khi bị phế thải khỏi quãng đời phục vụ trường Y nhưng không thấy. Có lẽ các anh chị Y83 cũng thấy xót xa hộ chúng tôi nên không dám cho bạn tôi nhập tịch vào thêm.

Ngay lúc này đây, tôi thấy các anh chị sinh viên đi vòng vòng hành lang, dừng lại trước mỗi chúng tôi, lắc đầu, lại tìm, rồi than thở: "Trường không có chỗ nào để ngồi!". Lương tâm nghề nghiệp của tôi bị cắn rứt dữ dội, nhưng nghĩ tới việc phục vụ các bạn tôi lại đâm hoảng.

Lời cuối cùng tha thiết gửi đến các anh chị Y84: năm nay tốt nghiệp, nếu các anh chị mong muốn tạo điều kiện cho đàn em có chỗ ngồi ôn bài hay tâm tình tâm sự thì trăm lạy ngàn lạy, xin đừng "kính tặng" bọn ghế đá chúng tôi nữa mà hãy tặng... xe lăn!

Saigon 1990

Quốc Gia Đại Sự

Bà lui cui nấu cơm làm cá xong xuôi, réo:

- Ông ơi, xuống ăn cơm!

Kêu lại lần nữa, không thấy tăm hơi, bà đi lên nhà trên, thấy ông cắm mặt vào cái điện thoại, bà bực mình háy:

- Coi cái gì mà mê dữ vậy, tui réo năm lần bảy lượt hổng thấy ừ hử gì hết trơn. Mê gì thì tới giờ phải xuống ăn chớ, tui còng lưng nấu nướng cả buổi, kêu xuống ăn cũng không thèm xuống.

Ông lầm bầm, không quay mặt lại:

- Để tui coi hết tin tức coi bữa nay ông tổng thống bịnh hoạn ra sao.

Tưởng gì! Bà tức tối gằn giọng:

- Dẹp cái ông tổng thống của ông đi, may mà ổng bịnh mấy ngày nay êm không nghe nói năng linh tinh, khoẻ cái lỗ tai tui.

- Bà đừng có nói vậy chớ, ai bịnh mình cũng thương, cầu cho người ta lành, nhứt là ông này tui chịu ổng chống Trung Quốc. Ổng mà nằm xuống, tụi Trung Quốc chiếm hết biển Đông cho bà coi.

Bà xì môi khinh bỉ:

- Ai chứ ông này tóc tai dị hợm tui nhìn không ưa nổi, tui cầu cho ổng thua đó.

Ông dằn cái điện thoại xuống bàn:

- Còn bà mê cái ông tóc bạc lẩm cẩm mờ ớ của bà dữ hén? Tui biết bà đâu ưa gì ổng, bà ghét ông kia thắng Hillary của bà nên đổ qua binh ổng. Cũng như năm nào đá banh đội Đức thắng Pháp, vô vòng sau bà trù cho Đức thua, nhớ không? Tui rành trò nữ quyền của mấy bà quá mà, đúng là đàn bà đái không qua ngọn cỏ, biết gì chuyện quốc gia đại sự!

Bà chống nạnh quát:

- Ông nói cái gì "đái không qua ngọn cỏ"? Khỏi nói xa xôi, tui không nấu cho ông ăn coi ông ra sao nè?

Ông không vừa, quạt lại:

- Bà khỏi thách, tui đâu có què cụt gì. Hồi xưa mấy lần bà đi sanh, ở nhà tui tự lo cũng xong.

- Ông nói ông nhớ nghe, bắt đầu từ bữa nay ông tự nấu tự ăn đi, để phò ông tổng thống của ông.

Bà đùng đùng bỏ xuống nhà dưới. Ông cũng đùng đùng theo sau, quát với:

- Bữa trước lo dịch, mua mấy thùng mì gói chất để đó, tui làm dễ ợt, coi có chết đói không nè. Đừng tưởng bà biết nấu cơm làm cá rồi làm phách.

Nói là làm, ông lui cui nấu nước sôi, bỏ mì vô tô, chế nước. Bà dọn cơm trắng, cá kho tiêu ngồi ăn một mình. Mùi cá thơm phức làm ông thèm chảy nước miếng, nhưng ông tự nhủ mình phải cứng rắn lên, không ấy đàn bà nó dể ngươi. Ông bưng tô mì để xuống bàn, ngồi đối diện bà, vênh váo húp sùm sụp thiệt lớn cho bà nghe, ra cái điều ngon miệng lắm. Bà nguýt:

- Ăn uống gì mà ồn ào như heo.

Ông chỉ mặt bà:

- Nè, đừng thấy tui hiền mà hỗn. Lảm nhảm rề rà như cái ông Biden của bà mới là hay hả?

Bà dằn cái chén xuống bàn:

- Trời đánh tránh bữa ăn à nha. Tui chưa nhắc tới ông tổng thống của ông, đừng có kiếm chuyện.

- Bà gây chuyện trước chớ ai. Tui không thèm chấp đàn bà.

Hai ông bà đang gấu ó thì có tiếng kêu ơi ới ngoài cổng. Ông tạm hưu chiến, đi ra:

- Ai kêu cửa đó?

Anh thanh niên nhà kế bên cười toe toét:

- Bác cho con mượn cái thang. Hồi nãy tụi con gây lộn, vợ con quăng điện thoại của con lên nóc nhà.

Ông mở cổng cho anh ta vô:

- Thang tao để sau vườn đó. Mà vợ chồng bây còn trẻ, chuyện gì thủng thẳng dạy nhau, làm gì tới nỗi gây lộn?

- Thì cũng chuyện bầu cử đó bác. Nghĩ lại mới mắc cười. Chuyện đâu đâu ở Mỹ mà ở đây mình cũng chộn rộn bàn tán rồi gây lộn gây lạo. Lo ăn ngày hai bữa cái đã, ai làm tổng thống có mắc mớ gì mình.

"Ừa, thằng nói đúng thiệt chớ. Mắc gì mình gây lộn rồi bây giờ không được ăn cá kho tiêu." Ông tẽn tò trở vô bàn ăn, nhìn tô mì thấy nó nguội lạnh, mặn chát, ngán ngẩm. Bà cũng nghe câu chuyện của anh hàng xóm, hơi mắc cỡ, "vợ chồng già sao như con nít". Bà đẩy ơ cá kho tiêu về phía ông:

- Nè, ăn đi. Cá tươi ngon lắm, con Tám nó mới lưới lên đem lại đây liền đó.

Ông cười ngỏn ngoẻn:

- Ừa, thôi kệ mấy ông tổng thống bà hén. Chuyện nước người ta nghe chơi thôi, mình già rồi còn gây lộn con nít nó cười.

Ngoài sàn nước có tiếng nước sông vỗ oàm oạp. Chiếc ghe máy ầm ầm chạy ngang át tiếng bìm bịp trong lùm bình bát sau nhà. Trời đã chạng vạng tối.

Tháng 10/2020

Thở Dài

Buổi trưa chủ nhật. Lác đác vài người khách trong tiệm nhạc cụ ngắm nghía hỏi han vài món. Một thằng bé leo lên giàn trống gõ inh tai nhịp loạn xạ. Hai ông bà già đẩy cửa lập cập bước vào, bỡ ngỡ nhìn quanh. Ông già khoảng hơn tám mươi tuổi, gầy gò trong bộ quần áo rộng thùng thình thắt dây nịt cẩn thận, lưng còng nên dáng đi cóm róm, tóc bạc phơ, mắt trũng sâu, tay xách hộp da cũ đựng cây đàn guitar. Bà có da có thịt hơn, quần áo cũng cũ nhưng tươm tất, ngồi xuống băng ghế sát tường. Ông ngó quanh quất rồi rụt rè đi vào gian phòng dành cho guitar có cửa đóng kín.

Hồi lâu ông trở lại, vẫn với hộp đàn trên tay, thong thả đến chỗ bà ngồi, đặt hộp đàn xuống cạnh bà, giọng nói làm ra vẻ bình thản: "Họ không muốn lấy, bảo là hư hỏng nhiều quá tốn công sửa". Bà cố giấu tiếng thở dài, ánh mắt thất vọng. Ông chậm rãi vuốt tới vuốt lui mép da sờn rách của hộp đàn cũ phai màu, những ngón tay hơi run rẩy, mắt không nhìn bà, nói: "Bà ngồi chờ một chút, tôi vào nhà vệ sinh rồi mình về". Ông bước tới hỏi gã nhân viên đang đứng lơ đãng nhịp nhịp dùi trống trên lòng bàn tay, gã giơ tay chỉ về phía cuối tiệm, ông run run chậm chạp bước đi khuất sau những chiếc keyboard sang trọng sắp hàng dài cạnh tường.

Khi trở lại, ông có vẻ bình tĩnh hơn, khóe mắt hơi đỏ nhưng khô ráo. Bà vẫn im lặng không nói lời nào, nặng nề đứng dậy. Ông cầm hộp đàn lên, bước đi trước để đẩy cửa cho bà. Hai người ngồi vào chiếc xe cũ kỹ phai màu sơn, từ từ rời khỏi tiệm ra đường chính đông nghẹt xe cộ dập dìu. Trên đường về, hai ông bà đều im lặng không nói một lời nhưng cùng theo đuổi một ý nghĩ. Ông bà sống bằng tiền an sinh xã hội, mỗi tháng dưới một ngàn đồng, chỉ đủ trả tiền nhà, chi phí lặt vặt, tiền để trong ngân hàng không có bao nhiêu, có chuyện cần biết đào đâu ra?

Ông nghĩ đến cây đàn nằm trên băng ghế sau. Nó được tiệm đàn làm riêng cho người nghệ sĩ, lúc đó trị giá cả tháng lương của một người trung lưu. Tiếng đàn trầm bổng đã vang lên trên những sân khấu rực rỡ ánh đèn, trong tiếng vỗ tay nồng nhiệt vang dội cả khán phòng. Bà là cô gái thon thả có giọng hát cao vút chơi vơi trong tiếng đàn. Bao nhiêu lần dọn nhà, dời đổi, phải bán đi nhiều món, cây đàn vẫn theo hai ông bà từ chỗ này qua chỗ khác. Hơn hai chục năm ông không đụng tới nó vì những ngón tay đau khớp cứng đờ không sao gảy ra những âm thanh réo rắt. Nay tiệm đàn cũng không muốn mua lại, có lẽ số phận cây đàn phải gắn liền với ông, một ngày theo ông xuống mồ.

*

Buổi chiều chủ nhật. Trong ngôi nhà xinh xắn, người đàn ông áp tai vào điện thoại, nài nỉ: "Ba má ráng qua cho vui cả nhà. Còn có dịp này nữa thôi."

Giọng ông già run run: "Ba má yếu quá con ơi, ngồi máy bay bảy tám tiếng chịu không nổi. Thôi khi nào có dịp ba má gặp vợ chồng nó sau."

Người con trai khẩn khoản: "Biết khi nào có dịp." Rồi hạ giọng, mắt lấm lét nhìn về phía vợ trong bếp, "Hay để con mua vé máy bay cho ba má?"

"Thôi đừng con. Ba má yếu không đi được, mua vé máy bay làm chi. Không đi được lần này, ba má cũng đứt ruột lắm, con hiểu cho ba má."

Bỏ điện thoại xuống, người đàn ông ngồi trầm ngâm. Người vợ bước ra, chì chiết: "Hôm trước, lễ tốt nghiệp đại học thì ông bà than đau khớp không đi được. Bây giờ đám cưới cũng không. Có một thằng cháu nội mà chẳng bao giờ thấy ông bà có mặt. Ba má em ở tuốt Florida mà đám nào cũng không bỏ lỡ, còn…". Chị ta kịp dừng lại vì bắt gặp ánh mắt xa xăm của chồng, quay lưng bỏ đi vào nhà bếp, chén dĩa khua loảng xoảng.

*

Buổi sáng chủ nhật rực rỡ ánh nắng. Đám đông thân hữu trang phục sang trọng chen nhau trên những bậc thềm đá hoa một ngôi giáo đường San Francisco, hò reo đón chào đôi uyên ương cười tươi rạng rỡ hạnh phúc nắm tay nhau bước ra. Ông bà ngoại cô dâu ôm hôn hai cháu. Mẹ chú rể miệng cười, tay cầm khăn chậm nước mắt. Cha chú rể cũng mỉm cười nhưng ánh mắt ưu tư, cố nén tiếng thở dài. Đôi trẻ chạy xuống chiếc xe mui trần màu đỏ lộng lẫy đang chờ, ngồi vào xe, quay lại vẫy vẫy đám đông rồi lao vút đi.

Buổi sáng chủ nhật nắng đẹp. Trong khu chung cư rẻ tiền cho người già ở New York, bà ngồi nhìn ra cửa sổ thẫn thờ. Ông đi loanh quanh trong căn phòng nhỏ hẹp, rờ rẫm thứ nọ thứ kia, bần thần như thiếu mất cái gì. Căn phòng lặng lẽ buồn hiu, hình như có tiếng thở dài.

Tháng 4/2018

Đồng Điệu

Aimer, ce n'est pas se regarder l'un l'autre, c'est regarder ensemble dans la même direction
Antoine de Saint-Exupéry

Buổi sáng ông dậy thật sớm, lục đục soạn closet. Bà phải giục mấy lần ông mới ngồi vào bàn ăn món pancake ông vẫn thích bà làm, mà đầu óc ở đâu đâu, bà kiếm chuyện nói, ông chỉ ừ hử. Ăn qua quýt cho xong, ông đem cái máy ảnh cũ ra cặm cụi lau chùi, ngắm nghía trìu mến, thỉnh thoảng ngồi thừ ra. Dáng ngồi đăm chiêu của ông làm bà chạnh lòng, bỏ đi vào bếp dọn dẹp vớ vẩn để giấu cảm xúc.

Sau khi hưu trí, ông dành trọn tâm trí, thời gian và tiền bạc cho sở thích nhiếp ảnh. Bộ sưu tập Leica ngày càng đông đúc, chiếm trọn cả cái closet. Ông thường vác máy lang thang suốt ngày tìm cảnh đẹp, bà cũng tháp tùng, mang xách dụng cụ cho ông, cùng trầm trồ hào hứng chọn cảnh. Chụp hết một cuốn phim ông háo hức như trẻ con chờ quà, tháo ngay đem vào phòng tối lui cui tráng rửa rồi hí hửng khoe bà những tấm ảnh đẹp, có khi thở dài lắc đầu thất vọng khi ảnh không ưng ý. Lũ con cháu mỗi khi ghé chơi, thấy ông loay hoay trong phòng tối lại cười bảo ông "Thời này máy digital đâu cần tráng rửa, hình không đẹp là biết ngay để chụp lại, khỏi mất công, ba còn xài thứ này làm gì?" Ông chỉ cười, mặc kệ tụi nó. Những tấm ông chụp cho cháu nội cháu ngoại sắc sảo, trong sáng, linh động, toát lên tính cách trẻ thơ. Ba má chúng nó thích mê, nhưng phàn nàn khó cho lên facebook, phải scan mất thì giờ, lại xui ông chụp digital. Gì chớ chụp để cho lên facebook là ông không ưa. Thiên hạ cái gì cũng đổ lên facebook, khoe con cái, chuyện du lịch Tây Tàu, thậm chí vô nhà hàng cũng chụp hình món ăn đưa lên. Con cháu cười ông cổ lỗ sĩ thà ông chịu.

Những năm gần đây sức khoẻ ông suy giảm nhiều vì các căn bệnh tiểu đường, cao huyết áp, viêm xương khớp hành hạ. Ông không thể đi rong ruổi như trước với đôi đầu gối đau nhức. Mắt ông không khá hơn nhiều sau mổ cataract, làm việc trong phòng tối rất vất vả. Việc chăm sóc nhà cửa vườn tược trở nên quá sức đảm đương cho hai vợ chồng già, nhất là sau khi ông bị một cơn đau tim nhẹ phải đặt stent. Ông bà bàn nhau bán nhà, chia ít tiền cho con cái, giữ lại một khoản để vào ở khu chung cư cao niên tiện lợi hơn. Đó là một quyết định không dễ dàng, từ bỏ căn nhà ông bà dọn vào sau khi cưới, những đứa con lần lượt ra đời, học hành, lấy vợ lấy chồng, tề tựu sum họp những ngày lễ. Ngôi nhà đầy ắp kỷ niệm, từng rộn rã tiếng nói cười con trẻ, nay phải điểm qua từng cái bàn cái ghế, không biết nên giữ cái nào mà bỏ cái nào. Mở cái closet đầy nhóc máy ảnh, ống kính và phụ tùng linh tinh, bà lắc đầu. Không thể giữ tất cả nhét vào căn chung cư một phòng ngủ. Một mớ máy ảnh sẽ phải ra đi. Ông run run rờ rẫm từng món. Bao nhiêu công sức ông bỏ ra săn lùng những chiếc máy Leica quý hiếm, không bỏ được cái nào. Bà cương quyết. Ông đành nhượng bộ. Đăng lời rao trên eBay mà ông thầm cầu mong đừng ai đọc thấy, đừng ai trả lời. Nhưng một người khách sốt sắng hỏi mua ngay và hẹn hôm nay sẽ tới lấy máy.

Bà đứng tựa vào bồn rửa chén, nhìn ra bầu trời trong xanh và khu vườn rực rỡ hoa cỏ trong nắng sớm, nhớ tới năm nào đã xa mà như mới hôm qua. Buổi sáng chủ nhật đầu tháng Chín tươi đẹp, cô sinh viên năm cuối tung tăng cùng nhóm bạn gái trong công viên, tận hưởng thời gian rảnh rỗi trước khi vào niên khoá mới. Bỗng chiếc nón rộng vành bị gió thổi tốc bay đi vùn vụt trên cỏ. Cô cười giòn giã, chạy đuổi theo, chợt đụng phải một người. Cô đỏ mặt, lắp bắp xin lỗi. Anh thanh niên gầy gầy, gương mặt sáng sủa đeo kính trắng, tay ôm máy ảnh, vai vác một túi to, cúi xuống nhặt cái nón đưa cho cô mà cũng lúng túng không kém. Cô cảm ơn và định quay lưng đi thì anh bối rối ngăn lại, rụt rè hỏi cô có vui lòng cho anh chụp vài tấm ảnh. Anh đi dạo tìm cảnh đẹp và thấy cô rất hợp với phong cảnh chung quanh. Cô còn ngần ngừ thì đám bạn vừa tới kịp. Chúng nó reo cười khi biết câu chuyện và đẩy cô ngồi xệp xuống cỏ, tinh nghịch bảo anh "Này chụp đi, rồi mang đến học xá trường B., không đẹp là không lấy đó nhe! " và bỏ đi trước. Sáng chủ nhật sau, đang ở trong phòng với đám bạn, cô được nhắn xuống phòng đợi. Anh chàng đứng đó, bối rối chìa cho cô một phong bì lớn. Cô mở ra, và sững người. Những tấm ảnh tràn trề tuổi thanh xuân, người con gái duyên dáng ngồi trên cỏ, chiếc nón che nghiêng, miệng cười rạng rỡ, hoa cỏ sáng bừng chung quanh. Anh rụt rè hỏi cô có thích không, cô thầm thì "Không chỉ đẹp mà sống động ngoài sức tưởng tượng anh ạ". Anh đỏ mặt sung sướng. Anh cho cô biết anh là một thầy giáo trẻ mới về dạy môn khoa học xã hội ở trường trung học địa phương. Ngoài những giờ giảng Sử Địa cho lũ học trò mới lớn quỷ quái, anh đi lang thang chụp ảnh nghệ thuật. Cô nhìn anh ngưỡng mộ. Họ bắt đầu hẹn hò. Tốt nghiệp xong cô về dạy trường tiểu học ở cùng học khu, hai người lấy nhau với một đám cưới trẻ trung vui nhộn. Mới đây mà đã gần năm mươi năm rồi.

Tiếng chuông cửa réo vang làm bà giật mình. Người khách đã đến. Ông chậm chạp ra mở cửa, hơi thất vọng. Từ sáng sớm ông thầm cầu mong vị khách đi lạc đường, không tìm ra nhà, hoặc đổi ý giờ chót. Đó là một thanh niên nhanh nhẹn, cởi mở, lễ phép. Anh đưa tiền, ông miễn cưỡng giao cái máy đầy tiếc nuối. Như hiểu ý ông, anh trấn an "Cháu cũng chuyên xài Leica" và rồi hai người sa đà vào những chuyện máy ảnh, kỹ thuật, mau chóng trở nên tâm đầu ý hợp. Ông hoạt bát, tươi tắn, sôi nổi, bà ngắm ông thấy trẻ ra chục tuổi. Chàng trai cao hứng vỗ vào cái túi đang đeo "Cháu mới mua cái Leica M10, không như máy digital thường đâu" rồi mở túi lấy ra. Chiếc máy đẹp trang nhã sang trọng, nằm trong tay anh thanh niên như khiêu khích. Mắt ông sáng rực nhìn chăm chăm cái máy như bị thôi miên. Ông rụt rè hỏi "Cậu cho tôi cầm thử", anh thanh niên hào phóng đặt cái máy vào tay ông. Ông run run nâng niu như bảo vật, thành kính ngắm nghía, hồi lâu mới chậm rãi đưa trả lại, ngập ngừng "Cậu mua cái này bao nhiêu?" Anh thanh niên nói giá, ông giật mình, rồi đưa mắt e dè nhìn sang bà. Số tiền hơn ba tháng lương hưu của cả ông bà cộng lại! Bà ngần ngại lắc đầu "Nhiều tiền quá anh, không được đâu" . Ông xìu xuống, buồn rầu, nhìn cái máy lần nữa, rồi khẩn khoản "Cậu có thể nào chụp giùm tôi và nhà tôi vài tấm xem nó ra sao?" rồi quay qua bà, nửa đùa nửa thật "Biết đâu bả thấy cũng mê như tôi". Anh thanh niên sốt sắng chọn chỗ đứng, góc cạnh, ánh sáng, rõ ra một nhà chuyên nghiệp. Từ biệt ra về, anh hứa sẽ gởi ảnh ngay. Tiễn anh ra đường, ông còn đứng tần ngần nhìn theo. Bà trở xuống bếp, sắp dọn linh tinh. Ông ngồi thẫn thờ trên chiếc ghế quen thuộc. Bà biết ông nhớ chiếc máy cũ vừa chia tay, mà có lẽ tiếc cái máy mới xem còn nhiều hơn.

Bỗng ông reo lên, gọi bà rối rít, tay cầm cái laptop lập cập chạy xuống bếp. Những bức ảnh vừa được anh thanh niên gởi qua email hiện lên trên màn ảnh. Bà ngẩn ngơ. Không chỉ sắc sảo rõ nét một cách kỳ diệu, nghệ thuật của người chụp lột tả tinh thần của người trong ảnh. Nhìn gương mặt sáng bừng nụ cười âu yếm của ông, tay choàng qua vai bà ấm áp, bà thấy lại anh thanh niên lẽo đẽo theo xin chụp ảnh cô sinh viên ngày nào. Ông hớn hở ngắm nghía tới lui mấy bức ảnh, luôn miệng khen cái máy tuyệt diệu trong bàn tay điệu nghệ của chàng thanh niên không quen biết. Bà lặng người đăm đăm nhìn ông, rồi đứng dậy lấy giỏ xách "Em đi chợ một chút", ông gật, nhìn bà cười rồi hí hoáy email mấy tấm ảnh cho lũ con.

Khi bà về, ông vẫn còn ngồi ở chỗ cũ, ngắm tấm ảnh trên màn hình. Bà nhẹ bước tới sau lưng ông, ôm vai ông, chìa ra trước mặt ông tấm chi phiếu. Nhìn thấy tên người chủ tiệm kim hoàn quen thuộc trên góc trái, ông giật mình quay lại nhìn bà. Bà chỉ còn nhẫn cưới và nhẫn đính hôn trên tay, sợi dây chuyền và đôi hoa tai biến mất. Như đọc được ý nghĩ của ông, bà cười "Bao nhiêu đó chưa đủ, em bán luôn bộ nữ trang lam ngọc". Đó là quà kỷ niệm mười năm ngày cưới ông tặng bà. Bà tựa cằm lên vai ông, thủ thỉ "Mình sắp có năm mươi năm thì mười năm đó có là bao. Vàng bạc ngọc ngà cũng chỉ là kim loại, là đá vô tri, con người gán cho nó cái giá trị mà thôi. Con cái đã lớn, khá giả, lúc cưới hỏi em đã chia nữ trang cho tụi nó rồi. Những thứ đó em cất giữ có ích lợi gì đâu. Có cái máy này anh tha hồ chụp hình đẹp không thua gì máy xưa, khỏi phải tráng rửa cực nhọc, gởi hình cho con cũng tiện". Ông ôm ghì lấy tấm thân mảnh mai của bà, rưng rưng, bà bẽn lẽn, như cô gái hồn nhiên trước ống kính của ông năm mươi năm trước.

Tháng 7/2018

Cảm giác từ lời kể của em họ Ngô Đồng Sơn

Điều Ước Sinh Nhật

Bà giáo yêu học trò mẫu giáo. Bà dạy lớp năm suốt ba chục năm, giờ gần hưu trí xin xuống dạy đám học trò bé. Con nít lứa tuổi nào cũng dễ thương, nhưng bà bắt đầu mệt mỏi với những hoạt động chuẩn bị cho học trò vào lớp sáu - mở khóa locker, đổi lớp sau mỗi tiết... mà đám con nít đang lớn đầu óc đểnh đoảng quên trước quên sau, ngày nào cũng phải lập đi lập lại vẫn nhầm lẫn lung tung. Con nít bây giờ lại dậy thì sớm hơn trước, ranh ma láu lỉnh. Lớp mẫu giáo mới năm đầu đi học, còn bỡ ngỡ ngây thơ, bà dịu dàng kiên nhẫn dạy các cháu làm quen với trường lớp. Ngày khai trường, hơn nửa lớp khóc vì không có cha mẹ, bà phải dỗ cả buổi. Thỉnh thoảng có đứa tai nạn ướt quần, bà trữ sẵn quần áo sạch trong lớp để thay. Rồi thế nào cũng có đứa tranh giành đồ chơi, cây viết chì màu, mặc dù đứa nào cũng có. Bà nói vui với các thầy cô trong trường là tôi tập làm bà nội. Bà chạnh lòng nghĩ tới thằng con gần ba chục tuổi đầu làm thầy giáo trường trung học mà chưa có vợ, vẫn ở với bà. Thỉnh thoảng nó có hẹn hò một cô nhưng hoặc nó không thích hoặc bà không ưa rồi chẳng đi tới đâu. Chồng bà mất sớm vì ung thư khi nó còn học trung học nên nó gắn bó với mẹ.

Mỗi lần sắp tới sinh nhật một đứa trong lớp, bà báo trước cho cả lớp vẽ thiệp tặng bạn, bà hỏi đứa nhỏ thích một món quà nhỏ nào để bà mua cho nó. Lần này tới sinh nhật Misa. Bà để ý con bé từ hôm đầu vì vẻ chững chạc khác thường. Con bé có cái họ Ái nhĩ lan và nét đẹp lai rất đặc biệt - tóc nâu, mắt một mí đen láy, mũi cao thon, môi mọng, da trắng sứ. Trong lúc các bạn khóc lóc hoặc lơ ngơ tìm chỗ, nó lẳng lặng đi thẳng đến bàn ngồi xuống, tháo cặp ra. Nó rất thông minh nhưng trầm lặng, không hay nhí nhố vui đùa như những đứa khác. Bà gặp mẹ nó khi họp phụ huynh đầu năm, là cô giáo dạy nhạc ở trường khác, người gốc Nhật, trang nhã dịu dàng, nhưng chưa có dịp hỏi chuyện nhiều.

Bà hỏi Misa: "Con muốn cô cho con món gì trong ngày sinh nhật?" Con bé im lặng một hồi rồi nói nhỏ: "Con muốn giấy origami". "Con thích xếp giấy à?" "Mẹ dạy con xếp hạc giấy, con muốn xếp một ngàn con hạc mà không đủ giấy". Bọn trẻ trong lớp ồ lên cười vì con số có vẻ quá sức tưởng tượng non nớt của những đứa nhỏ năm sáu tuổi. Bà giáo không cười.

Bà nhớ quyển sách "Sadako và ngàn con hạc giấy" của Eleanor Coerr bà đã đọc khi còn học đại học và khóc vì câu chuyện cô bé bị ung thư máu do nhiễm phóng xạ nguyên tử ở Hiroshima cố xếp cho đủ một ngàn con hạc giấy với ao ước khỏi bệnh để trở lại trường. Bà đã tìm đọc để hiểu thêm truyền thuyết người Nhật tin rằng nếu một người xếp đủ một ngàn con hạc giấy trong vòng một năm thì sẽ đạt được một điều ước. Khác với trong truyện, cô bé Sadako Sasaki trong thực tế đã tự mình xếp hơn một ngàn con hạc với niềm hy vọng trước khi chết. Bà đọc truyện này cho con nghe nhiều lần khi nó còn nhỏ để dạy con lòng nhân ái và niềm tin cuộc sống.

Giờ tan học, học trò ùa ra hành lang xếp hàng đôi trật tự đi ra xe bus. Bà giữ Misa ở cuối hàng, nắm tay nó dắt đi. Bà hỏi nhỏ: "Tại sao con muốn xếp một ngàn con hạc? Con ước ao điều gì?" Con bé đứng lại, chờ cho các bạn đi cách một quãng rồi ngước nhìn cô giáo nói nhỏ: "Con ước được thấy ba con về trong giấc mơ để ba đọc tiếp cuốn Where the wild things are cho con." Bà giáo sững sờ nhìn con bé nghiêm trang trước mặt mình.

Đưa học trò ra xe bus xong, bà vội vàng quay vào đi tới phòng nhạc cụ, may sao cô giáo dạy nhạc vẫn còn ở đó, đang dọn dẹp những món bọn học trò bỏ lung tung. Bà hỏi thăm về mẹ của Misa, cô giáo thở dài: "Tội lắm chị ơi, chồng chị ấy là lính cứu hỏa, một đêm đang ở nhà đọc sách dỗ con ngủ thì bị gọi đi phụ giúp một đám cháy lớn, chẳng may nhà sập đè chết. Con nhỏ lúc đó mới ba tuổi, cứ khóc đòi ba nó về, bây giờ lớn đã hiểu, lủi thủi rất thương."

Trên đường về, bà giáo ghé Michaels tìm mua giấy origami. Bà cầm mấy hộp giấy nhỏ xinh xắn nhập từ Nhật, lật qua lật lại suy nghĩ mãi. Loại giấy xếp hạc khổ 7.5 x 7.5 cm đóng thành từng hộp ba trăm tờ. Tại sao là ba trăm mà không là hai trăm, hai trăm rưỡi hay năm trăm cho chẵn con số một ngàn? Có thể người Nhật vốn tính cẩn thận muốn có số dư phòng khi lỗi hay rách lúc xếp, hay từ chuyện cô bé Sadako cố gắng xếp hơn một ngàn con hạc với niềm hy vọng mãnh liệt vào điều ước?

Sau buổi học có tiệc sinh nhật nho nhỏ cho Misa, tối hôm đó bà giáo kể cho con trai nghe chuyện điều ước của cô bé rồi quyết định đến nhà bất ngờ. Con trai bà muốn chở bà đi. Hai người đến bấm chuông căn nhà nhỏ yên tĩnh. Mẹ cô bé có vẻ ngỡ ngàng, bà xin lỗi vì không gọi trước, bảo tiện đi ngang ghé chúc sinh nhật Misa. Con trai bà lúng túng trước người góa phụ trẻ xinh xắn dịu dàng. Bà cười thầm, để nó bắt chuyện trước, hóa ra họ có nhiều bạn quen biết chung nên câu chuyện dần rôm rả. Phòng khách ngăn nắp, bày biện trang nhã, cây đàn dương cầm kê sát tường. Misa chạy ra ôm lấy bà. Bà ngồi xuống trò chuyện với mẹ Misa, còn con trai bà kéo cô bé vào góc phòng bày trò chơi làm thân. Chẳng mấy chốc bà nghe tiếng hai người cười nắc nẻ. Mẹ Misa ứa nước mắt nói: "Nó ít nói ít cười, sinh nhật cũng không muốn làm tiệc mời bạn. Hai mẹ con thui thủi ngày này qua ngày khác."

Hơn tám giờ tối, bà đứng dậy từ giã. Mẹ cô bé gọi: "Misa, chào cô rồi đánh răng đi ngủ!"

Con bé chạy lại nhìn mẹ cầu khẩn: “Mẹ để thầy đọc truyện cho con đã nhé?”

Mẹ cô bé ngại ngùng rầy con: “Sao con lại quấy rầy thầy? Thầy phải về rồi.”

Con bé xịu mặt rươm rướm nước mắt. Người đàn ông đỡ lời: “Không sao đâu cô, hôm nay sinh nhật của bé mà”.

Con bé mừng rỡ chạy vào phòng, trở lại với một quyển sách - Where the wild things are, mở ra một trang có chặn giấy sẵn. Mẹ cô bé quay lưng lại, gạt nước mắt.

Người đàn ông ngồi xuống chiếc ghế ở góc phòng với cô bé, bắt đầu đọc. Căn phòng yên lặng một cách ấm cúng, vang vang tiếng đọc sách trầm ấm diễn cảm của người đàn ông và tiếng xuýt xoa khe khẽ của cô bé khi đến đoạn hấp dẫn. Người mẹ đứng nhìn, gương mặt sáng lên sau hai hàng nước mắt.

Bà giáo lặng lẽ ngắm cái quang cảnh êm đềm, nghĩ thầm mai đi dạy về lại ghé Michaels mua giấy tập xếp hạc thôi.

Tháng 4/2018

Hồ Thu I

Nhà ở trên đỉnh đồi, cuối con đường dốc ngoằn ngoèo lác đác vài ba căn khuất sau những tàng cây cổ thụ um tùm, nhìn xuống hồ nước trong vắt mênh mông. Hồ rộng hơn tám dặm vuông với năm thị trấn rải rác trên bờ. Xưa kia, chỗ này là thung lũng với đường làng, trang trại, nhà cổ giữa những rặng đồi bao quanh. Thập niên 20, công ty điện lực bấy giờ có sáng kiến xây trạm thủy điện, biến vùng trũng này làm hồ chứa nước. Sau khi mua lại đất từ dân làng, nước từ sông xả vào, ngôi làng còn nguyên vẹn nằm ở đáy hồ dưới làn nước. Với cảnh trí xinh đẹp, vùng hồ trở thành nơi xây nhà nghỉ mát cho người giàu, mùa hè rộn ràng người chèo thuyền, trượt nước, bơi lội, câu cá, mùa đông vắng vẻ yên tĩnh đến rợn người.

Ngôi nhà trước đây là nhà nghỉ mùa hè của hai vợ chồng luật sư. Chẳng may cả hai chết đuối trong một lần chèo thuyền đi câu ban đêm, toàn bộ gia tài sự sản được phát mãi chia tiền cho bà con họ hàng vì hai người không có con, ngôi nhà rao bán với giá thấp hơn thị trường nhà đất bấy giờ với mục đích bán cho nhanh. Chồng đọc báo thấy ngôi nhà lý tưởng rẻ không ngờ, mừng quá vội tót lên vùng này thương thuyết với đại diện hãng bất động sản ngay lập tức, quên cả hỏi ý kiến vợ.

Vợ là con gái thành thị, sinh ra và lớn lên trong thành phố, học đại học cũng ở thành phố, ra trường đi làm đồ họa cho một tạp chí thời trang danh tiếng, dĩ nhiên ở trung tâm thành phố. Từ nhỏ vợ đã quen bước ra khỏi nhà là lên xe bus, subway, tiệm ăn và chợ búa đầy dẫy. Chiều thứ sáu vợ quen tụ tập bạn gái vào bar uống chút rượu giờ happy hour, nhún nhảy theo ban nhạc sống gõ trống inh tai khiến khách phải hét to mới nói chuyện được. Hai vợ chồng ở căn nhà phố kiểu cặp đôi, cách cha mẹ vợ chừng vài phút lái xe. Tuy có ba đứa con, vợ vẫn rảnh rang đi ăn uống với bạn vì có cha mẹ chăm sóc cháu từ hồi sinh đứa đầu lòng, mỗi ngày đến đưa đón cháu đi học, thậm chí phụ lo cả cơm nước.

Chồng sinh trưởng ở ngoại ô, quen với lối sống yên tĩnh thanh nhàn, đất vườn rộng rãi, không thích nhà cửa chật hẹp, sát vách hàng xóm, ra vào động tịnh đều hay biết, mỗi lần khách đến chơi khổ sở kiếm chỗ đậu xe, lại gặp nạn kẹt xe đông đúc. Người đâu ra mà đông như kiến cỏ, đèn đỏ vừa bật lên là ùn ùn hối hả qua đường như đi đánh giặc, đèn xanh bật lên xe vẫn chưa chạy được vì còn kẹt đoàn người đang ở giữa đường chưa qua hết. Cuộc sống lúc nào cũng vội vã như phát sốt, căng thẳng bí bách.

Vậy nên, ngôi nhà này đúng là ngôi nhà trong mơ của chồng. Dĩ nhiên họ không giàu như đa số dân vùng đó mua nhà làm nơi nghỉ mát cuối tuần và mùa hè, họ chỉ có thể có một căn nhà mà thôi, nghĩa là phải bán căn nhà đang ở dọn hẳn về đó. Trên đường lái xe về lại thành phố sau khi xem nhà, cơn háo hức nguôi từ từ theo từng dặm đường với gương mặt vợ dần dần rõ lên trong trí, chồng bắt đầu lo lắng sắp đặt ý tứ để về trình bày thuyết phục vợ, tim đập thình thịch khi xe chầm chậm quẹo vào con phố quen thuộc, thấy xe vợ đã đậu phía trước.

Quả như chồng dự đoán, vợ giãy nẩy tuôn ra một tràng những lý lẽ toàn là rất có lý – nào là con cái đi học vất vả, không có ông bà ngoại chăm sóc, nào là công việc của vợ phải ở trong thành phố, nào là xa xôi cách trở cha mẹ chị em (gần hai tiếng lái xe!) vân vân. Chồng ngồi im chịu trận, đợi vợ dứt lời uống nước lấy hơi mới rụt rè giãi bày rằng đứa con lớn hết hè này vào đại học không cần đưa rước nữa, hai đứa nhỏ về đó trường tốt hơn trường thành phố, dân cư không lộn xộn phức tạp như thành phố, môi trường trong lành, thuế nhà đất và thuế thu nhập rẻ hơn, còn công việc của vợ có thể làm trên computer ở nhà được, con cái đã lớn không cần ông bà ngoại nữa, với lại ông bà ngoại đã lớn tuổi cũng nên nghỉ ngơi. Vợ đùng đùng bỏ vào phòng ngủ đóng cửa cái rầm. Chồng kiên nhẫn đợi hồi lâu mới rón rén đẩy nhẹ cửa vào, khe khẽ đặt mình xuống giường nằm im.

Mấy ngày sau, vợ vẫn còn giận dỗi, chẳng nói chẳng rằng. Chồng lựa lời dụ dỗ, đem lợi thế trường học của con ra để lung lạc vợ - em thấy không, trường thành phố lớp đông đúc, cô giáo còn không nhớ hết học trò, trường này mỗi lớp có hơn chục đứa thôi, học hành thoải mái, về nhà mình khỏi kèm con học, bạn bè con nhà trung lưu dễ chịu hơn, lớp tụi nó bây giờ nhiều đứa ghê gớm quá, mình có con gái, lỡ nó mê mấy thằng đó thì chết.

Nói mãi, cuối cùng vợ cũng bằng lòng lên xem nhà, thấy phong cảnh đẹp thì thích, nhưng lại thở dài "xa xôi quá!" rồi chê nhà cũ kỹ. Người đàn ông nhân viên hãng bất động sản thấy vợ khó khăn nhăn nhó bèn đi nước cờ hạ giá, vì nhà của tòa phát mãi bán bao nhiêu chẳng được. Thấy giá quá hời, vợ lưỡng lự một lúc rồi gật đầu. Chồng nói thêm cho vợ mát ruột "Cuối tuần em mời bạn bè lên đây chơi, họ không lác mắt thì thôi".

Phải dọn nhà vào mùa hè để kịp lo trường lớp cho các con, họ bán ngay căn nhà thành phố không khó khăn gì, nhưng nhiều chỗ cần sửa chữa trong ngôi nhà mới mua phải làm dần dần sau khi dọn vào. Vợ khó chịu cằn nhằn bất tiện đủ điều:

- Nói là làm việc ở nhà mà em có làm được đâu. Suốt ngày thợ làm rần rần, đi ra đi vô đụng hết người này người khác, nhà cửa bụi bặm ồn ào.

Nhà kiến trúc và bài trí kiểu xưa, chồng rất thích vì hòa hợp với rừng phong và hồ nước chung quanh, nhưng vì vợ chê, phải cố gắng thay đổi bên trong cho tân kỳ một chút để hợp ý vợ. Vợ đòi sửa chỗ này chỗ kia, càng sửa chồng càng nản vì ngôi nhà dần dần biến đổi lạ hoắc, như cô thôn nữ mặc đầm hở vai vậy, nhưng phải ngậm tăm để khỏi nghe cằn nhằn chuyện mua nhà, dời đổi, động một tí là vợ đay nghiến "Ai biểu?". Bây giờ, nơi đắc ý nhất của chồng là mảnh sân gỗ bên ngoài phòng ăn rợp mát bóng cây cổ thụ, có lan can bao quanh, nhìn xuống rừng phong bạt ngàn phía dưới phủ bóng hồ nước trong veo. Ngồi đây chồng có thể mê mải ngắm cảnh cả ngày không biết chán, sinh tình lại nảy ra ý thơ, hí hoáy viết viết xóa xóa, khỏi nghe vợ cằn nhằn điệp khúc vắng vẻ buồn hiu, xung quanh chẳng có quán hàng cửa tiệm, chợ búa xa xôi, đang ở thành phố tiện lợi bỏ lên chốn khỉ ho cò gáy, nhớ bạn bè, cha mẹ.

Mùa hè, quanh vùng rộn ràng nhộn nhịp. Nhìn xuống hồ, những chiếc thuyền xinh xắn xuôi ngược, rẽ nước thành đợt sóng trông vui mắt, một số thuyền kéo theo các chàng trai cô gái trượt nước, thân hình trẻ trung khoẻ khoắn rướn thẳng băng, tóc bay phất phới, tiếng reo cười giòn giã. Mấy con diều sặc sỡ lơ lửng trên nền trời. Không khí thanh bình phong lưu khiến chồng cũng lây cái cảm giác giàu sang sung túc như những người láng giềng chung quanh, mặc dù đang đi làm hụt hơi để bỏ tiền sửa nhà. Vợ đóng cửa ở trong phòng, chê ồn ào, chẳng mấy khi ra đây ngắm cảnh.

Tháng chín, con gái đầu lòng dọn vào đại học, hai đứa nhỏ học trung học có xe đưa đón, nhưng phải đi bộ xuống con dốc ra đường chính. Vợ lại ca điệp khúc bất tiện, chồng ngậm tăm, chịu khó đưa con xuống trạm xe trước khi đi làm. Mặc cho mẹ than phiền, hai đứa con lại thích mê trường mới và bạn mới, về nhà ríu rít kể chuyện, thỉnh thoảng bị mẹ ngắt lời làm cụt hứng, đành chờ ba về kể tiếp. Cuối tuần, bạn tụi nó rủ nhau đến chơi để cùng đi bơi dưới hồ, đạp xe vòng quanh. Mẹ lại khó chịu, than thở chộn rộn, không được yên.

Mấy hôm nay trời mát hẳn. Những ngày cuối tuần, dưới kia vẫn rộn ràng những con thuyền rẽ nước, tiếng cười đùa trẻ trung, nhưng thị trấn đã thưa vắng hơn, cách hai ba bữa lại mưa dầm rả rích. Chắc lá sắp đổi màu rồi đây. Chồng nôn nao chờ đợi, buột ra miệng với vợ "Sắp vào thu rồi đó em, mùa thu ở đây đẹp phải biết". Vợ thở dài "Rồi tới mùa đông buồn chết được, vắng tanh vắng teo, nhìn đâu cũng thấy tuyết, bó rọ trong nhà chẳng đi đâu được, nghĩ đã chán đời". "Vắng cũng đẹp theo kiểu vắng chứ em". Vợ bỗng nổi cáu "Anh thì nhìn đâu cũng ra cảnh chả giống ai. Lúc này lại ngồi mơ màng thơ thẩn suốt ngày. Nhà cửa bao nhiêu việc cần làm, em đi ra đi vô hết phòng này tới phòng kia, quanh quẩn mấy bức tường. Hồi trước mỗi ngày đi làm vô tòa soạn gặp người này người nọ, đủ thứ chuyện, bây giờ lúc thúc ở nhà riết muốn bị câm luôn. Còn anh ngồi nghĩ thơ."

Chồng tiu nghỉu, đành cất luôn cái ý định nung nấu bấy lâu hỏi ý vợ về việc bỏ tiền in thơ. Lại nghe điệp khúc tiền này tiền nọ hao tốn, mấy tháng rồi chưa mua được cái áo (mặc dù chẳng đi đâu). Chồng bỏ đi ra ngoài, tựa lan can. Dưới kia màn đêm đã buông xuống, mặt hồ vắng lặng lấp lánh bóng ánh đèn từ những ngôi nhà hắt ra. Trên bầu trời trong trẻo, trăng tròn sáng rỡ dịu dàng, trăng tỏa khắp cây cối, rung rinh mặt nước. Gió hiu hiu nhẹ nhàng đùa phớt qua cành lá như dỗ dành. Lòng người chợt thanh thản.

*

Sáng sớm, chồng thức dậy, nhỏm người nhìn ra cửa sổ, sững sờ. Chỉ qua một đêm, sắc vàng đã nhuốm rực những tàng cây phong tầng tầng lớp lớp mênh mông như phủ một tấm mền tơ, sáng cả mặt hồ phẳng lặng, đẹp lộng lẫy, thanh thoát, kiêu sa.

Chồng hớn hở cúi xuống lay vai vợ:

- Em ơi, thu tới rồi, dậy mà coi, lá vàng khắp mặt hồ.

Vợ ngái ngủ bực mình:

- Nhà mình có mấy cây cổ thụ, anh lo mà quét lá không thì mưa xuống nghẹt cống lại tốn tiền kêu thợ.

(Lake Candlewood 2019)

Hồ Thu II

Thiếu phụ đứng cạnh bồn rửa chén trong bếp, tay cầm ly rượu vang đỏ, ngó mông ra khung cửa sổ rộng. Dưới kia là mặt hồ mênh mông rẽ đợt sóng sau đuôi những con thuyền lấp loé phản chiếu ánh mặt trời. Xa xa mấy cánh buồm trắng ửng hồng lững lờ trong nắng chiều sắp tắt. Xung quanh hồ, lá phong vàng đỏ bạt ngàn điểm thêm màu sắc cho bức tranh linh động của thiên nhiên. Từ cửa sổ nhìn ra, những tàng cây cổ thụ sừng sững che khuất một phần mặt hồ, mỗi cơn gió thổi qua cuốn rào rào từng đợt lá xoáy khỏi cành lả tả rơi xuống. Một mùa thu nữa lại đến, tăng thêm nỗi buồn chán trong lòng nàng.

Từ khi chồng mua căn nhà này, dọn từ thành phố về đây sống đã hơn một năm. Trong khi chồng con vui thích cảnh đời bình lặng nơi đây, nàng lại chới với khi rơi từ cuộc sống thành thị nhộn nhịp quen thuộc thuở ấu thơ. Mùa đông năm ngoái, nàng đem mấy chậu hoa kiểng vào trong nhà, mở đèn cực tím nuôi chúng tươi tốt, đến mùa xuân mang ra ngoài, cây hoa chật vật làm quen khí trời trở lại, rụng lá, hoa trổ thưa thớt còi cọc. Nhìn chúng, nàng thấy thân phận mình. Ở thành phố, sáng sáng dậy sớm sửa soạn đến tòa soạn, bước vào tòa nhà chạm trổ lộng lẫy trong bộ váy áo thanh lịch, tóc chải kỹ lưỡng, trang điểm sắc sảo, sải chân nhanh nhẹn trên đôi giày cao gót đến trước thang máy vàng rực bóng loáng giữa đám đông ăn mặc chỉnh tề. Nàng thoải mái thuộc về thế giới đó, thế giới trung lưu trí thức thành thị hành xử đúng mực, đi về đúng giờ, làm việc như điên để thăng tiến, mọi người có những lo toan chung về công việc, gia đình, chi phí sinh hoạt hàng tháng, trả nợ đại học. Vào phòng làm việc, nàng có chiếc bàn giấy quen thuộc với những chồng tài liệu, phác thảo, trước mặt là tấm ảnh gia đình đi chơi ở Rome, cái ca cắm bút viết, tách uống cà phê. Nàng sẽ trao đổi dăm ba câu chuyện đùa vui với đồng nghiệp, rồi ai làm việc nấy đến giờ nghỉ trưa, ra ngoài ăn ở tiệm quen có anh chủ quán thích tán chuyện với khách. Buổi chiều, trên chuyến xe điện ngầm về nhà, nàng đọc tờ tạp chí mới, nghĩ đến những món ăn tối do chồng hay mẹ nàng nấu sẵn, lũ con đã làm xong bài vở, xem TV một chút sau bữa tối rồi đi ngủ.

Về đây, nàng mất toàn bộ thời gian biểu quen thuộc đó. Dân chung quanh hầu hết là triệu phú, đại thương gia, chủ đầu tư ngân hàng tài chánh, mua nhà nghỉ hè ở đây ngoài những biệt thự sang trọng trong các thành phố lớn. Họ có lối sống riêng, cao xa ngoài tầm với của người thường, thỉnh thoảng chạm mặt ngoài ngõ cũng gật đầu chào lịch sự nhưng chẳng bao giờ hỏi han chuyện vãn. Trước nhà họ là những chiếc Lamborghini, Maserati, Porsche bóng lộn lộng lẫy. Hai chiếc Lexus đời cũ của vợ chồng nàng nấp dưới tàng cây trông khiêm nhường tội nghiệp. Chồng nàng là người chủ nhà duy nhất quét lá và làm các công việc lặt vặt trong vườn. Mặc cảm khác biệt càng khiến nàng thu mình ở lì trong nhà. Mỗi ngày chồng đi làm, con đi học, nàng một mình trong căn nhà đơn độc trên đỉnh đồi, cố gắng tập trung vào công việc nhưng không tìm thấy hứng thú và năng lượng như hồi làm việc trong tòa soạn. Thỉnh thoảng nàng bỏ giấy bút, rời mắt khỏi computer, ngả người dựa lưng ghế với những ý nghĩ rã rời. Bà chủ bút mấy lần đã tỏ ý không hài lòng với sự sa sút trong những đồ họa nàng gửi, bà nói xa nói gần về những ứng viên mới đầy năng lực sáng tạo. Càng bị thúc ép, nàng càng bế tắc. Buổi chiều, chồng con trở về, vui vẻ tíu tít, nàng thêm khó chịu bực bội, cảm thấy mình lạc lõng hoàn toàn trong ngôi nhà xa lạ này. Những công việc nấu nướng dọn dẹp đổ cả lên đầu nàng vì nàng ở nhà cả ngày khiến nàng càng chán ngán với nhịp điệu buồn tẻ, công việc lập đi lập lại ngày nào như ngày nấy. Lại còn các mục linh tinh như đưa con đi bác sĩ, nha sĩ định kỳ, mua sắm lặt vặt, mà nơi nào cũng xa ít nhất nửa tiếng lái xe, mất cả nửa ngày, khiến nàng mệt mỏi căng thẳng.

Thời gian đầu, nàng nổi quạu đốp chát với chồng, quát mắng con vô cớ. Chồng và các con dần dần học cách né tránh những cơn nộ khí bất tử của nàng, bữa ăn tối trở nên uể oải, lặng lẽ, ăn xong các con rút vào phòng, chồng ra ngoài ngồi ngắm cảnh. Nàng một mình trong bếp dọn rửa chén dĩa nồi niêu, dằn loảng xoảng cũng chẳng ai buồn để ý. Dọn dẹp xong, nàng rót một ly rượu đỏ đem vào phòng làm việc tới khuya. Chồng thường đi ngủ trước để sáng đi làm, khi nàng vào phòng thì anh đã yên giấc, tiếng ngáy đều đều khiến nàng trằn trọc không chợp mắt được với những ý nghĩ u ám lộn xộn.

Dần dần, nàng rút sâu vào cái vỏ ốc của mình, lẳng lặng làm công việc hàng ngày, hết muốn phản ứng gì, ngay cả cáu gắt như trước. Thỉnh thoảng, bạn bè của chồng tới chơi, xuýt xoa khen ngợi nhà cửa phong cảnh, ăn uống thù tạc ồn ào. Nàng chu toàn bổn phận chủ nhà, nấu nướng đãi đằng mà lòng trống rỗng, lơ đãng nghe chồng hớn hở đưa khách xem từng phòng trong nhà với những lời mô tả tỉ mỉ quen thuộc. Nàng tìm quên bằng những ly rượu đỏ càng ngày càng tăng dần, rượu xoa dịu những sợi thần kinh căng thẳng, giúp nàng qua được một ngày để chuẩn bị sang ngày khác. Ba mẹ nàng lên thăm vào cuối tuần, đem theo thức ăn và vật dụng từ thành phố tiếp viện cho gia đình nàng, lo ngại nhận thấy sự thay đổi của con gái, tìm cách khuyên nhủ an ủi nàng nhưng chẳng có tác dụng gì. Nàng vẫn uống hết từng chai rượu chát, nhấm nháp đồ ăn vặt suốt ngày để giết nỗi buồn chán, tăng cân dần dần. Khi nhận ra phải mua thêm quần áo tới cỡ 14, nàng phát hoảng nhìn mình trong gương với thân hình sồ sề, mặt đầy vun nặng nề, mắt húp, tóc tai bù xù. Nàng tự nghĩ phải làm gì để trở lại mình ngày trước, nhưng chẳng được bao lâu lại buông xuôi, để mặc mình trôi theo sự chán chường ảm đạm.

Trận dịch từ đâu tràn tới, khiến chồng và con cũng phải ở nhà học hành làm việc. Cái thế giới trì trệ của nàng thu hẹp lại trong căn phòng làm việc. Nàng giam mình trong đó suốt ngày, chỉ ra ngoài vào bữa ăn tối. Thời gian mới dọn về đây, nàng cáu kỉnh vì cô đơn trong nhà, nhưng bây giờ nàng lại bực bội vì cõi yên tĩnh của mình bị xáo trộn. Thỉnh thoảng, con chạy vào hỏi mượn thứ này thứ kia, chồng hỏi món gì để ở đâu. Tuy vậy, có khi nàng lại thấy yên tâm vì có người ở nhà. Trước kia, khi làm việc một mình, nàng hay thấy rờn rợn vì nghe như có tiếng người đi lại trong nhà, tiếng kẹt cửa, nàng bảo chồng có khi nào hai vợ chồng chủ cũ chết thảm trên hồ còn quyến luyến nhà cũ, chồng gạt đi cho rằng tiếng động là do gỗ co giãn khi thời tiết thay đổi mà thôi. Hết dịch, chồng đi làm trở lại, các con vào kỳ nghỉ hè đi chơi với bạn suốt ngày, căn nhà lại yên tĩnh, chỉ có nàng làm việc trên computer, nghe ngóng từng tiếng cọt kẹt.

Chiều nay, đi chợ cách nhà hơn nửa tiếng lái xe, nàng đang ở quầy tính tiền, cô thu ngân cầm túi bắp tươi lên hỏi chị lấy mấy trái, nàng nói năm trái, và thêm một câu khen bắp chắc hột trông ngon quá. Chợt người đàn ông sau lưng nàng lên tiếng, hồi hộp: "Nicole phải không?". Nàng quay lại, và dù anh ta mang khẩu trang nàng vẫn nhận ra đôi mắt và dáng dấp quen thuộc, kêu khẽ "Andy!". Bắt gặp ánh mắt vừa ngỡ ngàng vừa thương xót, nàng nhìn lại thân hình mình sồ sề trong tấm áo lụng thụng, hổ thẹn tưởng muốn độn thổ. Cô gái thon thả vui tươi nhí nhảnh ngày xưa đâu còn nữa.

Hai người cùng học đại học khoa Mỹ thuật. Anh yêu nàng, ba mẹ nàng rất ưng ý anh và hay đốc thúc nàng tiến tới. Nàng lại chỉ thương mến và tin cậy anh như người anh ruột. Năm cuối, nàng gặp người sau này thành chồng, mê anh ngay và cuốn hút vào những cuộc hẹn hò. Andy vẫn gần gũi thân thiết, nàng hay đem chuyện người yêu kể cho anh nghe. Khi họ cùng đi Paris một năm làm thực tập sinh, Andy đã hết lòng giúp nàng vượt qua khủng hoảng vì nhớ nhà, nhớ người yêu bằng thái độ chân tình, quảng đại. Hết năm đó, cả hai được mời ở lại Paris làm việc, anh nhận lời, còn nàng xin về chi nhánh tòa báo ở

New York. Trước khi nàng rời Paris, hai người ngồi với nhau suốt một buổi chiều tháng mười trong vườn Luxembourg, lá vàng rơi ngập lối đi. Anh bảo anh hiểu việc trở lại New York là quyết định của nàng vì nàng muốn về với người yêu, nhưng có một điều anh khuyên nàng không nên lấy người ấy làm chồng. "Em với nó quá khác biệt về mọi mặt, anh nghĩ khó mà hòa hợp, không phải vì anh không lấy được em nên anh nói vậy. Anh khuyên em như người anh khuyên em gái, là người ngoài cuộc sáng suốt." Nàng cãi các chuyên viên tâm lý thường nói hai người tính tình đối lập có thể bổ sung cho nhau, hơn nữa muốn lấy nhau thì tình yêu rất quan trọng, có tình yêu họ có thể vượt qua tất cả.

Vừa trở về New York, nàng định ngày cưới ngay. Ba mẹ nàng không mấy hài lòng. Mẹ nàng nói "Mày đã khờ, lấy nó còn khờ hơn, làm sao lo được gia đình?" Chồng tương lai của nàng hiền lành, an phận làm kế toán một hãng chứng khoán không cầu thăng tiến, nàng lại thấy thuận lợi vì nàng có cơ hội tập trung vào sự nghiệp của mình. Gửi thiệp cưới cho Andy, anh hồi âm "Rất tiếc anh không về dự ngày vui của em được, chúc em mọi điều tốt lành" cùng với một bức tranh vườn Luxembourg mùa thu do anh vẽ. Sau đó hai người không liên lạc với nhau nữa.

Bây giờ, nhìn nhau bên ngoài một siêu thị qua khẩu trang, họ đọc thấy những ngày tháng cũ diễn lại trong trí. Anh hỏi thăm nàng chuyện chồng con nhà cửa, nàng cho anh biết đã dọn về vùng hồ hơn một năm. Nàng biết anh giữ ý không hỏi câu "Em có hạnh phúc không?". Anh cho biết đã đổi về Los Angeles hai năm nay, nàng nói may quá anh kịp né trận dịch vừa rồi ở Paris, rồi hỏi anh làm gì ở đây. Anh bảo anh sang thăm ba vợ vừa lên cơn đau tim thập tử nhất sinh. Nàng sửng sốt "Ba vợ?", anh bảo anh gặp vợ cùng làm chung ở Los Angeles, mới cưới nhau hơn một năm. Nàng ngạc nhiên chợt thấy mình hụt hẫng. Bao nhiêu năm không liên lạc với anh, nàng không nhận ra trong tiềm thức anh vẫn là chỗ dựa của nàng như ngày xưa, bây giờ bỗng dưng nàng chới với mất đi cái chỗ dựa vô hình đó.

Anh nói thêm, ngập ngừng rằng sáng mai vợ chồng anh bay về Los Angeles sớm, nếu không tối nay có thể ghé nhà thăm gia đình nàng. Nàng chua chát nghĩ thầm "Anh khách sáo rồi, trước đây anh có khách sáo với em bao giờ đâu, cái chỗ dựa của em mất hẳn từ nay, em có còn gì đâu."

Trong bữa ăn tối, lần đầu tiên sau một thời gian dài, nàng nhìn quanh bàn ăn. Chồng đó, con đó, những gương mặt quen thuộc nhưng sao xa vời quá, mỗi người theo đuổi ý nghĩ riêng, chìm đắm trong thế giới riêng, còn nàng loay hoay tìm một chỗ dựa.

Sau bữa ăn, con rút vào phòng, chồng ra ngoài sân trước lui cui dọn mấy chậu cảnh vào nhà vì dự báo thời tiết nói đêm nay có thể có sương giá. Dọn rửa trong bếp xong, nàng rót một ly rượu, nhìn ra cửa sổ. Mùa thu đến rồi sẽ đi, mùa đông lại tới gieo rắc tuyết giá lạnh lùng thêm cảnh hồ quạnh quẽ, đời nàng tiếp tục trôi lặng lờ ngày tiếp nối ngày.Nàng bước ra ngoài, tựa vào lan can. Dưới kia mặt trời đã chìm khuất, hắt những tia nắng cuối cùng trên mặt nước, những tàng cây cổ thụ tối sẫm lại, hơi lạnh lùa vào da thịt. Cúi xuống, cúi xuống chút nữa thôi, cái cảm giác rơi tự do giữa vùng lá thu nó như thế nào nhỉ, khoảng tối hun hút phía dưới mời gọi lôi kéo.

Tiếng đứa con gái gọi mẹ trong nhà khiến nàng giật bắn mình, nhận ra mình ngả người lơ lửng ngoài thành lan can, vội đứng thẳng dậy, run bần bật hoảng sợ. Chồng bước ra, cầm cái áo khoác phủ lên người nàng, trách nhẹ "Sao tự nhiên em ra đây giờ này lạnh chết. Con nó muốn ăn tiramisu tìm không thấy, hỏi mẹ đâu."

Nàng quàng tay ôm lưng chồng, ngả đầu vào ngực anh, tìm một chỗ dựa, tìm một hơi ấm.

Mùa thu 2019

Tuổi Của Rắn

Năm nay là năm tuổi của Khánh. Cũng là năm tuổi của Chung nữa. Rắc rối là, hai người không cùng tuổi. Một bà bác trong họ bảo thầm má của Khánh: "Hai đứa nó là hai con rắn.Rắn gặp rắn quấn nhau chặt lắm, gỡ không ra đâu". Cứ như là Romeo – Juliet vậy. Mà chuyện hai người cũng éo le chẳng kém cặp tình nhân bất hủ của Shakespeare.

Chung hơn Khánh đúng một con giáp. Một con giáp nghĩa là mười hai năm. Mười hai năm, đối với hai người đang "*yêu nhau ai tính tuổi bao giờ*" như thi sĩ Vũ Hoàng Chương chẳng có nghĩa lý gì cả. Nhưng cha mẹ hai bên là người quan sát đứng ngoài cuộc tình bão táp dĩ nhiên tỉnh táo hơn nhiều. Cứ tính toán tỉ mỉ cộng trừ sẽ thấy một lô những chuyện lôi thôi. Ngày Chung ra đời, ba má Khánh vẫn chưa gặp nhau. Khánh còn đái dầm, chập chững đánh vần thì Chung đã vào đại học. Lúc ấy mà Chung gặp Khánh chắc chỉ bẹo má khen cô bé xinh quá rồi cho vài cục kẹo để bồi bổ mấy cái răng sún của bé. Nhưng trời xui đất khiến, hay ông Tơ bà Nguyệt trớ trêu lại cho hai người gặp gỡ trong một hoàn cảnh ít chênh lệch hơn rất nhiều. Khánh là cô kỹ sư Hóa chất trẻ trung xinh đẹp thông minh, tốt nghiệp Berkeley được nhận vào công ty mà Chung là đồng nghiệp và là trưởng phòng. Chung cao ráo, sáng sủa, danh phận đàng hoàng nhưng vẫn độc thân. Chỉ vì anh là con một, bố mất sớm, ở với mẹ. Bà mẹ mang một niềm tin vững chắc như đinh đóng cột là lũ con gái ngày nay toàn những thứ đểnh đoảng, chỉ ham ăn diện, sắm sửa, đua đòi lối sống Mỹ, con trai bà vô phúc vướng phải sẽ lâm vào kiếp nô lệ chung thân, "*khi vào rửa chén, khi ra giặt* đồ". Bà tuyên bố sẽ tự tay chọn lựa một nàng dâu hiền thục xứng đáng."Con gái nó mới sợ quá lứa lỡ thì, con còn trẻ, có gì phải lo, việc trăm năm chứ có phải chơi ngày chơi bữa đâu mà hấp tấp lại khổ cả đời". Chung vốn nể mẹ, không dám cãi, sợ mẹ buồn, nên cứ để mặc cho bà lo liệu, dù ở xứ này thật khó tìm ra người đúng tiêu chuẩn của bà trong khi năm tháng cứ tuần tự trôi qua. Đúng ra anh cũng không quá thụ động như thế, cũng có thầm để ý những người con gái độc thân xung quanh xem có ai vừa mắt thì làm quen rồi mời về nhà cho mẹ duyệt, nhưng có lẽ chưa có "duyên nợ" nên Chung vẫn chưa gắn bó với cô nào. Rồi một ngày mùa hè đẹp trời, thần Ái Tình từ lâu núp kín trong xó xỉnh bỗng nhảy bổ ra giáng một cú sét vào đầu (và tim) Chung khi Khánh yểu điệu bước vào văn phòng anh nhận việc. Từ ngày đó, hai cơ quan trọng yếu là đầu và tim Chung không còn hoạt động bình thường như cái *computer* trên bàn được nữa. Nói đâu quên đó, cặp kính bỏ trong túi áo mà cứ hớt hơ hớt hải chạy quanh phòng hỏi tìm khắp nơi, hẹn đi họp với *boss* đến giờ chót mới nhớ ra mặc dù có đánh dấu cẩn thận bằng bút đỏ trên tấm lịch treo tường và cô thư ký nhắc nhở mấy lần, giấy tờ cứ lộn xộn cả lên. Tim thì giật thon thót khi thoáng thấy dáng người con gái nào thon thả giống như nàng hoặc một màu áo "*anh trót yêu*" phất phơ đâu đó, rồi đập liên hồi tán loạn như trống báo chính biến hoàng thành khi đúng là Khánh thật sự bằng xương bằng thịt ung dung đi ngang qua, cười duyên dáng chào ông trưởng phòng. Có lần Khánh đứng lại, ái ngại hỏi: "Anh Chung có khoẻ không, sao mặt xanh tái dữ vậy?". Chung thì cứ loay hoay mãi, khổ sở không biết làm cách nào tiếp cận Khánh cho có vẻ tự nhiên.

Đám cưới một cặp làm cùng công ty. Chung độc thân, đi một mình, mặc dù tên bạn cứ cằn nhằn: "Ráng kiếm người đi chung giùm tao, cứ đi lẻ cặp hoài, xui chết". Chung cười thầm, mình không sợ thì thôi, nó đằng nào cũng có vợ, sợ nỗi gì.

Khánh không đi một mình. Nàng đi với Hằng, cô thư ký của Chung. Họ được xếp ngồi cùng bàn. Chung vốn ít nói nên hôm ấy lại càng nói ít hơn. Khánh thùy mị, cười luôn, lúc nào cũng dạ thưa thật ngọt ngào. Hằng vốn tinh quái, cứ nhìn Chung cười cười, ra cái điều ta đây biết cả rồi. Cô dâu chú rể đi vòng qua bàn, chúc tụng xong, Hằng vội vàng lấy cớ gia đình có việc phải về sớm, quay qua Chung nói như ra lệnh: "Anh Chung đưa Khánh về giùm Hằng" rồi lỉnh mất. Hai người không uống rượu mà đỏ mặt giữa tiếng trêu chọc của bạn bè.

Chung đưa Khánh về. Đêm khuya, đường vắng, gần gũi, tâm tình dễ cởi mở. Khánh thông minh, hoạt bát, duyên dáng, hóm hỉnh. Chung giữ lời giữ tiếng, cứ ngay ngáy lo sợ thất thố, thỉnh thoảng lại liếc nhìn gương mặt xinh tươi bên phải mình, tim đập rộn lên, người nóng ran ngây ngất. Đường về nhà Khánh sao mà quá ngắn. Khánh đã vào nhà, cửa đã đóng, Chung còn ngẩn người một lúc mới cho xe chạy. Mùi hương của nàng còn vương vấn trong xe đến mấy ngày sau.

Tuần lễ sau đó, trở vào làm việc, Khánh vui vẻ thân mật với Chung hơn hẳn. Chung đánh bạo mời nàng đi xem một phim mới trình chiếu cuối tuần đó. Nàng nhận lời. Chung thở phào, trút bỏ nỗi lo ám ảnh anh về một cái cớ nào đó nàng sẽ dẫn ra để nói "không". Khó khăn chỉ có bước đầu. Từ cái hẹn này đến cái hẹn khác, hai người đâm ra say mê nhau như điếu đổ, nhận ra họ có vô số điểm tương đồng cũng như cùng chung sở thích. Bây giờ không phải một mình Chung mà cả hai đều lâm vào cơn điên tình ái. Và khi người ta điên thì nghĩ đến chuyện lấy nhau. Muốn lấy nhau cho vui vẻ cần có sự vui vẻ chấp thuận của cha mẹ đôi bên để cho…vui vẻ cả làng.

Khánh hẹn Chung đến nhà. Ba nàng hiền lành, ba phải, dĩ hòa vi quý, nói chuyện thời tiết vài câu với Chung rồi quay qua chuyện tình hình chính trị thế giới. Má nàng nhất mực gọi là "cậu", không phải "con" hay "cháu". Chung về rồi, bà bắt đầu cằn nhằn Khánh:

- Tưởng mày chọn chỗ xứng đôi vừa lứa gì, ai ngờ chọn ông già gần bằng tao với ba mày. Trẻ đẹp, học giỏi, nghề nghiệp đàng hoàng, thiếu gì người trẻ tuổi thành đạt muốn cưới, ế ẩm gì hay sao mà đi thích nó.

Khánh đỏ bừng mặt, bênh vực:

- Má nói kỳ quá. Ảnh lớn hơn con có một con giáp chứ bao nhiêu, mà nhìn ảnh trẻ hơn tuổi nhiều, như là chưa tới ba mươi, có già hơn con đâu.

Má Khánh tức mình:

- Một con giáp là mười hai tuổi, còn muốn gì nữa mà chưa già? Mày không thấy nó bàn chuyện chính trị sành sỏi với ba mày đó sao?

Khánh muốn khóc:

- Mà con yêu ảnh chớ bộ.

- Yêu! Mười năm, hai chục năm nữa con thì trẻ trung sung sức, nó già rồi, con còn yêu nó nổi không?

Bà dịu giọng:

- Ba má có kinh nghiệm sống, già rồi, nói phải quấy cho con nghe, chỉ sợ con buồn về sau thôi. Con còn trẻ, mới yêu lần đầu thì say mê, lúc bình tĩnh lại, ân hận thì cũng muộn rồi. Con suy nghĩ kỹ, chuyện quan trọng, hấp tấp uổng cả một đời con gái. Tùy con.

Chung đưa Khánh về gặp mẹ. Bà cứ trịnh trọng thưa gửi lễ phép với cô gái bằng giọng mát mẻ "chúng tôi chả dám". Tối hôm đó bà giữ chiến tranh lạnh với con trai, không nói năng nhìn ngó đến anh. Chung năn nỉ thì bà cụ sụt sịt:

- Tôi biết thân tôi già yếu lẩm cẩm nên chẳng ai xem ra gì. Tôi đã bảo anh chờ tôi chọn người xứng đáng, biết chăm sóc hầu hạ anh. Anh cãi lời tôi, đi rước cái con bé này về, không sợ người ta cười cho à?

Chung ngơ ngác:

- Cười gì hả mẹ? Khánh vừa đẹp vừa học hành tử tế, có công ăn việc làm đàng hoàng, con nhà gia giáo, có gì xấu đâu?

Bà gào lên:

- Anh thì chỉ thấy nó hay, nó tốt thôi. Dù gì anh cũng là người chững chạc, có chức phận với người ta, lại đi sánh đôi với con bé mặt mày cứ ngơ ngơ ngác ngác như trẻ con. Nó mà cóbiết nấu cho chín một nồi cơm thì tôi chết.

Chung buồn cười:

- Lấy vợ chứ có phải chọn người ở đâu mà mẹ nói vậy. Nấu cơm có gì khó đâu. Con nấu cũng được.

Bà đay nghiến:

- Thấy chưa, chưa gì anh đã giở giọng "hầu bà" ra rồi. Công tôi nuôi dạy anh từ bé để bây giờ anh đi hầu nó à? Anh không nghĩ đến thân anh thì cũng phải nghĩ đến thân tôi chứ. Tôi già yếu, không ai chăm sóc, chỉ nai lưng ra hầu cậu mợ, làm con vú già suốt đời thôi.

Chung khổ sở. Khánh buồn bực. Con đường tình ta đi đang thênh thang phơi phới đột nhiên bị dựng sừng sững rào cản, ngó đâu cũng thấy chông gai. Đôi uyên ương hết lời năn nỉ ỉ ôi, khóc lóc, giận hờn với hai bà. Họ hàng, bạn bè hai bên cũng giúp lời tận tình. Thấy Chung hiền lành, đứng đắn, nhanh nhẹn tháo vát trong những việc cần anh tiếp tay, má Khánh dần dần quý mến tin cậy và không còn chê anh "già" quá lắm nữa. Bà tự nghĩ, xét cho cùng anh ta cũng có nghề nghiệp địa vị tử tế, hai đứa lại ngoan ngoãn hỏi ý cha mẹ, vậy là đã quá tốt rồi, miễn sao hai đứa yêu nhau, hạnh phúc thì thôi. Khánh cũng theo Chung về nhà để gây sự thân thiện với mẹ của anh, nhưng dù nàng cố tỏ ra dễ thương nhu mì, tận tình phụ việc bếp núc, rửa chén cả chục bận, bà cụ vẫn khó đăm đăm, lạnh nhạt "không dám, mời cô lên nhà ngồi chơi". Chung phải đánh vào ước muốn sớm có cháu nội của bà, đồng thời khéo léo tỏ ý anh chỉ yêu Khánh và sẽ không lấy ai khác, cuối cùng bà mới miễn cưỡng thuận tình đến chơi nhà Khánh sau những trận cãi cọ đầy nước mắt "tôi đi chỉ vì anh, chứ con bé ấy tôi thấy không được". Cuộc viếng thăm rốt cuộc chỉ mang màu sắc xã giao "tiện đường đi ngang đây, chúng tôi ghé vào thăm gia đình ta", "các cô nhà ông bà thế mà thành đạt cả, quý hóa quá". "Nhà trai" ra khỏi cửa, má Khánh lại nổi xung:

- Má không muốn con về làm dâu nhà đó. Ở xứ Mỹ này mà nói chuyện như miền Bắc thế kỷ mười chín, cưới vợ như mua mọi. Tới nhà gái cầu cạnh mà giở giọng làm cao, như con bả là hoàng tử. Con thấy không, bả đâu nói chuyện cưới hỏi gì đâu, chỉ gườm gườm như muốn ăn tươi nuốt sống con thôi. Không được đâu con. Nó là con một, thế nào cũng ở chung với bả, con làm sao chịu nổi. Đừng tưởng hễ thương nhau là xong, nhiều chuyện rắc rối lắm con. Nghe lời má, quên nó, tìm đám khác đi con. Má biết con thương nó, nhưng sống chung có nhiều thực tế khác nữa con à.

Khánh khóc sướt mướt. Chung gọi điện thoại xin lỗi, dỗ dành, anh cũng rất đau khổ. Khánh nguôi nguôi một tí, bình tĩnh ngẫm nghĩ lại hết tình đầu, bỗng thấy chán ngán. Nàng đã quá mỏi mệt trong những nỗ lực tranh thủ cảm tình từ mẹ của người yêu và thấy rõ chắc chắn không đời nào bà có thể mở rộng trái tim cho nàng. Thực tế đúng như má nàng đã nói, Chung sẽ chẳng bao giờ rời mẹ, nói gì đến chuyện hai người tự do kết hôn. Còn chờ đợi, thì biết đến bao giờ tình trạng này mới thay đổi?

Khánh đổi tính. Nàng bực bội, cau có, bẳn gắt. Hai người cãi nhau luôn. Giận quá hóa khùng, Chung dấm dẳng:

- Như thế này thì thà đừng gặp nữa cho xong.

Nói xong anh hối hận ngay. Nhưng Khánh cũng không vừa, hét lên:

- Anh tưởng tôi sung sướng lắm hay sao? Gặp có ích gì? Không gặp nữa càng rảnh nợ.

Nàng òa khóc nức nở, đùng đùng bỏ ra về, từ đó không gặp Chung nữa. Chung gọi điện thoại ở sở, ở nhà đều không được trả lời. Cố tìm nàng ở sở để hỏi chuyện thì Khánh chỉ lạnh nhạt quay đi. Chung bơ phờ xơ xác hơn bao giờ hết. Hai tháng sau, Hằng mách:

- Khánh đang đi chơi với Khôi.

Chung giật mình. Anh biết Khôi trồng cây si Khánh đã lâu, từ hồi còn học chung với Khánh ở Berkeley. Đám kỹ sư trẻ trang lứa với Khánh đã xì xào nhiều về chuyện này khi anh và Khánh bắt đầu hẹn hò. Khôi giỏi, hiền, đứng đắn, nhút nhát. Ba má Khánh vốn thích Khôi và chắc chắn hết sức vui mừng trước mối nhân duyên này. Chung như thấy trước kết cuộc dễ dàng của mối tình chịu những trắc trở hết sức vô lý. Anh biết nói gì với Khánh để giữ nàng lại. Không thể hứa hẹn rằng mẹ anh sẽ đổi ý một ngày nào đó, hãy bền lòng chờ đợi, như trong tuồng cải lương. Nàng biết quá rõ hơn thế. Lời hứa hẹn duy nhất mà anh có thể nói và đã nói đi nói lại một cách vô duyên là hứa yêu nàng trọn đời. Yêu trọn đời mà không cưới thì hứa làm gì. Chung buồn thỉu đi. Anh không tập trung vào công việc được nữa, đành bỏ về sớm. Buồn quá, về nhà làm gì bây giờ, lỡ gặp mẹ trong lúc bực bội nổi nóng thốt ra vài câu bất hiếu thì tu trọn kiếp cũng không chữa nổi. Chung lái xe vô định, lang thang mãi đến lúc ngửi mùi gió muối mới nhận thấy mình đến gần bờ biển vắng. Cũng hay. Hòa mình vào thiên nhiên biết đâu lòng lắng dịu lại. Anh đậu xe trên vệ đường, bước lần theo dốc cát xuống tận mép nước, ngồi lên một tảng đá ẩm ướt rêu phong, ngó mênh mông ra miền trời nước bao la. Sóng vỗ từng đợt vào những hốc đá nghe âm vang trong trẻo. Hải âu bay lượn tìm mồi, kêu xáo xác. Chung nghĩ về Khánh, về mẹ, về những ngày tháng của cuộc tình "*buồn* ít *hơn vui*". Anh cố hình dung Khôi và Khánh bên nhau. "Không, Khánh không thể hạnh phúc với Khôi được. Nàng thông minh quá. Khôi chỉ đơn giản, nhu mì". Rồi anh tự trách mình "còn mi, đã làm gì cho Khánh hạnh phúc hay chỉ làm nàng tổn thương với mâu thuẫn gia đình?".

Mãi chìm đắm trong suy tưởng, Chung không nhận thấy trời đã về chiều từ lâu, thủy triều lên rất nhanh, những đợt sóng xô vào bờ càng lúc càng mạnh đến lúc anh giật thót người vì lớp sóng trùm ướt cả áo. Chung vội vàng đứng lên định lội vào bờ nhưng cặp kính cận mờ hơi muối làm anh bước nhầm lên một phiến đá ướt rêu, trượt ngã chìm vào nước sóng tung toé xung quanh, tối tăm mày mặt. Ý nghĩ sau cùng thoáng qua óc anh là "trời ơi, tôi không biết bơi!".

...Chung tỉnh lại giữa những tiếng xì xào loáng thoáng, tiếng người đi qua lại, tiếng dụng cụ lách cách, rõ nhất là tiếng khóc sùi sụt bên cạnh. Anh cố nhướng mắt nhìn quanh, đầu nặng như đeo đá. Huy, tên phó phòng nhăn răng cười "Tỉnh rồi, hù dọa anh em mãi!". Anh thều thào: "Tao đang ở đâu?".

- Bệnh viện. Phòng cấp cứu. Cha nội ơi, hết chuyện hay sao mà ra biển tự tử? Có ông già đang lang thang câu cá chạy tới nắm áo ông lôi lên mới còn sống đó. Cảnh sát lục túi áo, thấy danh thiếp văn phòng, gọi lại gặp tao, tao hết hồn, chỉ kịp thông báo miệng cho cô Hằng rồi phóng lại đây. Chưa dám báo cho bà già hay. Chết làm chi sớm? Đời còn đẹp lắm!

Anh định thần, nhìn kỹ mặt Huy. Không có nước mắt. Vậy thì ai khóc? Anh nhìn theo hướng Huy nháy mắt để thấy khuôn mặt thân thương đẫm lệ của Khánh. Đúng, đời vẫn còn quá đẹp.

*

Cả công ty đồn ầm là Chung thất tình tự tử suýt chết đuối. Mọi người nhìn anh bằng cặp mắt tò mò pha lẫn thích thú. Chung chỉ cười, cải chính cách mấy cũng không ai tin. Mẹ anh lại càng không tin. Bà khóc sướt mướt bên giường bệnh viện: "Thôi con muốn lấy nó thì để mẹ đến hỏi cho, định chết làm chi, bỏ mẹ lại một mình làm sao mẹ sống nổi?".

Đêm tân hôn, Khánh nép vào Chung, nũng nịu, hạnh phúc. Chung vuốt lưng nàng, thủ thỉ:

- Hai con rắn gặp nhau là quấn chặt, khó gỡ lắm! Ui!

(Nàng cắn tai Chung một cái thật đau!).

Văn số Xuân Tân Tỵ 2001

Người Từ Trăm Năm

Quan hệ của cô với anh, hay có thể gọi là mối tình đi, hứng biết bao nhiêu bình phẩm, khen chê của thiên hạ đa sự. Anh hơn cô ở nhiều thứ – lớn hơn hai chục tuổi, cao hơn hẳn 1 foot (cô 5 feet mang giày số 5 còn anh 6 feet mang giày 14E), hơn cô một lần ly dị, một lần ly thân và những mảnh tình đếm hai bàn tay chưa đủ còn cô chưa một lần yêu. Anh bận bịu tất bật quanh những người đàn bà trong đời với bao nhiêu thứ giấy tờ tiền bạc thanh toán định kỳ và thư từ điện thoại. Cô tà tà thanh thản, ngày ngày lái xe đi làm, đêm đêm về căn phòng độc thân nằm đọc sách, thỉnh thoảng thấy anh bạn nào lăm le để ý thì vờ vịt chọc cho anh chàng điên lên rồi khoái chí bỏ đi. Có một điều anh hay bảo là cô "hơn anh một cái đầu", dĩ nhiên theo nghĩa bóng. Anh gọi cô là người con gái thông minh nhất anh từng gặp, dĩ nhiên cô còn nhiều phẩm chất đàn bà khác nữa, chứ không như một tác giả nam giới nào đó đã gật gù triết lý (bên ly café?) "khi không thể khen người phụ nữ... đẹp thì ta vẫn có thể khen nàng... thông minh". Anh quyết liệt thề rằng cô là một ngoại lệ xuất sắc.

Tuy được gọi là thông minh, những thủ thuật đàn bà vụng về non nớt của cô không trụ nổi trước anh (dĩ nhiên!), và cô gái ranh mãnh tự tin thúc thủ nhanh chóng trước đối thủ lão luyện. Đám bạn trai cùng trang lứa ngạc nhiên, tức tối. Lũ bạn gái xì xầm, dè bỉu "điên!". Lúc đầu cô bực bội, lúng túng trước những lời ong tiếng ve, nhưng sau quen dần, cũng lờ đi. Nhiều đứa bạn thắc mắc “rồi làm sao hai người… hôn nhau?”. Cô cười cười “thì cũng phải có cách giải quyết chứ”. Thực ra lần đầu anh hôn, cô đang ngồi trên một cái bàn – bàn viết của anh. Nhờ chiều cao của cái bàn, gương mặt hai người ngang nhau, thật gần, cô nín thở nhìn mắt anh long lanh dò hỏi sau làn kính cận và nhắm nghiền mắt khi môi anh kề sát để cùng lúc nhận ra đam mê ướt đẫm nóng hổi chạy ran từ môi ra khắp thân thể mềm nhũn, quằn quại. Hai người yêu nhau như thế nhiều lần giữa sách vở tạp chí, văn chương anh ngổn ngang, bay lả tả, thậm chí có lần đẩy cả cái laptop nhào xuống đất chết ngắt, suốt mấy ngày sau anh phải cặm cụi vừa đánh máy trên cái laptop mới vừa moi óc nhớ lại những bài viết đã chết theo cái laptop cũ. Thường thì cô thiếp đi trong cơn rã rời thỏa mãn, mở mắt thấy mình nằm trên sofa, còn anh ôm laptop hí hoáy gõ lách cách hào hứng. Anh bảo bỏ ra một giờ yêu cô để viết được bao nhiêu là thứ sau đó thì quá là có lời. Cô “hứ” một tiếng vào lối kinh doanh yêu đương của anh. Nhưng anh nói rất hay với kiến thức văn chương lưu loát, và anh khiến cô cảm thấy hạnh phúc thật sự. Tâm sự về cuộc đời tình ái phong phú của anh, anh thường tỏ vẻ u sầu, rằng anh là người đàn ông luôn luôn bất hạnh, chưa hề may mắn trong tình yêu, tìm người đàn bà của đời mình thật khó lắm thay, chỉ đi từ đổ vỡ này đến đổ vỡ khác, mỗi lần lại sứt mẻ con tim một chút. Anh thở dài, rồi cầm tay cô áp vào môi mà thủ thỉ “nhưng bây giờ anh đã tìm được em, anh sẽ không bao giờ để em đi”. Thường thì cô cảm động, tội nghiệp anh, thầm trách sao dư luận người đời vô tình cạn cợt đánh giá con người bằng hành động bên ngoài. Chỉ thỉnh thoảng cô có tự thắc mắc trước bao nhiêu là thơ anh viết cho những người tình cũ với những cái tên thật đẹp, mà trong thời gian quen nhau anh chưa có bài nào cho cô cả. Anh sẽ ký đầu cô mà nửa đùa nửa thật “rồi em coi, thằng làm thơ nào cũng xạo hết, viết dễ quá mà, viết sao chẳng được, cứ tưởng tượng đang yêu cô nào để có hứng làm thơ, nhưng đến lúc biết yêu thật sự thì không làm ra thơ nổi, bởi vì tình yêu nồng nàn chân thật không thể nào diễn đạt ra chữ nghĩa tầm thường". Cô không tin anh hơn, nhưng cũng cảm động (lại cảm động).

Dù sao thì có lẽ cô đã yêu anh, phần nào.

Thời gian đầu có thể gọi là êm đẹp, tuyệt vời. Cả hai say sưa trong lạc thú yêu đương. Chiều thứ sáu cô đi làm ra, anh đón về căn apartment của anh, sau đó chương trình thay đổi tùy hứng. Vào mùa đông, thường cô và anh ở trong nhà suốt buổi, ngoại trừ những lúc ra ngoài đi ăn hoặc xem phim, nghe hòa nhạc. Những ngày mưa gợi hứng lãng mạn, họ thơ thẩn trong những viện bảo tàng, chia nhau cảm nghĩ nghệ thuật. Thời tiết nói chung chỉ thích hợp để yêu nhau, ngủ, dậy lại đọc sách báo, viết lách, nghe nhạc. Có khi cô nhõng nhẽo đòi anh nấu ăn. Anh nấu những món giản dị, đại khái tổng hợp nhiều thứ lại rồi bỏ vào microwave chờ cho sôi lên có nghĩa là chín. Luôn luôn anh tự kết thúc bữa ăn bằng việc thanh toán hầu hết thực đơn tại gia kiểu đó. Vào mùa hè, họ có nhiều thứ để vui chơi – ngồi bãi biển ngắm mây nước, ra công viên nằm dài trên cỏ xanh thả diều, đi dạo bằng xe đạp trên con đường mòn tràn lan hoa dại, thích náo nhiệt thì ăn BBQ với bạn văn nghệ của anh. Tối chủ nhật cô về lại căn phòng trọ độc thân của mình, ngủ lấy sức sáng thứ hai dậy sớm đi làm.

Rắc rối bùng nổ ồn ào khi một (và nhiều) người đàn bà phát hiện ra quan hệ của anh với cô. Những ngày cuối tuần trong căn apartment không còn êm đềm với những cú điện thoại reo chói lói, nhấc lên bị cúp ngang hoặc rít róng giọng phụ nữ đay nghiến, rủa xả, những lá thư hầm hầm cay độc. Định đi chơi là lại có một bà (hoặc cô) lù lù xuất hiện, những chiếc xe khác nhau săn đuổi, theo dõi ráo riết, bóp còi cảnh cáo ầm ĩ. Cô hờn ghen, khóc lóc. Anh phân trần thanh minh. Anh bí mật dời sang khu apartment khác, đổi số điện thoại. Yên tĩnh một thời gian, rồi mọi sự lại tuần tự tiếp tục, lằng nhằng, co kéo. Sau vài lần dời nhà kiểu trốn chạy, cô nổi cáu thật sự. Những buổi gặp nhau cuối tuần chan chát gấu ó, cãi cọ mà nội dung là những bóng hồng đã đi qua đời anh nhưng không chịu đi luôn mà cứ lái xe vòng vòng quanh căn apartment của anh. Cô bỗng nhận ra mình cũng có thể hung dữ chẳng kém ai. Trong cơn điên tiết, cô giật phăng cặp kính cận quăng vèo qua cửa sổ, không cần biết sẽ rớt xuống đâu. Anh đổi sang đeo loại kính rẻ tiền hơn, lúc nào cũng thủ sẵn vài ba cặp dự trữ. Tuy nhiên họ thường kết thúc bằng những giọt nước mắt và lời dỗ dành, sau đó là cái giường. Cuộc ái ân giúp họ làm lành, hiệu quả một thời gian, nhưng cũng như thuốc, lạm dụng mãi lâu dần mất hiệu lực. Cô đâm ra mệt mỏi với những rắc rối ồn ào diễn đi diễn lại trong đời tư của anh, rồi thành dửng dưng, đến mức độ không thấy cần thiết gặp anh lắm nữa. Những nụ hôn, vòng tay yêu đương không còn là chất xúc tác cho quan hệ rối bung giữa họ. Một ngày cô chán hẳn. Cô uể oải nói lời chia tay với anh rồi dọn sang tỉnh khác theo anh chàng hiền lành có đôi mắt xanh trong trẻo và gương mặt trẻ thơ vẫn kiên nhẫn săn sóc cô bấy lâu.

Cuộc sống yên ả với người đàn ông nhu mì sẵn sàng chìu theo cô, luôn luôn chờ ý kiến của cô để quyết định mọi việc lớn nhỏ lâu ngày làm cô đâm ngấy đến tận cổ. Cô thèm được chế ngự, điều khiển bởi một bản lĩnh đàn ông. Hồi ức về người cũ ám ảnh vô hình trong những cơn bực tức thỉnh thoảng bùng lên giữa nếp sống đều đặn hàng ngày, trong đêm mất ngủ bên người đàn ông thở đều đều vô tư sau một ngày đợi cô quyết định đi đâu làm gì ăn món gì mặc áo gì đeo tie nào nên dẫn chó hay không dẫn chó đi chơi.

"Dao vết ngọt đâm. Ta chết trầm ngâm. Dòng máu chưa kịp tràn" (*).

Dòng máu chưa kịp tràn làm cô thêm ấm ức. Một buổi sáng thứ bảy, cô ngồi lại bàn ăn sau bữa điểm tâm, bình tĩnh trình bày những nguyên do cô không thể tiếp tục cuộc sống chung. Phải mất một lúc người đàn ông mới hiểu ra ý cô. Anh ta khóc nức nở như trẻ con, nài nỉ van xin cô, nhưng cuối cùng vẫn phải chịu thua để tiếp tục làm theo ý cô một lần sau chót, nghĩa là gói ghém đồ đạc dọn về ở với mẹ, chỗ của anh ta trước khi gặp cô.

Năm năm đã qua trong cái tỉnh nhỏ phẳng lặng này. Cô quen dần với sự yên tĩnh nhàm chán của nó. Sống một mình, tự lo toan cho mình vẫn nhẹ nhàng hơn bận rộn lo nghĩ để quyết định giùm mọi việc lớn nhỏ cho một người đàn ông sống chung. Đi làm, về nhà, đọc sách. Bên trong vẻ ngoài yên ả lăn lóc con tim bất an.

"Người từ trăm năm. Về khơi tình động" (**).

Một buổi sáng thứ Bảy, sau khi sắp xếp thu dọn nhà cửa, cô đi tắm gội thật lâu. Vừa chật vật chải gỡ mái tóc dài ướt sũng thơm ngát xong, còn đang ngắm vuốt trước gương thì tiếng chuông nhạc thánh thót vang lên. Chính là anh đứng ấm áp khung cửa với chiều cao 6 feet. Cô ngẩn người ra, không nói được câu gì, anh thì cười ngượng nghịu. Năm năm không gặp, anh có vẻ phôi pha đôi chút, phong thái từ tốn ôn hòa hơn con người cao ngạo tự mãn ngày nào. Tóc nhuộm đen giữ vẻ trẻ trung. Nhìn vào mắt anh, cô biết anh cũng tìm những nét đổi thay ở cô. Cô mời anh vào nhà.

Ngồi xuống sofa, anh nhìn quanh căn phòng, khen sự trang nhã của nó. Những câu thăm hỏi cuộc đời của nhau. Anh biết cô đã chia tay một lần nữa. Cô biết anh vẫn sống (căn bản là) một mình. Cô tránh không nhắc những người đàn bà ồn ào ngày trước. Anh biết chỗ cô ở qua một người bạn văn nghệ, đến tìm gặp cô "xem thử năm năm có gì không xưa". Cô cười, bỏ qua cái ý lấp lửng đó. Anh hỏi "viết lách ra sao?". Cô chép miệng "nhì nhằng, viết văn chùa mà." Cô đứng dậy mời anh đi xem thư viện của cô. Những kệ sách chạy dọc tường. Báo chí sắp từng chồng trong tủ ngăn kéo. Tranh phong cảnh của anh bạn họa sĩ vẽ tặng. Bộ máy hát nghe nhạc. Bàn viết gỗ cũ lên nước bóng loáng, mặt để kính có con búp bê tóc xù bắp cải, mắt tròn xoe ngồi ôm bình pha lê cắm hoa hồng ướp khô. Computer, máy in, scanner ở một góc. Anh khen "lý tưởng quá". Cô thót ngồi lên bàn, tinh nghịch bảo tại mới dọn chứ hôm trước giấy tờ lung tung không có chỗ ngồi như thế này đâu. Anh nhìn cô, cười. Cô bỗng đỏ mặt vì ánh mắt đó, lòng tự nhủ "thôi chứ, lại còn rung động lãng mạn nữa sao". Anh tiến đến gần, cầm tay cô, và cô thấy xúc động thật sự. Bàn viết của cô hơi cao hơn cái bàn ngày xưa của anh nên anh phải ngước mặt lên để hôn cô đang cúi xuống. Anh vùi mặt vào cổ cô. Cô lùa ngón tay vuốt ve mái tóc anh và chợt thấy một chân tóc trắng. Cô vòng tay ôm sát mái đầu anh, ghì vào ngực. "*Người từ trăm năm. Về phai tóc nhuộm*" (*). Anh thì thào "Sao em?". Cô áp môi vào tóc anh, đáp nhỏ, âu yếm "không có gì".

Anh làm sao hiểu được.

Tháng Tư 2001

(*) "Thà Như Giọt Mưa" – lời của Phạm Duy viết nối vào bài thơ "Khúc Buồn Tình" của Nguyễn Tất Nhiên

(**) Nguyễn Tất Nhiên

VĂN số 55 & 56, THÁNG 7-8/2001

Chim Bay Bể Bắc

Hắn ngồi trên ghềnh đá nhìn ra mặt đại dương xanh thẫm mênh mông dào dạt sóng. Hoàng hôn đang xuống dần. Mặt trời đã khuất dưới chân trời, còn để lại vầng ráng nhuộm hồng trời đất. Một vài cánh chim biển uể oải chao lượn trên ngọn sóng tìm kiếm con mồi cuối cùng trong ngày, cất tiếng kêu ảo não. Gió chiều lồng lộng lạnh buốt.

Hắn có thói quen chiều chiều ra bờ biển này ngồi ngóng xa xa đến khi tối mịt mới đứng dậy đi về, đã hai năm nay từ lúc hắn phát hiện vùng biển hoang không người lai vãng trên bờ Đại Tây Dương. Xuân hạ thu đông hắn chỉ ngồi nhà vào những chiều tuyết rơi hoặc mưa dầm. Ngay trong những chiều ngồi nhà hắn cũng có thể hình dung ra bãi biển quen thuộc với những ghềnh đá chập chùng, những bụi cây dại vô trật tự, những cánh chim biển chao nghiêng trên sóng giữa màn mưa mù mịt hay tuyết rơi lả tả trắng xóa cả không trung. Mùa đông mặt trời lặn sớm trước khi hắn rời sở làm nhưng hắn cũng không bỏ thói quen lái xe ra ngồi nhìn mặt biển tối mịt lạnh lùng mấy phút rồi mới về nhà, cách đó nửa giờ.

Hắn sống một mình - dĩ nhiên, từ khi cha mẹ hắn lần lượt qua đời mấy năm trước. Nhất là từ khi mua nhà riêng ở một vùng yên tĩnh, biệt lập, dọn ra khỏi khu chung cư, hắn lại càng xa cách với thế giới bên ngoài. Đó cũng chỉ là một cách nói văn vẻ vì thực sự hắn là một công chức ngày tám tiếng ở sở làm sáng vác ô đi tối vác về, ngoài ra còn những nhu cầu mua sắm lặt vặt khiến hắn phải giao thiệp với người ngoài. Tuy nhiên ở sở hắn có văn phòng riêng với những thứ công văn giấy tờ sổ sách phải thanh toán, ký duyệt, không mấy khi có người hé cửa thò đầu vào quấy rầy trừ ông giám đốc mà hắn không mong gì gặp vì sự xuất hiện của ông ta thường báo điềm dữ nhiều lành ít. Buổi sáng hắn vào sở sớm hơn cả mấy cô thư ký hay dùng mấy phút trước giờ làm để trang điểm, tán gẫu, uống cà phê, như vậy khỏi phải chào hỏi ai để tránh câu hỏi thăm khuôn sáo lạt nhách và câu trả lời bao giờ cũng khuôn sáo lạt nhách không kém "very good" dù đang mệt mỏi chán đời muốn chết. Buổi chiều hắn là một trong những người rời sở cuối cùng. Mọi người đều có gia đình, hò hẹn, buổi hòa nhạc, vở ca kịch, phải gấp rút ra về cho kịp, hắn chỉ có bãi biển hoang để đến, mà bãi biển không bao giờ cật vấn hay giận dỗi nếu hắn tới trễ, cũng không bắt hắn ngồi ngoài đợi xong một khúc nhạc mới được vào chỗ ngồi.

Không phải hắn "sống nội tâm" như mấy lời rao tìm bạn tri âm trên báo, càng không phải hắn cao ngạo xa lánh cõi trần ai đầy mầm bệnh SARS như Michael Jackson. Hắn đã nghiệm ra rằng con người hắn chẳng gây được sự chú ý nào nơi hắn xuất hiện, trên đường hắn đi qua, khác nào người tàng hình trong truyện H. G. Wells. Giữa một nhóm người, hắn ngồi đó lạc lõng, không ai buồn để mắt tới. Hắn cố gắng cất tiếng góp chuyện thì bị át mất như hòn sỏi quăng xuống biển. Câu nói của hắn rơi tõm, chìm mất không một tiếng vang. Từ hồi trung học hắn đã khép kín nhút nhát, chỉ biết có sách vở. Hắn không theo kịp lũ bạn trai hiếu động ồn ào. Hắn bị chọc là "pê đế" và đỏ mặt tía tai âm thầm chịu đựng. Cha mẹ hắn hãnh diện vì có đứa con trai hiền lành ngoan ngoãn trong khi hắn tự ti khổ sở, luôn luôn nơm nớp lo sợ trở nên dị hợm trước mắt mọi người.

Sang sống ở Mỹ, hắn chuyên chú vào việc học vì biết đó là thế mạnh duy nhất của hắn. Ở trường hắn học giỏi nên đám bạn đồng hương hay lân la nhờ giúp đỡ trong bài vở. Hắn có được một số bạn giúp cho đời sống bớt đơn điệu phần nào. Một vài cô bạn hay nũng mịu nhờ vả, hắn hơi ngượng ngùng nhưng lòng thì lâng lâng cảm động. Hắn đặc biệt mê một cô không xinh đẹp bắt mắt nhưng có duyên ngầm, mê nhất là giọng nói ngọt ngào êm ái, kiến trong hang cũng phải bò ra nghe rồi trở vô rủ cả đàn cùng nghe, huống chi con người tầm thường là hắn. Nàng cứ theo hắn đòi học bài chung suốt cả học kỳ, mỗi khi ngồi học chung lại hỏi han điều nọ điều kia không ngớt làm hắn mê mẩn như gặp tiên. Nàng luôn thủ sẵn bánh kẹo trong túi để dúi cho hắn đền công kèm cặp. Hắn ôm ấp tình cảm trong tim, âm thầm trông đợi ngày có dịp ngỏ lời, chắc nàng không từ chối đâu mà sẽ chớp chớp cặp mắt cảm động. Hắn mơ mộng thêu hoa dệt lá đủ thứ. Cho đến hôm thi cuối khóa xong, hắn đi lang thang tìm nàng thì bỗng tình cờ nghe tiếng nàng cười nói với đám bạn gái bên quầy kem. Hắn nép mình sau máy bán nước ngọt, nghe tên hắn nhắc đi nhắc lại với lời bình phẩm của nàng cứ ám ảnh hắn nhiều năm về sau "cù lần lắm". Tiếng cười giòn giã của kẻ chiếm thế thượng phong là nàng khiến hắn nhìn lại bộ mặt ngớ ngẩn của mình, đúng là con cù lần.

Hắn sợ con gái từ đó. Mỗi khi có cô nào lân la làm thân, hắn lại nghe tiếng cười chế giễu trong như đường phèn lanh lảnh bên tai. Hắn tự xét lại mình trong gương. Hắn trông bình thường hơn bất cứ gã trai bình thường nào. Hắn không được cao, như đa số đàn ông châu Á. Mà với con gái ở Mỹ, kể luôn các cô Mít đồng hương, chiều cao là tiêu chuẩn hàng đầu. Thử giở trang tìm bạn trong báo Mỹ báo Việt thì thấy. Da hắn không trắng trẻo sang trọng, cũng không ngăm ngăm thời trang mùa hè mà tối tối vàng vàng trông u ám. Mặt mũi hắn bình thường, "nhan sắc tùy người đối diện", lại luôn mang vẻ ngại ngùng mặc cảm. Miệng không dám cười nói vì sợ vô duyên. Giọng nói của hắn rụt rè như e ngại.

Không phải chỉ vô hình trong giao tế xã hội, ở sở làm cũng không ai nhớ tới hắn. Ra trường với điểm số cao, hắn nhận việc làm dễ dàng, nhưng kể từ đó hắn chìm lỉm luôn trong cái công ty nhộn nhịp này mặc dù hắn làm việc thông minh và cần mẫn. Tên hắn luôn luôn bị bỏ sót mỗi khi có đợt tăng lương, thăng thưởng hoặc đề bạt lên chức. Chạm trán một đồng sự, hắn chào hỏi thì người kia cũng tươi cười vồn vã nhưng nhìn vào ánh mắt trống rỗng của người đối diện, hắn hiểu ra anh ta chẳng có khái niệm nào về hắn. Ngay cả các cô gái già trong sở ngày ngày tô điểm tấm nhan sắc xế chiều mơ mộng kiếm chồng cũng quên cả hắn.

Vậy thì hắn nhất định rút lui vào cái vỏ ốc của mình để khỏi phải mặc cảm trơ trẽn ngớ ngẩn trước người khác. Hắn quen dần, rồi cảm thấy thoải mái trong đời sống bình lặng yên ả của riêng hắn. Hắn giữ liên lạc với một số bạn học cũ qua e-mail. Tụi nó đều đã vợ con đề huề, cứ hối thúc hắn tìm vợ, giành nhau mai mối cho hắn. Mấy đứa bạn ở Việt Nam rủ rê hắn về Sài Gòn chơi đỡ buồn. Hắn có về một lần, sau tám năm sống ở Mỹ. Sài Gòn thay đổi quá nhiều trong tám năm, cả con người, nhà cửa và cây cối. Nhà cửa thay đổi nhiều, sửa sang, xây thêm, nhiều khu nhà mới. Thành phố chen chúc san sát. Mà cũng phải thôi, cho đủ chứa người. Người đâu mà đông đúc, xe cộ lách nhau hối hả nườm nượp, bấm còi chửi rủa inh ỏi. Hắn đứng lóng ngóng trên lề đường không dám băng qua những dòng xe ngược xuôi không ngớt. Bạn hắn kéo hắn bước bừa xuống lòng đường, hắn lạnh gáy giữa đám xe vây bủa chung quanh. Hắn đâm sợ đường phố, những con đường quen thuộc ngày xưa hắn thông thạo từng ngõ ngách. Hắn nằm nhà khi bạn hắn đi làm, coi TV. TV bây giờ nhiều chương trình hơn trước, một số bắt chước truyền hình Mỹ coi ngô nghê tức cười, còn thì có mấy phim truyền hình lê thê nhảm nhí, diễn viên đi tới đi lui trả bài không biết mỏi. Mạ của bạn hắn nói thằng ni ngộ ghê, về Việt Nam mà cứ nằm nhà. Bà là một tôn nữ xứ Huế, công dung ngôn hạnh vẹn vẻ. Hắn nhìn người phụ nữ mảnh mai luôn luôn nền nã trong bộ đồ tơ trắng mà đảm đang chợ búa bếp núc, thay đổi món ăn ngày ba bữa, vẫn tươi cười dịu dàng, không tưởng tượng được sức mạnh bên trong nào giúp bà chu toàn mấy chục năm làm vợ làm mẹ như thế. Những ngày ở nhà bà, hắn được nếm đủ các món ăn Huế ngon tuyệt, ăn hết vẫn còn thèm. Hắn thích nhất món ngó sen của bà làm, bà mừng lắm nói có con biết ăn chớ anh em nhà nó cứ chê. Bạn hắn dẫn đi ăn cơm hến ở quán họa sĩ Tôn thất Văn. Bà mẹ vội kêu có thèm ăn cơm hến để ở nhà mạ nấu cho ngon hơn. Thằng bạn vội vàng nháy nhó hắn, nói để dẫn đi cho biết thôi chớ làm sao bằng ở nhà. Tên này muốn kiếm cớ dẫn bồ đi ăn. Cô bồ dẫn theo bạn, một cô gái thùy mị xinh xắn, để giới thiệu cho hắn. Hắn khớp nên cứ câm miệng hến mà thưởng thức tận tình món cơm hến. Bạn hắn nói coi bộ làm rể Huế được rồi đó, nháy cô bạn mới mà cười. Hắn cũng cười. Hắn có lần cũng mơ làm rể Huế, tương tư cô em của bạn hắn, hồi đó học dưới hai lớp, đẹp dịu dàng kín đáo mà kiêu sa. Bây giờ hắn về ở chung một mái nhà như hắn từng mơ ước, cô đã có chồng, đang con so về nhà mẹ, suốt ngày ôm con nằm trên phòng, cơm bưng nước rót tận nơi. Thỉnh thoảng hắn thấy cô xuống nhà, áo căng ngực sữa, mặt mũi bơ phờ mệt mỏi.

Những ngày về Sài Gòn hắn gặp lại một số bạn cũ. Có đứa ra làm ăn kinh doanh, có đứa xong đại học làm mấy thứ việc vơ váo cho công ty nước ngoài miễn sao lương cao đủ sống, có đứa tất tả ngược xuôi làm nghề tay trái để bám nghề tay phải. Đứa nào cũng già dặn trải đời hơn hắn. Tụi nó rủ hắn ăn nhậu, hắn sợ. Ăn nhậu chán rồi kéo nhau đi hát karaoke, hắn cũng không biết hát. Các tiệm karaoke chỉ dùng chung một bộ bài hát được cho phép nên không khác gì nhau. Hắn ngồi nghe những bài hát lạ mới ra sau này của Trần Tiến, Thanh Tùng. Hắn lại thấy lạc lõng.

Ngồi đây có lúc hắn thấy thèm phở gà Hiền Vương, cơm chay Gia Định, bún riêu Kỳ Đồng, cháo lòng Cao Thắng. Nhưng hắn sợ về lần nữa. Hắn sợ chuyến bay dài lê thê ngủ vật vờ mãi chưa thấy tới. Hắn sợ đường phố ken cứng xe cộ bấm còi chửi rủa. Hắn sợ những quán hàng xưa cũ nay lang thang tìm hoài không thấy. Hắn sợ những khuôn mặt người Sài Gòn nay thay đổi, bon chen, nanh nọc. Hắn sợ những cô gái Sài Gòn diêm dúa. Tóm lại cả đời hắn có một chữ SỢ to tướng. Bạn hắn ở Cali nói mày sợ về Việt Nam thôi để tao làm mai cho một cô Việt Nam ở đây, bảo đảm ưng ý, cho cả địa chỉ email và số điện thoại. Hắn giữ lại email của tên bạn không xóa nhưng không viết cho cô gái, lại càng không dám gọi điện thoại. Tự dưng đùng đùng làm quen, hắn thấy trơ tráo làm sao. Bạn hắn cứ hối thúc, hắn cứ hẹn lần hẹn hồi. Dùng dằng đâu chưa đầy hai tuần thì hắn nhận được email của cô gái, lời lẽ khôn khéo, đại khái cô ta đang học năm cuối cùng ngành với hắn, biết hắn qua tên bạn và mong liên lạc để học hỏi thêm. Chẳng lẽ nhận thư mà không trả lời thì bất lịch sự, hắn bèn phúc đáp mấy câu đơn giản, đại khái rất hân hạnh được biết cô và khiêm tốn chẳng biết có giúp được gì không. Cô gái trả lời, và cứ thế thư đi thư lại đều đặn mỗi ngày hắn đâm quen, ngày nào cũng kiểm thư để đọc. Lâu lâu cô bận, thư từ chậm một chút hắn thấy thiếu thiếu, và cứ trở đi trở lại chờ thư cô, mặc dù quanh đi quẩn lại chỉ có vặt vãnh mấy câu về chuyên môn, tình hình kinh tế, thị trường chứng khoán, thời tiết hôm nay bên anh ra sao bên này nóng quá. Sau họ bàn rộng ra về sách vở, âm nhạc, hắn nhận ra cô đọc cũng nhiều. Rồi cô bắt đầu đụng chạm những vấn đề riêng tư, cô luôn luôn tâm sự trước để hắn làm theo. Hắn viết mãi cho cô được chừng hai tháng thì thấy thân thuộc với cô như đã quen mấy năm. Khoa học tân tiến có ích thật.

Một buổi tối cô gọi hắn. Điện thoại nhà hắn vốn không bao giờ reo nên hắn cứ nhìn hoài mà không biết có nên nhấc máy. Sau bốn hồi reo, hắn hết kiên nhẫn thi gan với người bên kia, bèn cầm ống nói "hello" và ngẩn người ra khi nghe cô tự giới thiệu. Cô nói giọng Bắc khá hay, ngôn ngữ thanh tao, khéo léo rào đón. Nói lòng vòng một lúc thì cô xa gần rằng họ nên gặp nhau, lúc này rất tiện vì cô đang nghỉ hè. Tới đây thì hắn im không dám bắt lời. Chẳng lẽ chộp lấy mà mời cô ta sang chơi thì sỗ sàng quá. Mà nếu "trâu đi tìm cọc", hắn trơ trẽn vác mặt sang bên đó cũng khó coi. Cô đợi hoài không thấy hắn dứt khoát ra sao bèn đổi đề tài rồi tạm biệt. Tưởng như vậy là xong, vài ngày sau hắn nhận được email tên bạn rủ sang bên đó họp mặt bạn cũ. Hắn suy nghĩ thấy cũng nên đi một chuyến chứ nằm nhà hoài cũng uổng thời gian nghỉ phép. Thế là hắn hẹn ngày giờ với tên bạn rồi thu xếp lên đường.

Đi cùng với tên bạn ra đón ở phi trường là cô bạn penpal của hắn, như hắn vừa nghi ngại vừa mong đợi suốt chuyến bay. Cô thon thả, ăn mặc trang điểm chải chuốt. Hắn chỉ lí nhí chào cô, hơi ngượng ngập khi cô chìa tay ra bắt tự nhiên như Tây. Trên đường về cô rủ đi ăn vì đoán hắn ngồi máy bay hơn bảy tiếng đồng hồ chỉ gặm có snack chắc cũng đói. Tên bạn từ chối lia lịa, bảo cô ghé nhà cho xuống vì có nhiều việc phải làm cho xong trước khi vợ về và dặn cô cho ăn nhẹ thôi để về còn ăn tối. Hắn cũng muốn đòi xuống cùng lượt với bạn nhưng chưa kịp mở miệng thì cô đã chạy tiếp. Cô dẫn hắn đi ăn bún thang. Trong lúc ăn cô tỏ ra hoạt bát, cười nói luôn miệng còn hắn ra vẻ chú mục vào tô bún, trả lời cầm chừng, trong bụng tự rủa thầm sao chữ nghĩa bay đi đâu hết, không bao gồm bạo miệng như lúc viết email. Ăn xong cô giành trả tiền làm hắn ran mặt vì ngượng, cô giải thích "em mời mà, mai mốt anh mời lại em là huề". Cô đưa hắn về nhà tên bạn, hẹn hôm sau đưa hắn đi thăm chỗ này chỗ nọ, rồi hôm sau, hôm sau nữa, đến buổi họp mặt bạn hắn cô cũng có mặt. Bạn bè hắn có vẻ quen thân với cô lắm, họ cười nói luôn miệng. Chỉ có hắn vẫn lớ ngớ như mọi khi. Có điều cô không quên hắn, luôn luôn tìm cách kéo hắn vào cuộc. Cô công nhiên đùa giỡn trước những lời chọc ghẹo như hai người là đôi lứa thực sự, hắn thì sượng sùng không biết đối phó ra sao.

Hôm sau gặp lại, hắn vẫn còn cảm giác sượng sùng đó. Cô đưa hắn đi chơi cả ngày, dịu dàng và kín đáo khác hẳn, hình như cô có vẻ hơi buồn buồn xa vắng nữa, nhưng hắn cũng chẳng dám hỏi han gì hết. Lúc đưa hắn về, cô nhắc hắn nhớ là một tuần trôi qua thật mau, mai cô sẽ phải đưa hắn ra phi trường.

Cô nói mà mắt hơi ướt làm hắn lúng túng, không biết đáp lại ra sao cho hợp tình hợp cảnh. Có lẽ cô cũng đợi câu nói hợp tình hợp cảnh đó mà không thấy nên tạm biệt rồi lái xe đi. Buổi sáng cô đến đón hắn sớm để đi ăn trước khi ra phi trường. Dĩa cơm tấm bì chả lỡ chan nước mắm cay quá làm hắn chảy nước mắt nước mũi. Hắn vốn ăn cay rất dở. Cô nhắc nhở những nơi họ đi chơi mấy ngày qua rồi nhẹ nhàng gợi ý về chuyến đi thăm hắn ở miền Đông. Hắn uống một hớp nước trà để nén cơn nấc cục do ớt cay, rồi ậm ừ không dứt khoát. Cô chăm chú nhìn hắn, trong khoảnh khắc hắn thấy sợ ánh mắt bất chợt sắc như dao của cô.

Những email sau đó tiếp tục nhắc nhở hắn về mong muốn của cô gặp lại hắn ở miền Đông Bắc. Hắn cứ lần lữa tránh né đến một hôm cô gọi điện thoại hỏi thẳng hắn. Tự thâm tâm hắn tuy thích nhưng vẫn ngại đón cô sang đây, hắn lờ mờ thấy một nút thắt đang từ từ siết chặt quanh hắn. Cô nổi giận, tuôn ra những lời trách cứ hắn đã lợi dụng sự tin cậy của cô để đi chơi suốt một tuần ở Cali. Rồi cô lật lá bài đặt thẳng vấn đề: "Tôi sang du học, bằng mọi giá tôi muốn ở lại đây. Tôi biết anh thích tôi, nhưng nếu anh không muốn lấy tôi thì mình làm hôn thú không cũng được. Ở lại đây được rồi tôi sẽ ly dị. Anh cần tiền tôi cũng trả anh được". Sợ quá, hắn gác máy, tay run lên. Suốt mấy ngày sau đó hắn cứ thấy cô trong ác mộng với đôi mắt sắc như dao, miệng tô son đỏ thẫm tuôn ra những lời rùng rợn.

Chắc là yếu bóng vía, hắn nghĩ vậy. Dần dần hắn bình tâm trở lại trong nếp sống lặng lẽ như trước. Một mùa hè nữa lại sắp tới. Mỗi buổi chiều ngồi trên ghềnh đá ngắm những cánh chim biển xoải dài trên mặt nước, hắn tự hỏi loài chim này bay được bao xa, đến những vùng biển nào. Đây là mũi đất hướng ra phía đông trên thềm Đại Tây Dương, nhờ cát bồi mấy ngàn năm mà thành. Bên kia Đại Tây Dương là châu Âu, có lẽ Tây Ban Nha. Gió chiều lồng lộng khiến hắn mơ "Viễn Du" như Phạm Duy *ra khơi biết mặt trùng dương*, nhưng hắn biết dù có đi chân trời góc biển, hắn vẫn là hắn, gã đàn ông mặc cảm tự ti, luôn luôn lo ngại và bị bỏ quên thảm hại.

Sắp vào hè nhưng buổi chiều gió vẫn còn lạnh. Hắn thấy rùng mình, đứng dậy trở ra chỗ đậu xe thì giật mình thấy trên một ghềnh đá cách đó không xa trong bóng chiều chạng vạng có một người ngồi bó gối nhìn đăm đăm ra biển. Vùng biển này hoang vắng, xung quanh toàn là rừng, phải lái xe ít nhất nửa giờ mới thấy căn nhà đầu tiên. Hai năm nay hắn lui tới chỗ này chỉ làm bạn với hải âu và sóc, chưa hề thấy dấu vết con người. Hắn nhìn quanh quất chỉ thấy mỗi một chiếc xe của hắn. Nghĩ ngợi một thoáng, hắn quyết định hỏi thăm người nọ. Đến gần hắn nhận ra đó là một người con gái hoàn toàn trần trụi, vóc dáng dong dảy, mái tóc dài vàng nâu màu rong úa bay tung trước gió. Giờ này gió lạnh buốt xương, ai lại cởi hết quần áo ngồi ngắm cảnh như ở Miami Beach thế kia. Hắn đâm sợ, nghĩ tới những người bệnh tâm thần lên cơn cởi đồ đi lang thang. Hắn định rút lui nhưng quá trễ, cô gái đã quay lại nhìn thẳng vào hắn với đôi mắt xanh thẳm như sóng sánh đại dương thu hút hắn chôn chân tại chỗ. Môi cô hồng như san hô, hơi hé mở. Tuy sợ, hắn nhất định phải thoát ra tình trạng kỳ cục này. Hắn lên tiếng hỏi "Cô ở đâu tới?", cô gái phác một cử chỉ ra hướng biển. Hắn vẫn kiên nhẫn "Nhà cô ở đâu tôi sẽ đưa cô về?", cô chỉ đăm đăm nhìn hắn. Hắn rùng mình chới với trong đôi mắt sóng sánh đại dương đó. Cô bỗng dợm đứng dậy như muốn tiến về phía hắn, hắn sợ quá, thối lui chạy về phía xe. Chui được vào xe, đóng cửa lại, hắn run run mở cell phone định gọi 911 thì nhìn lại không thấy cô gái đâu nữa, chỉ còn bãi cát vắng lặng trong bóng chiều sẫm màu. Hắn lái chiếc Jeep chạy tới lui mấy vòng trên cát vẫn không thấy dấu vết gì, trừ dấu chân hắn.

Biển tối hẳn với những đợt sóng xô ào ạt vào bờ. Những cánh chim biển cuối cùng đã khuất dạng từ lâu.

Tháng Năm 2003

(Văn số 78&79, tháng 6-7/2003)

PHỤ LỤC

Võ Kỳ Điền, Kẻ Đưa Đường

BẢO LÂM (Bùi Bảo Trúc)
ĐIỂM SÁCH, đài VOA (đài tiếng nói Hoa Kỳ) phát thanh ngày 28-11-1987

Võ Kỳ Điền, tác giả tập truyện ngắn '*Kẻ* Đưa Đường' tên thật là Võ Tấn Phước, sinh năm 1941 tại Dương Đông, Phú Quốc, lớn lên tại Bình Dương, tốt nghiệp ban Việt Hán Trường Đại Học Sư Phạm Sài Gòn và dạy môn Việt Văn tại các trường trung học Hoàng Diệu, Ba Xuyên và Trịnh Hoài Đức, Bình Dương.

Rời Việt Nam năm 1979, Võ Kỳ Điền định cư tại Canada, chỉ bắt đầu viết và có tác phẩm xuất hiện trên các báo văn học sau thời gian nầy. Những truyện ngắn đăng báo của ông đã được gom lại thành một tập gồm 15 truyện và in dưới nhan đề '*Kẻ* Đưa Đường'. Tập truyện nầy, mặc dầu là tác phẩm đầu tay, đã được rất nhiều độc giả yêu mến và giới văn học Việt Nam Hải Ngoại coi ông là một tác giả có thực tài với lối viết giản dị, gọn gàng và trong sáng, những tình tiết được trình bày mạch lạc và chừng mực, chân phương như con người mô phạm của ông.

Trong một cuộc nói chuyện tại Đàm Trường Văn Bút Canada hồi cuối tháng sáu, Võ Kỳ Điền đã khiêm tốn không xem những gì ông viết là văn chương. Ông không coi việc ông có những tác phẩm đăng báo là văn chương và việc cầm bút của ông không phải là 'viết văn' mà chỉ là 'viết' để nói lên những điều ông trông thấy, nghe thấy hay đã sống qua, trên mặt giấy, một thứ phản ứng của một người bị đè nén, ức hiếp thì phải vùng dậy, một người bị lăng mạ thì phải nói lại.

Văn chương, theo Võ Kỳ Điền, phải là tiếng nói của kẻ yếu đấu tranh chống độc tài, áp bức, bạo lực và bất công bất cứ từ đâu tới. Trong bài tựa của cuốn '*Kẻ* Đưa Đường' Võ Kỳ Điền viết tiếp, văn chương phải chống bất cứ hình thức nô lệ nào, chống sự ngu xuẩn, hầu đưa Con Người vươn lên từ tối tăm, đổ vỡ.

Cái tăm tối đổ vỡ mà Võ Kỳ Điền nói tới trong bài tựa cuốn sách, đã đổ chụp xuống một nửa phía Nam nước Việt hồi cuối tháng 4 năm 1975. Ông nói về cái tăm tối đổ vỡ đó ở trong các truyện của ông trong cuốn *Kẻ* Đưa Đường, như cảnh con người đối xử với con người tồi tệ như chó sói, hùm beo, như cảnh đời hiu hắt, tàn tạ của người thợ hớt tóc già, như nỗi đau của người cách mạng khóc chiếc xe đạp, tài sản lớn nhất trên đời tan nát dưới bánh xe nhà binh, như những ảo mộng tan tành của ông Bảy thợ rèn cả đời đầu tư tình yêu vào cách mạng, như chú Tư thợ giày tìm niềm vui trong đàn gà vì không sợ bầy gà tố bậy, như người thanh niên mơ làm hoa hướng dương, làm đá hoa cương rốt cuộc chỉ trở thành những viên đá lót đường tội nghiệp cho chế độ.

Những nhân vật của Võ Kỳ Điền là những người mà chúng ta ít nhứt trong đời đã gặp phải một lần. Những nhân vật nầy không mũ cao áo dài, khoa bảng, bằng cấp, mở miệng đầy kinh điển, triết lý cao xa, hay thị thành khéo léo, mà là những nhân vật chân chất, thẳng thắn, mộc mạc và hiền lành rất gần gũi với tác giả trong những năm ông đi dạy họctại những trường trung học ở những tỉnh nhỏ miền Nam.

Họ là chú bảy Cò, sau giải phóng, nhân dân được làm chủ mà vẫn cầm cây cuốc để cuốc mảnh vườn cằn cỗi ở sau nhà, là người tùy phái chất phác bị các đồng chí Trưởng Ty và Hiệu Trưởng hùa nhau lừa để đoạt một con chó đi lạc vào sân trường, là bà sáu Đợi, sau 30 năm cách biệt, từ Ba Tiệm lặn lội lên Sài Gòn tìm gặp người chồng đầu gối tay ấp nay đã là Thượng Tá Nhật Hồng, để lại bị một người dẫn đường đưa lạc lối như người chồng cầm tầm vông vạt nhọn thời Thanh Niên Tiền Phong, đã lầm đường mấy chục năm về trước.

Võ Kỳ Điền đã dựng những truyện của ông bằng những không gian cảm động của những tỉnh nhỏ miền Nam, ở một tiệm hớt tóc nghèo, trên một chuyến xe lô thoảng hương thơm của một mái tóc, dưới một gốc sầu riêng trong khu vườn cũ, trong một góc đảo tị nạn, tại một ngôi trường hiền lành ở một tỉnh nhỏ và dưới một bầu trời buốt giá của miền Bắc Mỹ.

Nhưng dù ở một khung cảnh hay một thời gian nào chăng nữa, những truyện của Võ Kỳ Điền đều vẫn toát một vẻ nhân bản ở bên trong. Những nhân vật của ông nói tới cái đau đớn nhưng vẫn không có vẻ oán thù, nói tới những đổ vỡ tan nát nhưng lại hướng về một ngả xây dựng, nói tới bất hạnh nhưng vẫn vươn tới hy vọng. Con người nhà giáo hiền lành của Võ Kỳ Điền hiện ra rất rõ khi ông viết về những ngôi trường, những lớp học, những người học trò và cái thái độ hiếu hoà đó của ông.

Trong tập truyện của Võ Kỳ Điền có ba truyện tình và cả ba truyện nầy là những truyện hay nhất trong những truyện ngắn của ông. Truyện 'Cây Sầu Riêng Vườn Cũ' là một truyện viết bằng một công thức đã rất cũ: một mối tình tan vỡ trong thời chiến giữa một cô sinh viên tỉnh nhỏ và một thanh niên 'nợ công danh' chưa trả xong. Chàng đi lính, nàng ở nhà phải chiều theo lời cha mẹ lập gia đình với một người khác. Chàng lưu lạc tấp sang xứ Mã Lai, ngồi nhìn một cây sầu riêng, nhớ lại mối sầu cũng rất riêng của chàng.

‘Một Thời Để Yêu’ là một cuộc tình thơ dại không bao giờ được nói ra giữa một ông thầy giáo trẻ và một cô học trò lớp đệ nhị có đôi gót chân đỏ như son mà ông thầy được nhìn thấy trong một ngày mưa. Cuộc đời đưa đẩy hai người đi những lối khác nhau để rồi lại nhìn thấy nhau trong một khung cảnh bẽ bàng, giá buốt của Bắc Mỹ.

Truyện thứ ba ‘Có Những Cơn Sóng’ là truyện đem lại cho người đọc một cảm giác nhẹ nhàng, ấm cúng của những lớp sóng hạnh phúc sắp sửa ôm lấy hai người trẻ tuổi sau khi những cơn sóng khác đã xô đẩy họ tới một góc đảo vắng Mã Lai.

Phải chăng những cái tầm thường ấy, những cái rất thật đó là những điều chúng ta ai cũng đã có một đôi lần nghe nói, nhìn thấy hay hy vọng sẽ xảy ra như thế, đã khiến cho những truyện ngắn của Võ Kỳ Điền mang một nét thân mật gần gũi chúng ta hơn?

Võ Kỳ Điền viết rất tự nhiên, ông tự nhiên trong ngôn ngữ không chuốt lọc, trong những đối thoại tự nhiên của ngôn ngữ Việt miền Nam, trong những hình ảnh đánh thức những tình cảm về vùng quê hương cũ mà mỗi người đọc đều có mang theo trong trí nhớ.

Võ Kỳ Điền vẫn tiếp tục viết, truyện ngắn mới nhất của ông vừa xuất hiện trên tờ Văn số 63 của Mai Thảo ở miền Tây nước Mỹ.

BẢO LÂM

Đọc Pulau Bidong Miền Đất Lạ Của Võ Kỳ Điền

NGUYỄN HỮU CHUNG

Ông Võ Kỳ Điền tặng tôi quyển sách bảo đọc và phê bình. Được tặng sách là điều vinh hạnh nhưng phê bình truyện là một điều tôi không muốn làm vì muốn phê bình thì phải đọc kỹ lưỡng hết quyển truyện, một điều ít khi tôi làm được vì những lý do riêng. Nhưng nể bạn, tôi đã sắp xếp thì giờ để đọc và tôi đã thành công đọc trọn vẹn "Pulau Bidong Miền Đất Lạ".

Nhưng rồi một trở ngại lớn lại hiện ra. Tôi không biết làm sao để phê bình. Tôi chưa bao giờ phê bình một quyển truyện. Tôi không biết vì sao lại thích quyển nầy mà không thích quyển kia. Thuở nhỏ khi thấy mọi người khen các tác phẩm của Tự Lực Văn Đoàn, thì tôi đã tìm đọc tất cả nhưng không đọc được trọn vẹn một quyển nào trừ quyển Bướm Trắng của Nhất Linh. Cũng thuở ấy cha tôi thấy tôi có máu giang hồ, ông chỉ cho tôi đọc Pière Loti nhưng tôi đọc không vô, chỉ thích đọc Hemingway và tìm đọc tất cả bản dịch Pháp ngữ của ông nầy. Nhưng tôi không thể phê bình Hemingway hay thế nào. Cũng như rượu, tôi không thể giải thích vì sao tôi thích hiệu nầy mà không thích hiệu kia. Vì vậy đây không phải là một bài phê bình văn học. Tôi chỉ nói lên vài cảm nghĩ của tôi khi đọc xong quyển Pulau Bidong Miền Đất Lạ của ông Võ Kỳ Điền.

Tuy không phải là một quyển du ký như loại Lỗ Bình Sơn nhưng "Pulau Bidong Miền Đất Lạ" cũng cho người đọc cảm giác và thích thú của một quyển du ký từ những ngày đầu ở Bạc Liêu cho tới những ngày cuối ở Mã Lai. Miền Đất Lạ không phải chỉ có ở đảo Bidong mà còn có cả Bình Dương, Bạc Liêu, Cà Mau, những mảnh quê hương mà nhiều người trong chúng ta chưa có dịp đặt chân tới cũng có thể hình dung ra được qua ngòi viết của Võ Kỳ Điền. Riêng đảo Bidong thì được tác giả đã cho phép những người không có cái khổ và cái may đặt chân đến đó như tôi được NHÌN THẤY nó. Cần thấy nó bởi vì mình đã nghe nói tới hàng ngàn lần, đó là nơi bạn bè, anh em mình và cả mấy trăm ngàn đồng bào mình đã sống như một thiên đàng và một địa ngục. Địa ngục Bidong, những ai đã từng đặt chân đến đó sẽ tìm lại được đầy đủ kỷ niệm với Võ Kỳ Điền. Nhưng truyện của Võ Kỳ Điền thiếu tính chất du ký vì nó không có những hư cấu, không nhiều những tiêu, hành, ớt, tỏi, bột ngọt như những du ký chuyên nghiệp.

Về phương diện tả người, tuy tác giả không cố ý bắt chước một Marcel Proust hay một Võ Phiến để vạch cho người đọc thấy những khía cạnh độc đáo của con người, Võ Kỳ Điền cũng có được những nhân vật độc đáo, độc đáo trong sự bình dị, trong những cử chỉ đơn giản của đời sống như sợ sệt, thương yêu, tham lam, tử tế...

Nhưng theo tôi, điều quan trọng nhất mà tác giả muốn gởi gấm trong quyển truyện nầy là tâm tình của ông, là những suy tư của ông về đời sống, về con người về tình yêu gia đình và quê hương, về chế độ Cộng sản, cái chế độ đã buộc anh thầy giáo phải bỏ xứ ra đi để chỉ cần làm phu ở xứ người. Độc Lập, Tự Do, Hạnh Phúc! Ông muốn nhắc nhở để hơn một triệu người VN đi như ông, dù đã ghé đảo Bidong hay không ghé đáo Bidong, nhớ lại động lực nào đã khiến mình phải ra đi, tâm tình của mình khi quyết định ra đi, tâm nguyện của mình khi ra đi, những cay đắng khổ nhục trên đường đi, v.v... những điều mà đa số của hơn một triệu người kia đã quên. Đa số những người đã đặt chân tới bến bờ tự do đã ổn định đời sống, đã hành nghề kỹ sư, bác sĩ, đã trở thành Việt Kiều sang trọng trong những chuyến về thăm quê hương. Nhớ lại không phải để sống kham khổ mà hy sinh cho ai, cũng không phải để tìm cách trả thù nhưng anh công an đã "đì" mình hay những người ngoại quốc đã cướp bóc, đánh đập, hãm hiếp thân nhân mình, hay gia đình mình, nhưng nhớ lại để sống cho có nhân cách, có lý tưởng. Có Tri thì phải có Giác. Tri mà không có Giác thì tâm hồn mình để đâu? Những kinh nghiệm khổ đau dưới chế độ độc tài CS, những ô nhục khi tạm trú trong các trại tỵ nạn Mã Lai, Thái Lan, Hong Kong, dùng để làm gì? Chắc đã quên! Nhân cách mà mình quyết bảo tồn khi liều chết ra đi khỏi chế độ CS mình đã vất bỏ hồi nào khi mình cũng gian manh, lường gạt đồng bào như mấy ông CS, khi mình trở về vênh váo trên đường phố lừa bịp đồng bào, chơi bời vung vít. Những nơi ăn chơi sang trọng nhất Sài Gòn bây giờ là nơi gặp gỡ của cán bộ với Việt kiều "Việt Gian, Việt Cộng, Việt Kiều, ba Việt cộng lại tiêu điều nước non". Hai câu vè mỉa mai nầy không phải vô tình mà có.

Tâm niệm ngày xưa để làm gì? Chắc cũng đã quên. Quên cho rảnh nợ. Bởi vì cái tâm niệm đó, dù sao nó cũng mang tánh chất chánh trị. Mà tôi thì không làm chánh trị. Đó là câu mà nhiều người thốt ra hàng ngày hằng đêm, hãnh diện vì thấy đó là một thái độ khôn ngoan hay thỏa mãn vì thấy câu thần chú nầy đã biện hộ cho tất cả sự phản bội đối với lương tâm của mình. Không có thái độ chánh trị tại sao lại đi tỵ nạn chánh trị?

Mình là người đi tỵ nạn chánh trị thì phải có ý thức chánh trị và thái độ chánh trị chứ. Và thái độ chánh trị đó phải phù hợp vói tâm niệm của mình khi liều chết và cam chịu bao nhiêu khổ nhục trên đường ra đi. Tâm niệm ngày xưa đó có chứa đựng chút ít gì không, danh dự con người, tình nghĩa đồng bào, tinh thần dân chủ, luật pháp công bằng, ... Đó là chánh trị.

Tôi không biết ông Võ Kỳ Điền có thành công nhắn nhủ gì được cho ai không, nhưng ông viết quyển sách nầy là để sống với tâm niệm của mình. Viết cho mình trước hết.

Nhưng ông Võ Kỳ Điền chống Cộng một cách quá cay cú, thành ra đôi khi lý luận của ông, tuy không hằn học, nhưng có phần phiến diện khi phán đoán một giai đoạn lịch sử. Có nhiều đoạn ông tả cảnh dài dòng làm mất nhịp điệu của quyển sách. Những suy tư thì rất nhiều, đa số đúng tầm mức và đặt đúng khung cảnh nhưng đôi khi cũng có cái hơi dài hoặc đặt sai khung cảnh. Nhưng điều quan trọng mà tôi không đồng ý với tác giả là ông cố ý làm ra vẻ quá thật thà, cái gì cũng không biết. Đầy dẫy khắp quyển truyện trước một vấn đề gì cũng tỏ ra không biết, lý luận khờ khạo để rồi một nhân vật khác như vợ ông, bạn ông giải thích đúng và rành mạch. Làm dáng theo lối ngây thơ... cụ!

Nơi thành phố tôi ở đây có hai ông thầy giáo Việt Văn. Đó là ông Võ Kỳ Điền và ông Vương Hữu Bột. Ông Võ Kỳ Điền là một nhà thâm nho, thường bắt chước mấy ông nhà nho hồi xưa làm bộ ngờ nghệch để phỉnh thiên hạ. Còn ông Vương Hữu Bột (thi sĩ Đỗ Quý Toàn) thì đầu óc đầy sạn, sắc sảo hơn mấy ông lái buôn ở Wall Street New York, nhưng khi viết chánh trị thì lúc nào cũng đầy vẻ đạo đức tu hành, hiền như ma sơ. Xin các ông! Trường Đại Học Sư Phạm, ban Việt Hán ngày xưa sao mà đào tạo lắm nhân tài!

Một điểm nữa mà tôi không đồng ý với tác giả là ông cố ý viết văn theo giọng Nam Kỳ quá. Chẳng hạn ông viết "bàn chưn" thay vì "bàn chân", chữ mà đa số dân miền Nam ở thành thị đã quen dùng. Chẳng hạn như ông viết "nhưng trong tôi vẫn còn hoài, còn huỷ hình ảnh cái chợ Phú Cường" thay vì "trong tôi vẫn còn mãi".

Đây là lối dùng từ ngữ để biểu lộ sắc thái địa phương, nhưng tôi thấy người ta có thể biểu lộ sắc thái địa phương mà không cần phải dùng rặc từ ngữ địa phương. Điều đó mới tài tình hơn. Nhưng có thể tôi đã phán đoán sai khi gán chữ cố ý cho ông Võ Kỳ Điền. Có thể ông là một người hạnh phúc, lớn lên học hết trung học ở quê nhà, sinh sống với gia đình, họ hàng, làng xóm, đi học đại học mấy năm ở Sài Gòn, rồi lại trở về quê nhà dạy học, tiếp tục sống với gia đình, họ hàng, làng xóm, nên ông giữ nguyên được tánh chất địa phương của mình.

Phần tôi, mười ba tuổi đã khăn gói rời xa gia đình đi trọ học nơi xa, cuộc đời như một trái banh lăn lóc khắp nơi, sống chung đụng vói đủ mọi hạng người, và đã mất gốc nên đôi khi nghe thấy rất lạ tai vói một vài từ ngữ rất là Nam Bộ. Cũng như khi nghe người miền Bắc nói "xơi ngô" hay "xơi chè" và mới đây gặp một người ở Hà nội sang, khi nói về một ông giáo sư về bên đó dạy học, anh ta bảo "ông X về bên ấy lên lớp". Tôi không phải là một người hoạt động về văn chương nhưng tôi mong thấy người VN ở hải ngoại, nhất là giới trẻ gìn giữ và học hỏi một thứ tiếng Việt Nam phổ thông và trong sáng.

NGUYỄN HỮU CHUNG

Montréal 6-1992
(Thế Kỷ 21 số 40, tháng 8/1992)

Võ Kỳ Điền, Nối Lại Cuộc Chơi

SONG THAO

Có một thời Võ Kỳ Điền là một cái tên sáng giá. Đó là thời đầu thập niên 1980 khi anh múa bút vung vít trên tờ Dân Quyền ở Montreal. Lúc đó tôi chưa tới định cư tại thành phố này. Năm 1985 tôi mới được đặt chân tới Canada. Hơi trễ, cho tuổi của tôi. Cơm áo giật mất hết thời giờ, vả lại lúc đó còn chưa nhả hết mùi nắng gió, nên tôi làm lơ với chuyện cầm bút lại. Có một lần, khi đang cuốc bộ tại khu Côte des Neiges gần nhà, tôi trông thấy Võ Kỳ Điền. Lúc đó tôi thấy anh sáng trưng, như ở một giai tầng khác, với áo quần tươm tất và tiếng tăm lẫy lừng.

Mãi tới sau này, khi có cuộc triển lãm của họa sĩ Võ Đình tại Montreal vào năm 1992, tôi mới được biết anh. Tôi đang đứng ngắm một bức tranh thì anh tới hỏi chuyện. Anh khen truyện ngắn tôi vừa viết cho tờ Làng Văn. Anh lúc nào cũng hào phóng khen ngợi và khuyến khích các bạn văn khác. Thật tình tôi không biết sao anh biết tôi. Có lẽ anh hỏi anh Luân Hoán. Chính nhà thơ Luân Hoán là người đã đẩy tôi vào chuyện viết lách lại.

Và cũng từ anh Luân Hoán, tôi quen biết các cây bút ở Montreal. Bữa anh Võ Kỳ Điền tới hỏi chuyện tôi thì tôi đã quen hầu hết từ Đỗ Quý Toàn, Trang Châu, Lưu Nguyễn tới Hồ Đình

Nghiêm, Hoàng Xuân Sơn. Trường hợp Nguyễn Đông Ngạc thì khác. Tôi và Ngạc đã quen nhau từ hồi ở Sài Gòn và chúng tôi tình cờ gặp lại nhau tại một tiệm phở.

Sau lần gặp anh Võ Kỳ Điền lần đầu, chúng tôi đã thường gặp nhau khi tại các buổi ăn nhậu, khi cùng tham dự các sinh hoạt văn nghệ. Ngày đó, văn nghệ tại Montreal rất khởi sắc. Chúng tôi ra mắt sách thường xuyên. Có khi mời các bạn văn thơ phương xa như Du Tử Lê, Kiệt Tấn, Nguyễn Ngọc Ngạn tới ra mắt sách và gặp các độc giả Montreal, một tầng lớp độc giả nhiệt tình, trí thức, rất lịch thiệp. Số người viết tại Montreal là con số đông đảo, chỉ thua có Little Saigon. Chẳng thế mà có lần Nguyễn Xuân Hoàng đã phải làm nguyên một số Văn cho những người viết tại Canada! Bài viết của chúng tôi xuất hiện thường xuyên trên các tạp chí văn nghệ ở California như Văn, Văn Học, Hợp Lưu, Thế Kỷ 21. Trong dòng văn học sôi nổi của Montreal, Võ Kỳ Điền cho xuất bản tập truyện ngắn "Kẻ Đưa Đường" và hồi ký "Pulo Bidong, Miền Đất Lạ".

Bỗng nhiên Võ Kỳ Điền mất tích trên văn đàn. Và trên bàn nhậu của anh em. Cuộc sống của anh gặp khúc khuất khuỷu. Anh mất chuyện này chuyện khác, anh trôi trên những ngày tháng buồn bã. Rồi anh nắm một con thuyền khác. Ngày anh sang thuyền, anh báo cho anh em. Nhận thiệp ai cũng tưởng không phải chuyện của anh mà là chuyện của cháu trai độc nhất của anh. Bạn bè lái xe xuống Toronto tiễn anh sang sông. Và anh bị con sông giữ rịt. Ít năm sau, anh lại mò về Montreal, cu ky trong những ngày lạnh giá. Anh em viết lách lại sưởi ấm nhau. Nhưng anh vẫn cách xa cây bút. Anh cố gượng dậy bằng một sức khỏe suy sút.

Tôi vốn thích văn phong miền Nam. Sau khi tốt nghiệp Đại Học Văn Khoa Sài Gòn, tôi sửa soạn học Cao Học bằng cách nhờ Linh Mục Thanh Lãng đỡ đầu cho một luận án nghiên cứu về Hồ Biểu Chánh. Nếu tôi không ham chơi thì chắc tôi đã hoàn thành luận án này. Ham chơi thì cũng có nhưng thời cuộc thời bấy giờ cũng không cho phép tôi khơi khơi tiếp tục việc học.

Mộng không thành nhưng đam mê vẫn còn đó. Vậy nên đọc văn rặt miền Nam của Võ Kỳ Điền tôi rất khoái. Nhà văn họ Võ có lối viết rặt Nam nhưng cũng rặt giọng rất riêng Võ Kỳ Điền. Một văn phong miền Nam nhưng không phải miệt vườn. Chân chất nhưng đậm đà. Cứ như tiếng thủ thỉ bên tai của một người bạn. "Nè, anh Ba, tụi nó lựa cho mình cái "quy-la" nầy sang quá hả. Đã thiệt! Cái thằng thiệt tình, lúc nào miệng cũng lách chách không để lành da non. Tôi với nó không quen biết gì ráo trọi, tình cờ gặp nhau trong chuyến vượt biên do một người Việt gốc Hoa bán hủ tiếu đứng lo tổ chức. Tôi thứ bảy, vậy mà nó gọi tôi bằng anh Ba gọn bân, ngon lành. Ối, ai hơi đâu mà cải chánh làm chi. Lúc đó tôi đứng vịn cái cổng sắt kiên cố, nhìn thấy cái sân rộng trải sỏi trắng, những cây hoa móng bò, hoa sứ, hoa tường vi trồng dọc theo lối đi, có hai cây tùng Nhật Bổn xanh um ở trước cửa đi vào nhà, trong bụng chịu quá mà còn làm giọng sang:

- Ừa ừa cũng tạm được nhưng nghe nói thiếu giường, thiếu chiếu làm sao mà ngủ... Nó quay qua nhìn soi mói, nói giọng nhão nhẹt: "Chời ơi, nghèo mà ham, cái thân vượt biên được công an kiếm nhà cho ở mà còn khen chê!"

(Chuyện Kể Trên Biển Đêm).

Tôi yêu hơi văn của Võ Kỳ Điền. Nó hạp với cái chân chất của con người anh. Một chiếc mũ bầm dập chụp trên đầu, chiếc thẻ xe buýt và metro dập dình treo trước ngực, cặp kính trễ xuống mũi và bộ dạng đi như hấp tấp nhưng chẳng nhanh hơn ai, trông ông nhà văn như một ông chủ tiệm tạp hóa ba tàu. Nhưng khi anh nói là chuyện khác. Lối nói dũng mãnh, nồng nhiệt nhưng vẫn nghe ra rất tâm tình. Anh có thể góp tiếng vào mọi chuyện, nhất là chuyện… cổ. Chuyện xưa anh rành như chuyện nay. Nhưng rành nhất là chuyện từ thời mịt mù đâu đó bên Tàu. Trong cái nhân dáng xộc xệch là cả một bồ kiến thức. Tôi có dịp cùng anh đi đây đi đó. Khi cùng nhau giỡn sóng ở Havana bên đất nước của anh râu xồm Fidel Castro, anh vẫn lôi được những con sóng trong văn học, lịch sử Trung Quốc ra luận. Anh được đào tạo trong môi trường đó. Hán rất rộng và Nho rất thâm. Anh thông thạo cả tới chữ Hán cổ. Chuyện chi anh cũng bàn được.

Khi anh cùng tôi tới Tây Ban Nha, thấy một rừng cây rậm bóng, anh đố tôi biết đó là cây gì. Hỏi tôi về cây cối cũng như hỏi đầu gối. Hỏi về nhan sắc thì may ra! Những bóng cổ thụ rợp trời có khúc thân xù xì, vỏ bóng loáng lỗ chỗ từng khúc, trông như cây ổi của xứ ta. Anh bảo đó là cây ngô đồng. Cây ngô đồng thì tôi biết. Nằm đầy dẫy trong văn thơ. Cổ thi Trung Hoa đã ca ngợi: *Ngô đồng nhất diệp lạc / Thiên hạ cộng tri thu*. Một lá ngô đồng rụng, ai cũng biết thu sang. Thứ cây… tiên tri như vậy đã nhảy sang văn thơ Việt Nam, từ truyện Kiều tới những áng cổ văn xưa. *Thú vui thuần hức bén mùi / Giếng vàng đã rụng một vài lá ngô*. Anh nhà văn họ Võ này thao thao bất tuyệt giảng cho tôi nghe về ngô đồng đến nỗi từ đó tôi phong anh là nhà “ngô đồng học”!

Một lần anh và tôi tới Porto bên Bồ Đào Nha. Porto là quê hương của thứ rượu nổi tiếng thế giới, rượu Porto. Chúng tôi tìm tới một hầm rượu và được cho uống thử. Anh khều tay tôi hỏi: “Ông biết rượu này cổ nhân kêu là rượu chi hôn?”. Tôi ngớ người ra. Anh cười cười: “Bồ Đào Mỹ Tửu!”. Trời! *Bồ đào mỹ tửu dạ quang bôi / Dục ẩm tỳ bà mã thượng thôi? Túy ngọa sa trường quân mạc tiếu / Cổ lai chinh chiến kỷ nhân hồi*. Tôi tưởng thứ rượu đi vào thơ của Vương Hàn phải đích thị sản xuất ở bên Tàu. Vậy mà tôi đang uống tại Bồ Đào Nha! Hớp rượu sau đó có vị hơn. Nhưng rồi chính anh lại phá cái thú nhấp rượu… văn học của tôi. Anh ghé tai tôi, nói: “Coi chừng! Bồ đào cũng có nghĩa là trái nho!”.

Hình như những chuyện bám bụi thời gian anh Điền đều thông thạo. Thông đến nỗi tôi nghĩ người anh đang bị bám một lớp bụi dày. Cũng trong lần tới Tây Ban Nha, chúng tôi tới thành phố Segovia, nơi có hệ thống dẫn nước cổ truyền rất độc đáo được xây dựng từ thời hoàng kim của đế quốc La Mã. Vừa trông thấy công trình độc đáo này, anh nhờ tôi chụp tấm hình anh đứng ôm cây cột đá. Kiểm lại hình trong máy, anh ưng ý, nói với tôi:

"Ngày xưa tôi là một tên lính vác đá xây dựng công trình này đó ông à!".

Tôi nhìn anh, muốn sờ trán anh coi nhiệt độ ra sao. Nhưng anh vẫn tỉnh bơ nói vanh vách về lịch sử công trình có một không hai của thời xa tít mù khơi trong lịch sử. Tôi ngỡ ngàng: hóa ra ông này không chỉ thông quá khứ của Trung Hoa mà còn nghiên cứu cả tới thời xa lắc xa lơ của đế quốc La Mã. Thật dễ nể!

Cái kiếp làm lính vác đá thời đó của anh, anh tin trăm phần trăm. Anh tin thuyết luân hồi của nhà Phật. Anh tin vào số mạng của mỗi con người. Anh tin những thần linh đậu trên hai vai mỗi chúng nhân. Anh là một nhà lý số, tử vi hay phong thủy chi đó, tôi không rành. Có lần tôi hỏi anh có sờ mu rùa không, anh không trả lời. Cái thứ tào lao như tôi thiệt nghịch với anh nhưng chẳng hiểu sao chúng tôi lại hạp nhau trong chuyện trò. Anh giao tiếp với những lẩn khuất trong cuộc đời của mỗi chúng sinh, tôi hoàn toàn lơ là với những thế lực vô hình này. Anh tìm chúng khắp nơi. Anh kể lại một lần cùng một anh bạn Chu Văn An xưa tới thăm thành phố Quebec: "Thành phố nhỏ, đẹp và xinh xắn y như một thành phố bên Tây. (vì lúc nhỏ thường coi mấy hình chụp phong cảnh nước Pháp trong các sách vở, tạp chí). Hai đứa đi thang lang hết đường nẩy sang ngõ kia, cảnh đẹp như tranh vẽ, tôi là nhà quê ra tỉnh, đâm mê man, ngó ngang ngó dọc. Chợt thấy một nhà hàng chuyên các món ăn Pháp thuần túy, có quảng cáo các món ăn ngon thêm câu ngộ nghĩnh - quí khách được coi tay miễn phí. Quảng cáo nầy hấp dẫn quá, tôi khoái chí kéo anh bạn bước vô liền. Sau khi ăn uống no nê, tôi đến bà thầy ngồi phòng bên cạnh, rụt rè chìa ra cái biên lai ăn uống và nhờ coi tay dùm. Gọi là bà chớ thật ra cô đầm nầy còn trẻ, độ chừng trên dưới 30, đặc biệt là khá đẹp. Bà nắm lấy bàn tay tôi, tôi cảm thấy tay bà mát rượi, da đầm sao mà mượt mà, êm ái như nhung. Bà cười nheo mắt, chắc tại tôi hơi run…

Bà nói nhiều chuyện về đời tôi, đại khái tánh tình ra sao, ưa màu gì, tôi ưa số mấy, giao thiệp với bạn bè và hạp với bạn gái hay bạn trai. Tôi nghe vui vui và bất chợt bà nói câu nầy: ông là người có tài nhưng không biết sử dụng cái tài đó. Ông làm cái gì cũng bỏ dở nửa chừng… rồi bà cười và kết luận - cho nên kể như ông không có tài năng gì ráo trọi, làm cái gì không ra cái gì".

(Chu văn An và Tôi)

Qua tới bên tây, anh vẫn đi tìm những thế lực ẩn khuất trên vai, nói chi tới khi còn ở Việt Nam. Anh đã tìm tới chuyên viên hạng nhất bói toán là thầy Diễn. Chuyện quá khứ ông phán đúng bóc nhưng chuyện anh muốn hỏi là chuyện hôn nhân. Thầy phán: anh sẽ lấy vợ là cô giáo và hầu như không có đám cưới. Võ Kỳ Điền là một người quả quyết, anh nhất định không lấy người cùng nghề là cô giáo. Vậy mà thầy phán anh sẽ lấy cô giáo.

Gia đình anh hồi đó rất khá giả ở Bình Dương, vậy mà thầy phán: đám cưới anh hầu như không có. Nghe nực chứ. "Trời đất, thiệt vậy sao? Thiệt vậy sao, tôi nghe lỗ tai lùng bùng. Chuyện cưới vợ đã trầy vi tróc vảy, rồi tại sao sẽ gặp một cô giáo nghiêm trang… rồi lại không có đám cưới. Hàng trăm câu hỏi tại sao, tại sao trong đầu. Tôi cảm thấy mồ hôi rịn ra đầy mặt. Sao kỳ cục vậy, căn cứ vào đâu mà cụ dám nói như vậy. Tôi nhìn thẳng vào mặt, thấy cụ vẫn bình thản, cụ nói thiệt tình mà đâu phải nói chơi. Tôi hỏi tiếp, giọng hơi khó chịu: "Dạ thưa cụ, tại sao lại không có đám cưới, có phải tôi không đủ tiền cưới vợ?". "Không phải, nhà ông thiếu gì tiền". "Vậy tại sao, nếu có đủ tiền tại sao tôi lại không làm đám cưới. Thú thật với cụ, tôi mà thương ai, dù người đó mang bầu hay có con rồi, tôi cũng sẽ làm đám cưới chánh thức, đàng hoàng. Tại sao tôi lại sợ dư luận mà không làm đám cưới, lại dắt con người ta đi không… Ngày cưới tôi phải vui vẻ và đông đảo bạn bè thân tình chớ." Ông cụ chấm dứt bằng lời nói giận dỗi: "Cái mặt ông làm gì dám dắt ai". Rõ ràng là ông cụ nói nhiều điều vô lý, tôi không còn kiên nhẫn ngồi nghe tiếp nữa, đâm ra vô phép, đứng dậy và nói giọng hờn mát: "Tôi không dám dắt ai, tôi lại có tiền, vậy hỏi cụ, tại sao lại không làm đám cưới cho vui. Tại sao tôi không làm…".

(Câu Chuyện Ngày Xưa)

Ngày 30 tháng 4 ập tới, anh cưới một cô giáo thật. Đúng là "hầu như không có đám cưới" vì đám cưới vội vã chỉ diễn ra trong vòng thân mật gia đình!

Võ Kỳ Điền là người trong giới gắng mở mắt nhìn vào tương lai của người khác. Còn chuyện của anh, bù trớt! Có lần tới nhậu với anh em mà anh đi lạc cả vài tiếng đồng hồ mới hớt hải bước vào. Tôi giỡn: "Phong thủy bói toán anh để đâu mà không xài?". Hình như những chuyên viên nhìn vào tương lai chỉ nhìn thấy tương lai của người khác. Của mình thì mù câm! Phải công nhận anh bạn tôi thạo nghề. Một anh bạn văn luống tuổi vừa ung thư, vừa đột quỵ, nằm lê lết trong nhà thương cả tháng, than van đang chờ chết. Vậy mà Võ Kỳ Điền không cho chết, bắt sống thêm nhiều năm nữa. Giờ anh vẫn sống và phục ông bạn sát đất.

Tương lai với anh em chúng tôi chỉ còn là con số năm tháng rất ít ỏi. Võ Kỳ Điền đã thúc thủ: "Tôi năm nay hình như đã già, mà hình như gì nữa, nếu tính với chừng tuổi nầy thì già lắm rồi, già ngắt già ngơ, già khú đế" (Đôi mắt Sóc Trăng).

Con đường đời, hình như anh em viết lách ở Montreal chúng tôi đang đi tới đoạn chót. Cái gì cần làm thì đã làm. Những tháng ngày đang trôi qua bình thản như những cụm bèo giạt. Nhưng hình như chúng tôi chưa chịu thúc thủ. Vẫn có những sáng tác được trình làng trên báo. Vẫn có những cuốn sách mang tên tác giả Luân Hoán, Trang Châu, Hoàng Xuân Sơn, Song Thao và Hồ Đình Nghiêm. Hồ Đình Nghiêm thì không nói làm chi, anh chậm chân hơn bạn bè nên vẫn còn một đoạn đường dài trước mặt. Thành bại trong cuộc sống, chúng tôi có thể mang ra luận được rồi.

"Lý Thị Soriane ơi, không phải chỉ có em thất bại trong cuộc sống đâu, mà ở tận phương trời xa lạnh lẽo nẩy, thầy cũng đâu có hơn gì em. Ước chi có cuộn chỉ thần, thầy trò mình quay lại chuyện ngày xưa, năm mươi năm trước Hoàng Diệu của mình với các lớp học, với những gốc cồng xanh mướt, với thầy với bạn, thì sung sướng biết bao nhiêu. Hình như cuộc sống dưới mái trường hạnh phúc, vui tươi ấm áp hơn là cuộc sống tranh giành hơn thua đầy bão táp, nắng gió ngoài đời, phải không vậy Soriane? Phải lâu thiệt là lâu, thầy mới thấy được điều đó. Nhưng khi thấy đươc thì đã trễ muộn lắm rồi. Trễ lắm rồi, trễ thiệt rồi... Đời sống có những bước đi với những biến động của nó và thời gian quả thật vô tình!"

(Đôi Mắt Sóc Trăng).

Lý Thị Soriane là cô học trò ngày xưa của thầy Võ Kỳ Điền. Cô được nhạc sĩ Nguyễn văn Đông thâu nhận làm đệ tử ca hát. Cô đã có chút tiếng tăm nhưng quyết định bỏ nghề. Nay cô tính sổ thất bại với thầy. Thầy cũng nhận mình thất bại trong cuộc sống. Tôi thấy anh bạn nhà văn của tôi quá khe khắt với mình. Anh đã có một thời kỳ chói sáng. Nhưng vì lý do này lý do khác anh đã bỏ cuộc chơi chữ nghĩa để về vui thú với phim bộ, với sưu tầm nhạc, với mê say Phương Mỹ Chi. Nhưng nay anh chàng "già ngắt già ngơ" họ Võ bỗng như có dòng máu mới. Anh viết như người nhịn ăn lâu ngày và cho in sách lại.

Những câu trích dẫn trong bài này rút ra từ cuốn sách mới tinh này. Cuốn "Câu Hỏi Kiếp Người".

Mừng anh nối lại cuộc chơi. *Tới đây thì ở lại đây / Chừng nào bén rễ xanh cây rồi về*. Hồi hai bao giờ cũng mặn mà hơn hồi một. Phải dzậy không, bạn hiền!

12/2017
Song Thao

Ngày Ấy, Bây Giờ

HỒ ĐÌNH NGHIÊM

Thật khó khi tìm ra chữ nghe ổn thỏa để gọi tên về cuốn sách mà nhà văn Võ Kỳ Điền sắp xuất bản.

Không là tạp bút, chẳng phải tản mạn. Không là nhận định, nào phải phê bình. Không triết lý về nhân sinh, chẳng bàn con tạo khéo xoay vần. Không đá động tới cao xanh, cũng thôi nhắc đau biển rộng hải hà… Cứ lan man chuyện này sang chuyện nọ. Từ lãnh vực khó nói khôn lường như chuyện bói toán lại chuyển sang thảo mộc hiền hòa ưa khoe sắc. Hoa lá cành chưa đã bèn nhảy sang đền đài miếu mạo tận xứ Hy Lạp xa xăm chỉ thiếu Thăng Long thành hoài cổ. Ôn chuyện cũ với người này lại thấy kẻ nọ khi khổng khi không giũ áo mà đi… Vậy thì cứ góp chung thứ đường ngang nét dọc kia lại, tạm khoác vào thân chiếc áo mong manh, phong phanh nhưng vô cùng ấm áp: "Con Chữ Tự Tình". Ghi lại chút tấc lòng bởi sợ mai này trí nhớ chìm vào cảnh sắc chiều tà: *Nền cũ lâu đài bóng tịch dương*! Có chiều thì ắt phải khởi đầu bằng sớm mai. Và bình minh nào mà không hân hoan khi tự thân chúng là một lên đường.

Mấy mươi năm trước, chính xác là vào năm 1986, "Kẻ Đưa Đường" đã dẫn dắt tới thông lộ dựng lên tên tuổi Võ Kỳ Điền. Hoặc ngược lại, nhà văn chọn bút hiệu mà phải Hán rộng mới ngộ thấu nghĩa ẩn giấu, đã trình làng đứa con đầu lòng khôi ngô khiến văn học hải ngoại thêm chộn rộn nở bông bao hương hoa cỏ lạ. Thời điểm ấy tôi có cơ may thuê nhà không xa chỗ gia đình nhỏ anh Võ Tấn Phước (tên thật của nhà văn) cư ngụ. Anh làm việc trong hãng điện tử Philips, con trai độc nhất là cu Bi bấy giờ vẫn còn nhỏ, cháu có đôi mắt to giống mẹ và chừng như cả chị lẫn Bi vẫn rộng lòng cho anh em chúng tôi dắt nhau ra ngoài quán nước bàn chuyện văn chương (vô bổ) mỗi cuối tuần.

Cho dù nắng hạn, cho dù tuyết đổ liên hồi, chiếc Toyota màu xám bạc của chủ nhân "Kẻ Đưa Đường" vẫn chở tôi đi theo kiểu đến hẹn lại lên. Chừng như chúng tôi ngầm đồng ý ở một điểm, đó là phút giây tìm lại chút quân bình sau năm ngày (hai, ba, tư, năm, sáu) hư hao mụ người trong hãng xưởng với thứ công việc bất khả kháng. Điều nghịch lý đáng ca cẩm, tiếng là nhà văn nhưng chưa một ai xem việc vọc chữ ấy là nghề tay phải. Nếu ba đầu sáu tay, thì nghề viết văn e phải nằm ở cánh tay thứ sáu. Chẳnghàm oan chút nào khi chúng tôi gần như sống ngoài cảnh giới này, không thực tế đã đành, nó lại soán đoạt quá nhiều thời giờ kể cả hao tâm tổn tiền bạc mua tem cò khi gửi bài gửi sách tới chốn xa.

Một nghịch lý khác, theo lời tâm sự của nhà văn Võ Kỳ Điền: Thời ngụ trong cái ấp nhỏ chút xíu lòng những mơ tưởng tới một cõi riêng yên lặng, một mình một ngựa thì tha hồ ghẹo gió giỡn trăng, bây giờ tựu thành cơn mộng hoa nở sân trước chim hót vườn sau, nhà rộng khoáng đãng mà sao lòng nghe nguội ngắt vậy nè! Chẳng rõ nếu bạn được hoán đổi không khí, chữ nghĩa có còn bên bạn sum vầy?

Phải mất một dặm thời gian rõ lâu, cách biệt trong vô ngôn, vin vào bí kíp nào mà nhà văn Võ Kỳ Điền đã vui chân trở lại chốn xưa. "Pulau Bidong Miền Đất Lạ" (1992) bề thế đã cách tân bản tình ca Con Đường Xưa Em Đi. Mặc dù con đường đó hình như chỉ còn mình tôi mê muội cắm cúi bước. Hồ nghi để nghĩ, nhà văn Võ Kỳ Điền chưa thực sự bắt gặp sự ổn định, lắm biến cố xảy ra khiến anh lao đao?

Có khi anh xuống sáu câu tân cổ mà không giao duyên: Tui như cái bình điện có hai dây đen đỏ, thử ráp lại chúng cũng không chịu xẹt ra lửa. Trong trường hợp này, câu đắc địa của người Nam "nói dzậy mà hổng phải dzậy" chẳng nghe anh dùng để chấm câu. Hổng dzui chút nào, hén? Chịu dzậy đi nghen!

Trả lời thế, thì có hơi khiêm tốn. Và khiêm tốn cũng là một ưu điểm của nhà văn Võ Kỳ Điền (ta dại ta tìm nơi vắng vẻ!). Nếu "Kẻ Đưa Đường" là Bình Dương chuẩn bị vượt biên, nếu "Pulau Bidong, Miền Đất Lạ" là trại tỵ nạn đã xong phần phỏng vấn cho đi định cư, thì tạm coi cuốn sách sắp lộ hình này là một ổn định trên đệ tam quốc gia. Cớ sao lại có lối so sánh từng cột mốc thế? Bởi vì nội dung trong cuốn này chứa thiên hình vạn trạng tựa vùng đất mới khác phong thổ, giàu có từ cảnh sắc cho tới khí hậu riêng mang. Không phải dễ để tác hợp ra sự khác biệt rồi nhồi nhét chung vào một cảnh quang hài hòa. Phải thủ đắc một giọng kể trầm lắng, rề rà nhưng lôi cuốn, nói có sách mách có chứng và khi đặt chân vào bất kể địa hình nào, một lần nữa cái bản lãnh của kẻ đưa đường sẽ thuyết phục bạn, trấn an bạn, rồi bạn dẫm vào lằn mức cuối hồi nào hổng hay, chạm đích trong êm ru bà rù. Bạn vừa trải nghiệm một cuộc đi dã ngoại và nói theo cổ thư: Đi một ngày đàng học một sàng khôn. Có nên dừng lại để cảm ơn hướng đạo viên mang bảng tên trên ngực áo: Võ Kỳ Điền.

Với riêng tôi, còn tựu thành thêm hai điều lý thú khi nhà văn kể lại người bạn ấu thời của mình là Lê Thành Nhơn và người thầy dạy học ở Thủ Dầu Một: Thanh Tâm Tuyền. Lý thú ở chỗ gần như trái khoáy: Bạn của nhà văn lại là thầy của tôi, trong khi thầy của nhà văn lại xem tôi như một đứa em.

Giáo sư Lê Thành Nhơn, năm 1973 được mời ra Huế thỉnh giảng bộ môn điêu khắc ở trường Cao đẳng Mỹ thuật. (Huế mang ơn thầy về bức tượng Quan Âm dựng đặt ở trung tâm Liễu Quán và tác phẩm đồ sộ, cách tân, đẹp phóng khoáng có ở tượng cụ Phan Bội Châu). Phút đầu, người có tác phong khác thường ấy đã thu phục đám sinh viên bất kể ở bộ môn nào, người mang cơn gió lạ từ Sài Gòn ra, lạ từ phương cách giảng dạy và lạ ở vẻ bọc bên ngoài. Không có gì chính xác cho bằng đoạn văn tả người bạn xưa của Võ Kỳ Điền: "Thân hình lực lưỡng, xương to, da đen mun, mắt lộ kiểu mắt ốc bươu. Đầu to, tóc quăn xoắn, xương quai hàm bạnh ra, mặt vuông hình chữ điền. Thoạt trông thì gồ ghề, bặm trợn, gân guốc, dễ sợ nhưng tánh tình lại hiền khô… Tóm lại thì toàn bộ toát ra một vẻ gì đặc biệt kỳ lạ, không giải thích được".

Nếu có một lời giải thích thì cho tôi thêm vào: Lê Thành Nhơn chính danh là một người nghệ sĩ. Điểm này có thể không gán vào tên tuổi Tê Tam Thừa, bởi Thanh Tâm Tuyền trước tiên và sau cùng là một thi sĩ. Thanh Tâm Tuyền có viết cuốn truyện dài "Một Chủ Nhật Khác" rất tuyệt nhưng mọi người mặc nhiên gọi anh là nhà thơ. Nhà thơ đã có thời đi dạy học ở vùng đất hiền hòa, nơi lớn lên của điêu khắc gia Lê Thành Nhơn và nhà văn Võ Kỳ Điền. Khi lưu lạc và thất lạc bộn bề những vật đổi sao dời, thầy trò đã bắt được liên lạc với nhau. Thanh Tâm Tuyền viết thư (chuyện này hơi hiếm hoi, cá biệt) cho Võ Kỳ Điền, tâm sự về những chặng đời, đọc lên nghe cảm động. Bài viết về người thầy cũ của anh Võ Kỳ Điền có thể dùng làm tư liệu bổ túc thêm về nhà thơ tài hoa trong chặng đường thăng trầm sau hoạn nạn 75. Không hiểu sao, tôi chợt nhớ đến bài "Vượt Biên", chữ dùng riêng cõi chẳng cần ghi tên cũng biết ngay ai là tác giả:

"Cúi trông cố lý mây vô xứ
Ngầu trắng u mông táp mạn thuyền
Ngút ngọn triều dâng vách sụt lở
Bọt xóa thiên thanh dấp sóng quên".

Tôi và nhà văn Võ Kỳ Điền từng là thuyền nhân, đôi lần tôi lỡ "dấp sóng quên" nhưng muốn "trông về mây vô xứ" thì vin nhờ vô những trang viết sống động của nhà văn Võ Kỳ Điền. Cuốn thứ ba này của anh "ngút ngọn triều dâng" bằng một chuyển hướng khác. Và như đã thưa, nhà văn vén tay áo, hạ bút đụng tới lắm đề tài. Nhà văn vô tình hóa thân làm một tụ điểm dừng chân, phục vụ thỏa đáng cho lữ thứ một thứ "thực đơn" đa dạng mà dù có khó tính tới cỡ nào đi nữa bạn sẽ mặn miệng tìm ra ở đó một thức ngon.

Không riêng tôi, chị Đặng Lệ Khánh, chủ nhân trang nhà Art2All bên Calif. cũng thường tấm tắc ngợi ca người sống tuổi hoa niên thầm lặng ở Bình Dương nay làm người kín tiếng sống lối xóm cùng tôi tại Mộng Lệ. Ôi, một nhà văn hiền hòa trong cách sống, trong ứng xử, trong văn phong, trong cách nhìn vật thể, khi viết ra chữ thì buộc ta phải trải lòng đón nhận vậy! Tôi rất vui sướng khi được góp mặt trong cuốn sách này, chút cảm nhận được nằm chung cùng với những trang giấy giàu có tình nghĩa của một người luôn tìm kiếm vẻ đẹp qua những vật thể dẫu vô tri. Bờ cây bụi cỏ hay cảnh quang một địa danh đều được anh ký gửi bao tâm sự, mà nổi bật ở đó là lòng thương nhớ trò cũ trường xưa. Một câu thơ Đường, một lá thư đến từ xứ lạ đều là cái cớ nhằm giúp anh giãi bày đôi ba kỷ niệm thăng hoa trong khốn đốn. Ngậm ngùi luôn sánh đôi với hướng thiện, luôn lên án sự bạc ác xấu xa.

Đôi lúc tôi mang ý nghĩ nhà văn Võ Kỳ Điền chẳng khác gì hình ảnh một vị quan thanh liêm, cởi áo từ quan lui về chốn vắng, sống đời đạm bạc để sớm tối hàn huyên với quá khứ đã lỡ chìm đi trong bể dâu.

Tôi muốn mượn lời của Nguyễn Du (chở củi về rừng) để thưa cùng tác giả:

"Tam nguyệt xuân thi trưởng đạt miêu
Thiên lý hương tâm dạ cộng trường
Tha nhật xuân phong hà xứ lai?
Cố hương can hạn cửu phương nông"

Chuyển dịch:

Tháng ba xuân đậu nẩy đều
Quê hương muôn dặm dạ sầu theo
Gió xuân mai mốt về đâu biết?
Quê hương nắng hạn đã lâu ngày.

Thưa anh Võ Kỳ Điền, tôi vẫn luôn ươm niềm tin, rằng có khi anh sẽ là cơn gió xuân nhằm giải hạn dạ sầu. Quả đúng thế, cuốn sách sẽ góp mặt với đời chừng như đã vừa dồn qua tôi một lượng sóng nhỏ.

Tôi cũng kỳ vọng vào bạn đọc bốn phương, họ sẽ đón nhận, rồi thốt lên: Ồ, thích thú khác gì tha phương ngộ cố tri! Kẻ đưa đường ngày nào đang trở lại cùng chúng ta. Tóc đã phai, áo đã bạc nhưng nào có hề gì. Thủy chung và quan trọng là nhà văn vừa đốt thắp lên đốm lửa, bùng cháy tỏa lan sưởi ấm nhân quần. Trong muôn một, há chẳng phải đó là một hạnh phúc hiếm hoi giữa đoạn cuối đường sao?

Hồ Đình Nghiêm

Montréal, 30.11.2017

(Câu Hỏi Kiếp Người, tuyển tập Võ Kỳ Điền, Nhân Ảnh xuất bản, 2018)

Tha Hương Ngộ Cố Tri

Hồ Đình Nghiêm thưa chuyện cùng nhà văn Võ Kỳ Điền

Hồ Đình Nghiêm (HĐN): Mến chào anh Võ Kỳ Điền. Đầu tiên xin được chia vui, niềm vui khi nhà văn vừa in xong tác phẩm mới. Bấy chầy sức khoẻ anh ra sao? Có sung như khi trải lòng bằng chữ viết?

Võ Kỳ Điền (VKĐ): Cám ơn Nghiêm đã hỏi thăm. Tới tuổi nầy hình như anh đã già. Anh chỉ nói là hình như thôi nghe, tuy vậy trong bụng cứ nghĩ mình còn trẻ măng. Anh em mình có một cái sướng là khi nào muốn già thì già mà muốn trẻ thì cứ tha hồ cho trái tim đập nhịp phơi phới như lúc mười tám vậy đó. Thời gian của anh bây giờ hết để dành cho nhà thuốc đến nhà thương, rồi sẽ có một ngày không xa đến nhà dưỡng lão.... Nhưng càng không đi ra ngoài nhiều như xưa thì lại gần gũi tới bàn viết, hết đọc cái nầy thì viết cái kia, không viết được chữ nào thì giấy nó trách mực nó buồn, nhờ vậy mà có lại niềm vui của mấy chục năm về trước. Đã lỡ vướng vào cái nghiệp văn chương bút mực dù ít dù nhiều rồi, làm sao mà đành lòng không liếc ngang liếc dọc trở lại cho được, phải không Nghiêm?

● HĐN: Có khi nghe anh nói "thiệt là mang nặng đẻ đau". Anh có thể ta thán thêm về nỗi khổ ấy cho những người (ví dụ như tôi) đang chuẩn bị sanh con? Để hắn liệu thần hồn mà xoay trở, dù biết mỗi người đau riêng một kiểu. Cảm ơn kinh nghiệm của anh. Anh xuất thân là một nhà giáo. Anh là người thích đọc cổ văn, giỏi chữ Hán chữ Nôm. Những vòng "cương toả" ấy có làm khó anh khi bày giấy bút ra để gửi tấc lòng? Hình như anh tự khắc nghiệt với chính mình khi viết?

● VKĐ: Mỗi bà bầu, mỗi người đau một kiểu. Không phải tới bây giờ anh mới rên đâu, ngay cả ba mươi năm về trước anh đã từng than thở rên rỉ rồi. Anh thấy các bạn viết sao mà dễ dàng, cứ vài ba tháng có một hay cuốn thơ hoặc truyện ngắn, truyện dài ra mắt. Nghe thấy mà sốt ruột. Còn anh thì có nhiều khi chỉ một cái tựa hay một câu, anh viết cả tuần, suy nghĩ đắn đo, lựa chữ nầy, chọn chữ kia, đổi tới đổi lui từng ý, từng tứ...Thành ra thời gian sáng tác của anh phải tính bằng năm hoặc phải cả chục năm, rồi tới cuốn "Câu Hỏi Kiếp Người" nầy tính ra là hai mươi lăm năm. Hình như là anh đi lạc vô khu vườn văn chương của các bạn rồi. Anh có ông anh bên Mỹ thương thằng em nầy lắm và bài nào anh viết, ảnh cũng tìm đọc say mê. Hình như đối với ảnh, nhà văn Võ Kỳ Điền là tài hoa số một. Tuy vậy nhiều lần ảnh điện thoại qua hỏi - mầy làm cái gì mà chậm lụt quá vậy, tao đợi mấy tháng rồi mà không thấy được bài mới nào? Trời đất, ông anh cứ tưởng em của ổng giỏi như hàng xóm. Không được vậy đâu anh ơi, anh cho em phân trần một chút, một là em thuộc mẫu người chậm rề, không lanh lẹ bằng người. Hai là em bị ông Lưu Hiệp đời Tấn cản trở. Ông nầy đã viết trong cuốn Văn Tâm Điêu Long, quyển phê bình văn học đầu tiên của Trung Hoa, hồi thế kỷ thứ 6, trong đó có chỉ tám cái bịnh của văn chương (Văn Chương Bát Bịnh). Thành ra khi viết em cứ sợ hết bịnh nầy tới bịnh kia, nên không dám viết lẹ, phạm lỗi...

Nào ngờ vì sợ bịnh nên mắc thêm một bịnh mới là bịnh sợ sai sót, rồi bịnh làm biếng, đó là một vài lý do riêng tư, không viết được nhiều. Nghiêm và bạn đọc thông cảm cho anh nghen.

● HĐN: Anh có từng đơm ý nghĩ: Tại sao bạn văn của mình hồi đó đông vui nhiệt náo mà giờ này lạnh ngắt vậy nè? Thưa anh, điều gì khiến xảy ra tình cảnh ấy? Anh vắng mặt quá lâu mới trở lại sinh hoạt "ở chốn nhân gian không thể hiểu" (Du Tử Lê). Thưa anh, sông có khúc người có lúc. Lúc anh dấu mặt đi ắt là khi anh phải đương cự với phong ba. Sóng gió chừng nghe êm, phải không thưa anh?

● VKĐ: Nghiêm ơi, mỗi người có một thời, dài ngắn khác nhau, không thời nào giống thời nào, không chuyện nào giống chuyện nào. Đừng bao giờ trách người mà phải coi lại mình. Mình sống khép kín, xa lánh bạn bè, gậm nhấm nỗi đau, ngay cả chuyện mình mình còn không hiểu rõ thì bạn làm sao mà hiểu được, làm sao mà giúp đỡ mình. Ngày xưa Đức Phật cầm một hột muối đưa cho một đệ tử và nói - con coi nè, đây là hột muối mặn lắm. Cậu đệ tử ngây thơ hỏi lại - dạ thưa đức Phật, mặn là sao, con không hiểu? Đức Phật tìm mọi cách để giải nghĩa. Cậu đệ tử vẫn không biết, cuối cùng Đức Phật nói - con liếm đi thì biết liền. Như vậy phải sống trong nỗi đau thì mới biết đau là thế nào. Kết luận với Nghiêm là lỗi của anh chớ không phải của bạn hay lỗi của cuộc đời. Ý niệm tác thành định mệnh, mình muốn nó như vậy thì tương lai mình sẽ như vậy.

● HĐN: Không chừng mà gần hai chục năm đã trôi qua, nhớ về ngày cũ nọ tôi có làm cuộc phỏng vấn anh khi người ta nhiễu sự đẻ ra cụm chữ "văn chương miệt vườn". Tôi nhớ là anh đã phản bác việc phân biệt đầy cắc cớ đó. Lâu quá rồi, anh còn nhớ những quan điểm của anh? Quên nó đi, hay nên nhắc lại chút xíu?

● VKĐ: Cái vụ "Văn Chương Miệt Vườn" đó rầm rộ một thời gian, trong giai đoạn trước đây và bây giờ hình như đã lụi tàn. Thực sự thì anh không thích khi gọi một nhà văn hay một nhà thơ kèm theo chữ nầy hay chữ kia. Ví như nhà thơ hải quân, không quân, bác sĩ, dược sĩ, miệt vườn, tình yêu, rừng núi, hầm bà lằng gì đó.... Tại sao phải thêm nghề nghiệp riêng tư vô chỗ nầy. Trong nghệ thuật chỉ có hay hoặc dở. Chấm hết. Thời gian sẽ làm nên giá trị của mỗi người. Tác phẩm viết ra, năm năm, mười năm, ba bốn chục năm sau người ta còn nhắc tới, tên tuổi còn nghe người ta nói tới thì người đó thành công được. Còn mới tháng trước qua tháng sau không ai nhắc tới nữa thì dầu có quảng cáo rầm rộ, đặt tên miệt nầy miệt kia...thì cũng đâu có giá trị gì... Cục đá quăng xuống nước phải có tiếng vang, lớn hay nhỏ là tùy tài năng cao hay thấp. Chỉ có bấy nhiêu thôi. Không phải ở cái quảng cáo, cũng không phải ở cái danh xưng. Ngọc thì cứ là ngọc và đá thì dù đặt tên nó là gì đi nữa thì trước sau gì cũng là đá thôi.

• HĐN: Dạo đó, đôi ba người trong giới phê bình văn chương hải ngoại đã xếp anh vào nhóm "những nhà văn chống Cọng". Thưa tác giả tập truyện "Kẻ Đưa Đường", nhà văn nghe vậy và nhà văn có ý nghĩ gì không?

• VKĐ: Có lẽ điểm nầy đúng và anh cũng thích như vậy. Từ nhỏ anh không có ý nghĩ mình sẽ viết văn và mơ mộng sẽ trở thành nhà văn, điều nầy quá khó đối với anh. Nhưng cuộc biến động sau 30-4-1975 làm đất nước tan tành và cuộc sống toàn dân bị xáo trộn nặng nề khiến anh trăn trở nghĩ suy, cảm thấy mình phải có bổn phận góp lên tiếng nói chống sự áp bức độc tài, tàn bạo của chủ nghĩa Cọng Sản. Cho nên trong lời tựa cuốn "Kẻ Đưa Đường" anh đã viết – "Tôi nghĩ rằng văn chương có nhiều loại nhưng theo tôi thứ văn chương đích thực phải là tiếng nói của kẻ yếu chống độc tài, áp bức, bạo lực, bất công bất cứ từ đâu đến. Nó phải chống bất cứ hình thức nô lệ nào, chống sự ngu xuẩn, hầu đưa CON NGƯỜI vươn lên từ tối tăm đổ vỡ."

Anh cũng đồng ý văn chương là một bộ môn nghệ thuật. Nhưng nếu nghệ thuật nào phản ánh được thời thế có lẽ nó làm cho cuộc sống thăng hoa hơn. Anh không dám phê bình hay so sánh với các quan niệm khác về việc nầy. Có bạn chê anh viết dở vì kém khía cạnh nghệ thuật. Anh cám ơn lời nhận định thẳng thắn nầy và cũng biết rõ ràng như vậy nhưng không thể nào viết khác được. Tài năng anh chỉ có chừng đó, không thể nào bắt chước bạn khác được...

● HĐN: "Pulau Bidong Miền Đất Lạ" là cách thu xếp những chương đời đầy lôi cuốn, những nhân vật thật sống động lui tới thoải mái trong các trang sách do bởi cách dựng chuyện thật cao tay nghề của tác giả. Tôi chưa thể là người phê bình, tôi chỉ là một độc giả tầm thường, nhưng tôi khóc cười theo lối dẫn dắt của anh. Cho phép tôi được tò mò, cuốn sách đó hình như phải chứa tới 90 phần trăm của sự thật?

● VKĐ: Bạn nè, cuốn Pulau Bidong Miền Đất Lạ nầy mới nhìn cái nhan đề thì bạn đọc cứ tưởng là một quyển hồi ký vượt biên, nếu tinh ý bạn sẽ thấy có cái gì không phải. Rõ ràng nó là cuốn kể chuyện vượt biên từ Việt Nam đến Mã Lai nhưng khi đọc sẽ thấy mỗi chương là một truyện ngắn, viết không phải theo loại bút ký, phóng sự mà viết theo bút pháp của một nhà văn. Khi viết anh đắn đo, phân nửa dành riêng cho chuyện vượt biên, một biến cố lớn của đất nước mà những thuyền nhân là nhân chứng sống của lịch sử đương đại, còn lại nửa kia dành cho văn chương tâm tình, để cho cõi lòng mình xô dạt theo sóng nước đảo xa, lẫn trình bày quan niệm sống sao cho đời mình đẹp đẽ, sống có ý nghĩa. Bao nhiêu là sự thật, bao nhiêu là hư cấu, xin thành khẩn khai báo, các sự kiện đều là thật, còn cái gì có thể thêm tại sao mình lại không thêm, nêm thêm một chút tiêu, một chút muối, một chút đường, bỏ thêm vài cọng hành, cọng ngò thái nhỏ, nồi canh văn chương chẳng cũng thơm ngọt hơn sao?

● HĐN: Tôi cũng là một thuyền nhân nhưng thú thật là tôi bất lực khi muốn chia sẻ niềm đau với những số phần không may. Do vậy tôi xin cảm ơn anh, ít ra thì mai này người sau sẽ hay biết dân tộc mình đã có lúc phải chịu qua một thảm trạng như vậy. Giả như tôi nói "sinh bất phùng thời" thì anh có góp thêm cho tôi một ý tưởng nào khác chăng?

● VKĐ: Nghiêm đừng nghĩ như vậy, anh em mình may mắn biết viết chút đỉnh, người viết được chuyện nầy, kẻ viết được chuyện kia, làm sao mà nói ai nhiều ai ít được. Ngay cả bạn đọc không viết nhưng ủng hộ việc làm của anh em mình mấy chục năm nay cũng là đáng quí rồi. Trong một khu vườn không phải chỉ có một thứ cây, cũng không phải chỉ có thuần một loài hoa cỏ. Nếu giống hệt nhau thì buồn lắm, phải có hoa nầy hoa kia, trái nầy trái nọ thì mới đúng nghĩa một khu vườn đẹp muôn hồng ngàn tía. Còn nếu chỉ toàn một loài vạn thọ... thì chán chết, ai mà mê. Anh đôi khi cũng có nghĩ đến câu "Sinh bất phùng thời" có lẽ đúng một lối nhìn nào đó. Anh, Nghiêm và bao nhiêu đồng bào cùng thế hệ mình hầu như không có tuổi trẻ. Ba mươi năm chiến tranh tàn khốc, đổ vỡ, tang thương, chết chóc suốt ngày rình rập, tuổi hoa niên vụt qua hồi nào không hay... rồi xứ lạ quê người. Vui là vui gượng kẻo là. Ai tri âm đó mặn mà với ai... Nhưng trời đất công bình lắm Nghiêm ơi, mất cái nầy được cái kia. Anh em mình, đồng bào mình mất rất nhiều và được cũng rất nhiều. Thanh niên mình ở hải ngoại nè, đã có biết bao nhiêu là nhân tài. Mấy triệu người thuyền nhân học hỏi được bao nhiêu là cái hay cái lạ của thế giới. Văn minh như vết dầu loang, nó đã loang về tận quê hương và anh để ý thấy đồng bào trong nước có nhiều suy nghĩ mới đáng khích lệ... Lúc nào anh cũng hy vọng một ngày tươi sáng của đất nước, của dân tộc.

● HĐN: Bây giờ tuổi anh đã cao, về già vui thú cùng văn chương là giải pháp thoả đáng nhất. Nhưng... nhưng thưa anh, một nhân vật trong Tam Quốc Diễn Nghĩa từng than: "Ta không phụ người sao người nỡ phụ ta". Cuộc chơi này xem chừng đang phụ mình, anh có thấy vậy không? Hay anh nghe theo Nguyễn Du: "Rằng: Trăm năm cũng từ đây, của tin gọi một chút này làm ghi".

● VKĐ: Anh hoàn toàn không nghĩ tới khía cạnh bị cuộc đời hay văn chương phụ và không hề trách cứ ai một điều gì. Anh đạo Phật nhưng rất thích câu của Thiên Chúa. Bất cứ trường hợp nào khi bị thất bại, suy nghĩ tới nghĩ lui, nghiền ngẫm cho thấu đáo thì té ra "lỗi tại ta mọi đàng". Quả đúng vậy.

● HĐN: Mang nặng đẻ đau. Sinh xong thì buộc phải có thời gian hậu sản. Thưa nhà văn Võ Kỳ Điền, trong lúc dưỡng sức anh có dự tính, có mơ mòng về một giấc mộng nào không? Về văn chương cũng như về thời cuộc? Tôi có dọ hỏi nhà thơ Bắc Phong, anh ấy lạc quan tin rằng rồi quê hương sẽ đổi thay. "Kẻ Đưa Đường" nghĩ sao?

● VKĐ: Anh cũng hy vọng như bạn Bắc Phong, chuyện đất nước khi lên thì phải xuống, khi xuống thì phải lên. Từ bên Tây tới bên Tàu có triều đại nào bền vững muôn đời đâu. Theo Dịch lý thì "vật cùng tắc biến, khí mãn tắc khuynh" Chuyện đời phải thay đổi, không có bất cứ cái gì đứng yên hoài được. Chỉ có một ước mong anh đã viết trong câu kết bài "Cây Sầu Riêng Vườn Cũ" là sau khi đất nước thay đổi thì "...cầu trời cho nó đừng quá đổ nát tang thương." Nhưng mà Nghiêm ơi, mỗi ngày anh đọc báo bên nhà, thấy nhiều chuyện hằng ngày xảy ra trên quê hương... mà muốn khóc. Làm sao bây giờ, đành phải chờ thôi...

● HĐN: "Dùng dằng chưa nỡ rời tay, vầng đông trông đã đứng ngay góc nhà". Thốt lời tạm biệt cùng anh đây. Nếu tâm sự chưa đã, thì xin anh chia sẻ một lời sau cùng.

● VKĐ: Anh em mình gặp nhau phương trời nầy, được độc giả thương mến bao nhiêu năm, được bạn bè sẻ chia ngọt bùi, tất cả là do nghiệp duyên của bao kiếp trước, không phải tự nhiên mà có được. Để kết thúc cuộc đối thoại thân tình nầy anh xin mượn hai câu thơ của Hồ Dzếnh:

Đã trót tương phùng trong một quán,
Dẫu trà ôi rượu nhạt cũng là duyên

• HĐN: Thành thật cảm ơn phút bộc bạch đáng trân trọng anh dành cho. Xin được thay mặt số đông bạn đọc, mến gửi lời chúc sức khoẻ đến nhà văn Võ Kỳ Điền. Xin bảo trọng.

• VKĐ: Anh cám ơn Nghiêm, cám ơn quí độc giả theo dõi bài nói chuyện nầy. Nhà văn chúng tôi không có gì hết ngoài một tấm lòng biết ơn. Trân trọng.

Hồ Đình Nghiêm thực hiện bằng điện thư.
Montréal, ngày 11 tháng 1 năm 2018

Nhân Ảnh
2022

Liên lạc với tác giả
Võ Kỳ Điền: vokydien@gmail.com
Minh Ngọc: nguyennewyork@yahoo.com

Liên lạc Nxb Nhân Ảnh
han.le3359@gmail.com
(408) 722-5626

www.ingramcontent.com/pod-product-compliance
Lightning Source LLC
LaVergne TN
LVHW050649051026
849532LV00002B/576
9798868986192